పైన దేవుడు మానవులను మాత్రమే సృష్టించాడు. కానీ విసుగు చెందిన ఆలోచనలు మరియు మూసలు అంటరానితనం మరియు వివక్షకు ఆధారం. ఇప్పుడు పునాది అంత బలహీనంగా ఉన్న రాజభవనంలో సమానత్వ సామ్రాజ్యాన్ని ఊహించలేము. భారతీయ సామాజిక నిర్మాణాన్ని లోతుగా పాతుకుపోయిన ఈ వైరుధ్య పరిస్థితి పరస్పర సామరస్యానికి బదులుగా మతతత్వానికి బీజాలు వేసింది. కానీ 25 డిసెంబర్ 1927న మానవతా పురోహితుడు డాక్టర్ భీమ్‌రావ్ అంబేద్కర్ మనుస్మృతిని అగ్నిలో కాల్చి అణచివేయబడిన మరియు నిస్సహాయ నాలుకకు కొత్త స్వరం అందించారు. కానీ ఇది కేవలం ప్రారంభం మాత్రమే. 1925లో అంటరాని వారికి రిజర్వేషన్ కోసం డిమాండ్ ఉంది, దీనిని బ్రిటీష్ ప్రధాన మంత్రి రామ్‌సే మెక్‌డొనాల్డ్ 20 ఆగస్టు 1932న ఆమోదించారు. మతానికి మూలాధారం మానవత్వమని అభివర్ణించిన డాక్టర్ అంబేద్కర్ తన పాండిత్యానికి, వివేకానికి తరతరాలుగా గౌరవించబడతారు.

నా ఆత్మకథ

నా కథ, నా మాటలు

డాక్టర్ బి. ఆర్. అంబేద్కర్

డైమండ్ బుక్స్

www.diamondbooks.in

© ప్రచురణలో ఉంది

ప్రచురణకర్త   :   డైమండ్ పాకెట్ బుక్స్ (P) Ltd.

                                    X-30, ఓఖ్లా ఇండస్ట్రియల్ ఏరియా, ఫేజ్-II

                                    న్యూఢిల్లీ-110020

ఫోన్   :   011-40712200

ఈ-మెయిల్   :   wecare@diamondbooks.in

వెబ్‌సైట్   :   www.diamondbooks.in

వెర్షన్   :   2024

ప్రింటర్   :   రెప్రో (భారతదేశం)

నా ఆత్మకథ : నా కథ, నా మాటలు

రచన: డా. భీమ్‌రావ్ అంబేద్కర

ప్రక్రియ

డా.భీంరావు అంబేద్కర్ ఆత్మకథ "మేరి ఆత్మకథ" కేవలం ఆత్మకథ మాత్రమే కాదు, అత్యంత క్లిష్ట పరిస్థితుల్లోనూ సామాజిక న్యాయం మరియు సమానత్వం కోసం తన జీవితాన్ని అంకితం చేసిన వ్యక్తి యొక్క స్ఫూర్తిదాయకమైన కథ. ఈ పుస్తకం అతని చిన్ననాటి పోరాటాలు, విద్య కోసం అవిశ్రాంతంగా చేసిన కృషి, కులతత్వం మరియు వివక్షను ఎదుర్కోవటానికి సంకల్పం, సామాజిక సంస్కరణల కోసం మార్గదర్శకత్వం మరియు భారత రాజ్యాంగ రూపకల్పనలో అతని గణనీయమైన కృషిని అందిస్తుంది.

అంబేద్కర్ జీ ఆత్మకథ మనకు ఆత్మవిశ్వాసం మరియు దృఢ సంకల్పం ద్వారా, తన నేపథ్యంతో సంబంధం లేకుండా, అసాధ్యాన్ని ఎలా సుసాధ్యం చేయగలదో మనకు స్ఫూర్తినిస్తుంది. ఈ పుస్తకం సామాజిక న్యాయం మరియు సమానత్వం కోసం పోరాడే వారికి మార్గదర్శకం మరియు కులతత్వం, అంటరానితనం మరియు ఇతర సాంఘిక దురాచారాలకు వ్యతిరేకంగా పోరాడటానికి మనల్ని ప్రేరేపించింది.

ఈ పుస్తకాన్ని ప్రత్యేకంగా చేసే కొన్ని ముఖ్యాంశాలు ఇక్కడ ఉన్నాయి:

- **అంటరానితనం యొక్క చేదు అనుభవాలు:** అంబేద్కర్ జీ తన చిన్నతనంలో కుల వ్యవస్థ కారణంగా వివక్ష మరియు అవమానాలను ఎదుర్కొన్నారు. ఈ అనుభవాల సత్యాన్ని ఆయన తన ఆత్మకథలో వివరించాడు, ఇది కుల వ్యవస్థ యొక్క క్రూరత్వాన్ని అర్థం చేసుకోవడానికి సహాయపడుతుంది.

- **చదువు పట్ల మక్కువ:** అంబేద్కర్ జీ విద్యను బలంగా విశ్వసించారు మరియు అతని విద్య కోసం చాలా కష్టపడ్డారు. తన ఆత్మకథలో విద్య

యొక్క ప్రాముఖ్యతను మరియు విద్య సామాజిక మార్పుకు శక్తివంతమైన సాధనంగా ఎలా ఉంటుందో నొక్కిచెప్పాడు.

- **సామాజిక సంస్కరణల కోసం పోరాటం** అంబేద్కర్ జీ అంటరానితనం, కులతత్వం మరియు మహిళల హక్కులపై పోరాడారు. ఆయన తన ఆత్మకథలో ఈ పోరాటాల గురించి సవివరంగా వివరించాడు, ఇది సామాజిక న్యాయం కోసం పోరాడటానికి మనల్ని ప్రేరేపించింది.

- **భారత రాజ్యాంగ సృష్టి:** అంబేద్కర్ జీ భారత రాజ్యాంగ నిర్మాత. తన ఆత్మకథలో రాజ్యాంగ నిర్మాణంలో తన పాత్రను, దాని వెనుక ఉన్న ఆలోచనలను వివరించారు.

- డాక్టర్ భీమ్‌రావ్ అంబేద్కర్ ఆత్మకథ స్ఫూర్తిదాయకమైన మరియు ముఖ్యమైన పుస్తకం. ఇది సామాజిక న్యాయం, సమానత్వం మరియు భారతదేశ చరిత్రపై ఆసక్తి ఉన్న ప్రతి ఒక్కరూ తప్పక చదవాలి. మన కలలను ఎలా నెరవేర్చుకోవాలో మరియు సమాజంలో సానుకూల మార్పును ఎలా తీసుకురావచ్చో ఈ పుస్తకం మనకు నేర్పుతుంది.

- నరేంద్ర కుమార్ వర్మ

nk@dpb.in

క్రమం

1

అది నేను కాదా?

మా తాతగారి పేరు మాలోజీరావు. అతనికి ఒక తమ్ముడు ఉన్నాడు, అతను 14-15 సంవత్సరాల వయస్సులో సాధు బృందంతో కలిసి ఇంటిని విడిచిపెట్టాడు మరియు సుమారు 24 సంవత్సరాల తర్వాత తిరిగి వచ్చాడు. ఆ సమయంలో మా తాత, నానమ్మ బతికే ఉన్నారు. కొడుకు తిరిగి వచ్చినందుకు చాలా సంతోషించాడు. కొడుకు పెళ్లి చేసి సెటిల్ చేయాలని ఒత్తిడి చేశాడు. అలాగే తాతయ్య కూడా అతనికి అర్థమయ్యేలా చెప్పడానికి ప్రయత్నించాడు, కానీ మహర్షి ఏమీ వినడానికి సిద్ధంగా లేడు. తాతయ్యని పక్కకు తీసుకెళ్ళి, "అన్నయ్యా, ఇన్ని సంవత్సరాలు తపస్సు చేసినా నాకు తృప్తి లేదు, నన్ను మళ్ళీ వెళ్ళనివ్వు, పట్టుబట్టకు" అన్నాడు.

అప్పుడు తాతయ్య మాకు కూడా అభ్యంతరం లేదు, కానీ అమ్మ వారిని వదిలి వెళ్ళడానికి సిద్ధంగా లేదు. అప్పుడు సన్యాసి అన్నయ్యకు ఒక ఉపాయం సూచించాడు. అతను అన్నాడు, “ఇన్ని సంవత్సరాలు ఈ సన్యాసి? వాడు వచ్చానంటే నీ కొడుకే అనడానికి నిదర్శనం ఏమిటి? సాధువులు మరియు ఏకాంతాలు కూడా మంత్రవిద్యను అభ్యసిస్తారు. ఈ సాధువు మాయమాటలతో ఇంటిని, ఆస్తిని మోసం చేయగలడు! అందుచేత ఋషి వెళితే వెళ్ళనివ్వండి, పట్టుబట్టవద్దు." ఇది విన్న తల్లి ఋషిని వెళ్ళడానికి అనుమతించింది.

సరిగ్గా 20 సంవత్సరాల తరువాత, సాధు మళ్ళీ ఇంటికి వచ్చాడు, కానీ అప్పటికి అతని తల్లి చనిపోయింది మరియు సాధు కూడా వృద్ధుడయ్యాడు. అయితే, తాతయ్యను ఇంట్లో స్థిరపడమని కోరినప్పుడు, “అన్నయ్య, నేను మిమ్మల్ని కలవడానికి వచ్చాను, మేము ఉండమని పట్టుబట్టవద్దు. మీ మూడవ తరంలో రక్షకుడు పుడతాడు మరియు అతను తన మూడవ తరాన్ని రక్షిస్తాడని నేను మీకు వాగ్దానం చేస్తున్నాను. అటువంటి శుభ సందేశం ఇచ్చిన తరువాత సాధువు శాశ్వతంగా వెళ్ళిపోయాడు. అప్పడప్పుడు నా తెలివితేటలు చాలా పదునైనవని నా మనసులో ఆలోచన వస్తుంది. ఐతే ఆ మహర్షి అంచనా ప్రకారం నేను మూడో తరానికి రక్షకుడిని కాదా?

2

నేను మూలా నక్షత్రంలో పుట్టాను

గత జీవితంలో జరిగిన సంఘటనలు గుర్తుకు వస్తే ఇరవై నాలుగు మెరుపులు కళ్ల ముందు కనిపిస్తాయి. నాకు 60 ఏళ్లు వస్తున్నాయి, కానీ నేను ఎప్పుడు పుట్టానో నాకు తెలియదు, దానికి రుజువు లేదు. నా పుట్టిన తేదీని ఎవరూ ఉంచలేదు, నా తల్లిదండ్రులు దానిని ముఖ్యమైనదిగా పరిగణించలేదు. ప్రసవం ప్రత్యేకత ఏమిటి? తేదీని ఎందుకు గుర్తుంచుకోవాలి? నా తల్లిదండ్రులు అలా భావించి ఉండవచ్చు. నా పత్రికను తయారు చేయలేదు. మా నాన్నగారికి జ్యోతిష్యం తెలుసు. అతను నా భవిష్యత్తు గురించి ఆశాజనక ఆలోచనలను వ్యక్తం చేశాడు. అతని దినచర్య సక్రమంగా ఉండేది. స్కూల్లో వాళ్ళు ఇచ్చిన నా పుట్టిన తేదీ సరిగ్గా ఉండాలి.

నేను పుట్టినప్పుడు, మా నాన్న 7వ పయనీర్ ప్లాటూన్‌లో ఉన్నారు. నా తల్లిదండ్రులు కొంకణ్‌కు చెందినవారు, కానీ నేను పుట్టిన సమయంలో వారు మధ్య భారతదేశంలోని మోవ్‌లో నివసిస్తున్నారు. నా చిన్నతనంలో జరిగిన విషయాలను బట్టి నేను రాత్రి పన్నెండు గంటలకు పుట్టానని తెలిసింది. నేను మూలా నక్షత్రంలో పుట్టాను. బాలుడు మూలా నక్షత్రంలో జన్మించాడని, ఇది అతని తల్లి మరణానికి దారితీస్తుందని జ్యోతిష్యుడు చెప్పాడు. నాన్న పట్టించుకోలేదు, కానీ నా సోదరులు మరియు సోదరీమణులు ఖచ్చితంగా నన్ను తృణీకరించారు. అబ్బాయి దురదృష్టవంతుడని అందరూ నన్ను విమర్శించేవారు. చిన్ననాటి జ్ఞాపకాలను గుర్తు చేసుకుంటే ఆశ్చర్యంగా అనిపిస్తుంది. 12 సంవత్సరాల వయస్సు వరకు, నేను లొంగి మాత్రమే ధరించాను. నేను ఇంటింటికీ వెళ్లి ప్రజల కోసం కలపను కోసేవాడిని, ఇది నాకు చాలా ఇష్టం.

అమ్మ చనిపోయిన తర్వాత అత్త నన్ను పెంచింది. ఆరు నెలలు తోటమాలిగా పనిచేశాను. నాకు కోతిలా చెట్లు ఎక్కే అలవాటు ఉండేది. దుప్పటిని చెట్టుకు వేలాడదీసి, ఊయల వాడి నిద్రపోయేవాడు. ఆ చెట్టు మా ఇంటి ముందుండేది. చెట్టుకింద చెత్త కుప్పగా ఉంది. నేను చెట్టు మీద నుండి దిగలేదు, కానీ చెత్త నుండి

కుప్ప మీద దూకడానికి ఉపయోగిస్తారు. నా శరీరంపై చాలా బూడిద ఎగిరింది. ఆ సమయంలో గ్రామంలో ప్లేగు వ్యాధి వ్యాపించింది. ప్రజలు నా వైపు వేళ్లు చూపి ఇలా అంటారు - ప్లేగు వ్యాధితో చాలా మంది చనిపోతున్నారు, కానీ

ఈయన ఎందుకు చనిపోలేదు? మా అత్త చాలా బాధగా ఉండేది. ఆమె అందరికీ, "పిల్లవాడికి ఏమీ చెప్పకు!" అని చెప్పేది.

నా చిన్నతనంలో మా అమ్మ చనిపోయాక ఆ స్వేచ్ఛను దుర్వినియోగం చేశాను. "ఈ అబ్బాయితో ఏమీ జరగదు", ఈ రోజు వారి అంచనాలు తప్పని నిరూపించబడ్డాయి అని నేను చింతిస్తున్నాను.

జంతువులను మేపుకునే పని కూడా చేశాను. బహుశా నేను కూడా గొర్రెల కాపరి అయ్యి ఉండేవాడిని. కానీ నేను రాళ్లు పగలగొట్టే పని చేయకూడదని, నీడలో కూర్చుని పని చేసే నైపుణ్యం నాకు ఉండాలని నాన్న భావించారు. నేను ఈ రోజు ఈ స్థాయికి చేరుకున్నాను. నాలో కొన్ని సహజసిద్ధమైన లక్షణాలు ఉండటమే దీనికి కారణం అని ఎవరూ అర్థం చేసుకోకూడదు. నిజానికి నా కఠోర శ్రమతో ఇక్కడికి చేరుకున్నాను.

మా నాన్నగారు కబీరపంతి సన్యాసి మరియు విద్యాప్రియుడు. వారి ఇంటిని ధర్మాసనం లేదా విద్యాసనం అని పిలవాలి. నాకు 12 ఏళ్లు వచ్చేసరికి మా నాన్నగారు నన్ను రామాయణం, మహాభారతం మొదలైనవాటిని చదివేలా చేశారు. అతను చాలా మతపరమైనవాడు. ఒకసారి నేను స్కూల్‌కి వెళ్లనని అత్తతో గట్టిగా చెప్పాను. నేను ఇంకా చెప్పాను, "ఆంటీ, మీరు నన్ను పాఠశాలకు వెళ్ళమని అడుగుతారు, కానీ నేను పాఠశాలకు వెళితే ఏమి జరుగుతుంది? పేద ఆంటీ ఏం సమాధానం చెబుతుంది? కానీ మా నాన్నగారు, "ద్రోణుడు బ్రాహ్మణుడు, అయినా గొప్ప యోధుడు అయ్యాడు. మేం పేదవాళ్లం, అలాంటప్పుడు నువ్వు పండితుడు ఎందుకు కాలేవు?" ఆయన ఈ ప్రకటన నా మనసుపై తీవ్ర ప్రభావం చూపింది.

3

నాన్న నాకు ఇది నేర్పించారు

మా నాన్న టీచర్. ఇది ఈస్టిండియా కంపెనీ ప్రభుత్వం యొక్క మంచి పాలన. ఇది మరింత అనుసరించబడలేదు, ఇది మా దురదృష్టం అని పిలవండి. కంపెనీ ప్రభుత్వ సైన్యంలోని సైనికులకు విద్య తప్పనిసరి అని నియమం. సైనికుల బాలుర కోసం ఒక డే స్కూల్, బాలికల కోసం ఒక డే స్కూల్ మరియు పెద్దల కోసం ఒక రాత్రి పాఠశాల ఉన్నాయి. ప్రతి ప్లాటూన్‌కు స్వతంత్ర పాఠశాల ఉంది. అలాంటి ఒక పాఠశాలకు మా నాన్న 14 సంవత్సరాలు ప్రధానోపాధ్యాయులు. సైనికులకు మంచి ఉపాధ్యాయులను సిద్ధం చేయడానికి పూణేలో ఒక సాధారణ పాఠశాల ఉండేది. తండ్రి ఆ పాఠశాలలో శిక్షణ తీసుకుని ఉపాధ్యాయ డిప్లొమా పొందారు. ఆయన బోధనా విధానం చాలా బాగుంది.

అందుకే నాన్నకు చదువుపై మక్కువ, నమ్మకం పెరిగింది. ఇంటి ఆడపిల్లలకు, పిల్లలకు చదవడం, రాయడం బాగా తెలుసు. ఇదొక్కటే కాదు] వారి తండ్రి కారణంగా, సోదరీమణులు 'పాండవ ప్రతాప్' వంటి పుస్తకాలను చదివే సామర్థ్యాన్ని సంపాదించారు. రామాయణం మరియు దానిపై వ్యాఖ్యానించడం. స్వతహాగా కబీర్ అభిమాని కావడంతో భజనలు, అభంగ పద్యాలు కంఠస్థం చేసేవారు.

నేను సంస్కృతం చదవాలనుకున్నాడు, కానీ నా కోరిక నెరవేరలేదు. దీనికి కారణం మా అన్నయ్య సతారాలో నాలుగో తరగతి చదువుతుండటమే. అతను సంస్కృతం చదివి మంచి పండితుడు కావాలనుకున్నాడు, కాని సంస్కృత ఉపాధ్యాయుడు అంటరాని విద్యార్థులకు సంస్కృతం బోధించడానికి నిరాకరించాడు. గురువు యొక్క మతోన్మాదం కారణంగా, సోదరుడు పర్షియన్ భాష తీసుకోవలసి వచ్చింది. ఆ టీచర్ క్లాసులో మమ్మల్ని తృణీకరించేవారు, అది మమ్మల్ని నిరుత్సాహపరిచింది. నేను నాల్గవ తరగతికి వెళ్ళినప్పుడు, సంస్కృత ఉపాధ్యాయుని దురుద్దేశం గురించి నాకు బాగా తెలుసు. ఫలితంగా, నేను పర్షియన్ భాష తీసుకోవలసి వచ్చింది. నేను సంస్కృత భాష పట్ల గర్విస్తున్నాను. నేను ఇప్పటికీ ఆ భాషను బాగా తెలుసుకోవాలనుకుంటున్నాను, ఈ రోజు నేను నా కృషితో సంస్కృతం చదివి అర్థం చేసుకోగలను.

నేను చేయగలను, కానీ దానిలో ప్రావీణ్యం పొందాలనేది నా హృదయపూర్వక కోరిక. ఆ రోజు ఎప్పుడు వస్తుంది?

నేను పర్షియన్ భాషను లోతుగా అభ్యసించాను. నాకు 100కి 90-95 మార్కులు వచ్చేవి. సంస్కృత సాహిత్యంతో పోల్చితే పర్షియన్ సాహిత్యం పేలవంగా ఉందని అంగీకరించాలి. సంస్కృత సాహిత్యంలో కవిత్వ చింతన, అలంకారం, నాటకం, రామాయణం మరియు మహాభారతం వంటి ఇతిహాసాలు ఉన్నాయి. ఇందులో ఫిలాసఫీ, మ్యాథమెటిక్స్, లాజిక్ ఉన్నాయి. సంస్కృత సాహిత్యంలో ఆధునిక విద్య కోణం నుండి ప్రతిదీ ఉంది, కానీ పర్షియన్ సాహిత్యంలో అలా కాదు. నేను సంస్కృత భాష పట్ల గర్విస్తున్నాను. ఆ భాష బాగా తెలుసుకోవాలనే కోరిక నాకు బలంగా ఉండేది, కానీ గురువుగారి సంకుచిత, సంప్రదాయవాద ధోరణి వల్ల సంస్కృతానికి దూరమవ్వాల్సి వచ్చింది.

నాన్న వల్ల ఇంట్లో వాతావరణం క్రమశిక్షణతో ఉండేది. అతను ఒక సైనికుడు, అతని కఠినమైన క్రమశిక్షణ కొన్నిసార్లు చికాకు కలిగించేది. నేను ఈ రోజు బాధగా ఉన్నాను. నాన్న కోరిక మేరకు కష్టపడి ఉంటే బాంబే యూనివర్సిటీ పరీక్షలో సెకండ్ డివిజన్ రావడం అసాధ్యమేమీ కాదు. ఆ సమయంలో నాన్న ఆందోళనలో అర్థం లేదు. చదువుల కోసం మా నాన్న మమ్మల్ని అనవసరంగా ఫాలో అవుతున్నారని అనుకున్నాం.

ఆయనకు గణితశాస్త్రం అంటే చాలా ఇష్టం. అతను గోఖలే యొక్క అంకగణితానికి సంబంధించిన అన్ని ఉదాహరణలను పరిష్కరించాడు మరియు వాటిని పెద్ద నోట్‌బుక్‌లో అందమైన అక్షరాలతో వ్రాసాడు. వాటిని ఎప్పటికప్పుడు అధ్యయనం చేసి గణితంలో ప్రావీణ్యం సంపాదించాలనుకున్నాడు. దీని ప్రకారం మంచి మార్కులతో పాస్ అవుతాను. వారు నన్ను ఎంతగా పట్టించుకున్నారో ఎవరూ నమ్మరు.

ఆంగ్ల విద్య కోసం బొంబాయికి వచ్చాము. నేను మరాఠా హైస్కూల్‌లో చదవడం ప్రారంభించాను. మొదట్లో మా ఇంటి పరిస్థితి బాగానే ఉన్నా తర్వాత దయనీయంగా మారింది. తండ్రికి తక్కువ పెన్షన్ వచ్చేది. అటువంటి స్థితిలో, అతను బొంబాయిలో నివసిస్తున్నాడు మరియు పైన, అతని కుటుంబంలో చాలా మంది సభ్యులు ఉన్నారు. ఇంత చేసినా నాన్న నాకు నచ్చిన పుస్తకాలు తెచ్చేవాడు. ఇదంతా పాప పరిధి దాటిపోయింది. ఇన్ని భరించినా, నన్ను ఓదార్చడానికి ఎప్పుడూ సిద్ధమే. ఈ విషయాలు గుర్తు చేసుకుంటే మా నాన్నగారిని చూసి చాలా

గర్వపడుతున్నాను. అలాంటి దయగల తండ్రి చాలా తక్కువ మంది కొడుకులకు ఉంటారని నా హృదయం చెబుతోంది. నా నిర్లక్ష్య స్వభావం వల్ల, నా ప్రియమైన నాన్న విలువను నేను అప్పట్లో అర్థం చేసుకోలేకపోయాను.

నా చదువును విస్మరించి ఇతర పుస్తకాలు చదవడం నాకు అప్పటికే ఇష్టం. ఈ విషయం తండ్రికి నచ్చలేదు. మొదటి పాఠశాల అని చెప్పేవారు దానిని అధ్యయనం చేసి, ఇతర పుస్తకాలను చదవండి. అతను మరాఠీ వంటి ఆంగ్ల భాష గురించి గర్వపడ్డాడు. అతనికి ఇంగ్లీషు నేర్పడం అంటే చాలా ఇష్టం. అతను ఎప్పుడూ హార్వర్డ్ పుస్తకాన్ని ముఖాముఖిగా గుర్తుంచుకోమని అడిగాడు.

అదేవిధంగా, నేను తార్ఖడ్కర్ యొక్క అనువాద కోర్సు యొక్క మూడు పుస్తకాలను కంఠస్థం చేసాను. మరాఠీ పదానికి సరైన ఇంగ్లీషు పదానికి సమానమైన పదాన్ని కనుగొని దానిని సరైన స్థలంలో ఉపయోగించే కళను మా నాన్న నాకు నేర్పించారు. ఇంగ్లీషు బాగా మాట్లాడతాను, రాస్తాను. అది నా కీర్తి, నేను ఊహిస్తున్నాను, కానీ మా నాన్న నాకు సరైన పదాలను ఎలా ఉపయోగించాలో నేర్పించారు, ఏ ఉపాధ్యాయుడు నాకు నేర్పించలేదు. అతను తార్ఖడ్కర్ పుస్తకం నుండి తప్పు పదాలు అడగడం ద్వారా నా జ్ఞానాన్ని పరీక్షించేవారు. అదేవిధంగా, వారు నాకు ఆంగ్ల వాక్యాలను మరియు తగిన భాషా శైలిని ఉపయోగించడం నేర్పించారు

4

నేను చాలా ప్రత్యేకంగా ఉన్నాను

సొంత పుస్తకాలు ఉండడం అంటే సొంత ఆస్తి ఉండటమే ఆనాటి ఆశయం., ఈ ఆశయాన్ని దృష్టిలో ఉంచుకుని, ప్రస్తుత మేరా గ్రంథ్ మ్యూజియం నిర్మించబడింది. అప్పట్లో కొత్త పుస్తకాలు తెచ్చుకోవడానికి నాన్న దగ్గరికి వెళ్లేదాన్ని. నేను పుస్తకం అడిగాను మరియు నాన్న సాయంత్రం వరకు పుస్తకం తీసుకురాలేదు, ఇది ఎప్పుడూ జరగలేదు! మా ఆర్థిక పరిస్థితి చాలా తీవ్రంగా ఉంది. కానీ అప్పుడు నాకు దీని గురించి ఏమీ తెలియదు. మా నాన్నకు చాలా పెద్ద మనసు ఉండేది. జేబులో డబ్బులు ఉన్నా లేకపోయినా పుస్తకం కావాలని అడిగితే చాలాసార్లు జేబులో డబ్బులుండవు. కండువాతో బయటకు వచ్చేవాడు.

ఆ సమయంలో నా పెళ్లయిన అక్కాచెల్లెళ్లిద్దరూ బొంబాయిలో ఉండేవారు. పాప నేరుగా చెల్లెలి దగ్గరకు వెళ్లేది. అతనికి మూడు నాలుగు రూపాయలు ఎక్కడి నుంచి వస్తాయి? ఆ పేదింటి ఆడపిల్ల నా దగ్గర అంత డబ్బు లేదు. పెళ్లయిన చెల్లి) మరియు పించను వచ్చిన తరువాత, తండ్రి మార్వాడీ ఇంటికి వెళ్లి సోదరికి నగలు ఇచ్చేవాడు, తండ్రి నగలు అడిగినప్పుడల్లా సోదరి తిరస్కరించలేదు.

నా చిన్నతనంలోనే మా అమ్మ చనిపోయింది. నన్ను మా అత్తగారు పెంచారు. నాన్న కంటే పెద్దవాడైనందున మా అత్తకు కుటుంబంపై నియంత్రణ ఉండేది. పాప కూడా ఆమెను చాలా గౌరవించేది, దాని కారణంగా నేను కూడా అత్తకు ప్రియమైనవాడిని. దీంతో ఇతర కుటుంబ సభ్యులు కూడా నాతో ఏమీ అనలేదు. దీనివల్ల నేను అతనికి మరింత ప్రియమైనవాడిని. నాన్నగారు నా సంతోషం, శాంతి కోసం చాలా కష్టాలు పడేవారు, కానీ నాకేం తెలీదు. తలకు చాలా నూనె రాసుకుని కొత్త పుస్తకాల దిండు తయారు చేసుకుని విశ్రాంతి తీసుకునేవాడు.

నిద్రించడానికి అలవాటు పడింది. ఆ పుస్తకాల దుస్థితి ఏమిటి? మీరు ఊహించగలరు! నాకు చిన్నప్పటి నుండి చదవడం అంటే చాలా ఇష్టం, ఏ పుస్తకం, ఏ ప్రదేశం, ఏ ముఖ్యమైన ఆలోచన ఉందో ఇప్పటికీ చెప్పగలను. ఈ అలవాటు వల్ల నా జ్ఞాపకశక్తి పదునైనది.

5

మా నాన్న

-మారా కుటుంబం పేదవారైనప్పటికీ అభ్యుదయ, బాగా చదువుకున్న కుటుంబంలా ఉండేది. , మన పాత్ర స్వచ్ఛంగా ఉండాలని, చదువుపై ఆసక్తి పెంచుకోవాలని నాన్న ఎప్పుడూ జాగ్రత్తలు తీసుకునేవారు. పొద్దున్నే భోజనం చేసేముందు గుడికి తీసుకెళ్ళి భజనలు, ద్విపదలు, అభంగాలు చెప్పడం మొదలు పెట్టేవాడు. వాటన్నింటిలో నేను తడబడ్డాను. ఎలాగోలా కొన్ని అభంగ్ లు చెప్పి ఫుడ్ ప్లేట్ దగ్గర కూర్చునేవాడు. అప్పుడు నాన్న అడిగేవాడు- 'ఈరోజు పొద్దున్నే భజనలు ఎందుకు అయిపోయాయి?' అతని ప్రశ్నకు సమాధానం చెప్పకముందే నేను అక్కడ నుండి అదృశ్యమయ్యాను. కానీ ఈ ఉదయం-సాయంత్రం చర్చ కొనసాగించడానికి తండ్రి అనుమతించలేదు. మా ఇద్దరు అక్కలు, మా అన్నయ్య రాత్రి ఎనిమిది గంటలకు గుడిలో ఉండాల్సి వచ్చింది.

అతని కఠినమైన పాలన అలాంటిది. అతను లేకపోవడంతో అతని తండ్రి క్షమించలేదు. ఆ సమయంలో, సాధువుల అభంగ్స్ మరియు కబీర్ యొక్క ద్విపదలు చాలా భక్తితో పఠించబడ్డాయి. ఇది పవిత్రమైన మరియు భావోద్వేగ వాతావరణాన్ని సృష్టించింది. మా నాన్నగారు ఇదంతా తన మనసులోంచి చేశారు. మేము చాలా ఆశ్చర్యపోయాము. సోదరీమణులు కూడా శ్రావ్యమైన స్వరంతో అభంగ పఠించేవారు. మానవ జీవితానికి మతం మరియు మతపరమైన విద్య తప్పనిసరి అని నేను అప్పట్లో అనుకున్నాను. హ్యాండిల్

చాలా మంది నన్ను మతతత్వమని అనుకుంటారు. అయితే ఇది నిజం కాదు. అతని ఈ ఆలోచన సరికాదు. నా సన్నిధికి వచ్చిన వారికి మతంపై నా భక్తి, ప్రేమ తెలుసు. చూపించడం నాకు అస్సలు ఇష్టం ఉండదు. "మనుషులను జంతు ధోరణుల నుండి విముక్తి చేయని బోధనలు పనికిరానివి" అని నా అభిప్రాయం, నా అభిప్రాయాలు ప్రగతిశీలమైనవి. దీని ఘనత మా నాన్నగారి మతతత్వానికి చెందుతుంది. నా చిన్నతనంలోనే నా మనసులో భక్తి మార్గానికి బీజం వేసాడు. మా నాన్నగారు మా చిన్నతనంలో రామాయణం, మహాభారతం మొదలైన పుస్తకాలు చదివించారు. రామాయణం-మహాభారతాలు ఎందుకు చదవమని బలవంతం చేస్తున్నాం?

ఇలా అడిగే ధైర్యం ఎవరికీ లేదు. అడుగడుగునా శూద్రులు, అంటరానివారు నిర్లక్ష్యానికి గురవుతున్న పురాణాల్లో ఆ మహానుభావుల జీవిత చరిత్రలు చదవాల్సిన అవసరం ఏముంది. నా అంత మతస్థుడు మరొకడు లేడు. నేను మా నాన్నను అడిగాను, "ఈ గ్రంథాలు చదవాల్సిన అవసరం ఏమిటి?" ఈ విషయం సరిగ్గా అర్థం కాలేదు, కానీ భక్తి మార్గం ద్వారా మనిషి శక్తి ఆరాధకుడు మరియు విగ్రహారాధన చేస్తాడు, ఇది పెద్ద లోపం, అందుకే ఈ భక్తి మార్గం దేశానికి ప్రమాదకరం. ఇది నా ప్రామాణికమైన అభిప్రాయం. బహుశా నా అభిప్రాయాలు ప్రజలకు ఆమోదయోగ్యం కాకపోవచ్చు, కానీ ప్రజలు నా ప్రకటనతో పాటు దాని చారిత్రక పాత్రను నిష్పాక్షికమైన మనస్సుతో పరిగణించాలి. ఒక మేధావి నా అభిప్రాయాన్ని సరైనదిగా గుర్తించగలడు. మనిషి హేతువాదంతో పాటు మానవతా దృక్పథంతో ఆలోచించడం నేర్చుకోవాలి. నాన్న వల్ల తుకారాం, ముక్తేశ్వరుడు మొదలైన కవుల రచనలు కంఠస్థం చేశాను. అంతే కాదు నా మనసులో ఆ కవితల గురించి ఆలోచించడం మొదలుపెట్టాను.

నా మరాఠీ సాధువు కవులలో చాలా మందిని అధ్యయనం చేసే వారు చాలా తక్కువ మంది ఉంటారు. నాకు భాష అంటే ఇష్టం. నాకు ఇంగ్లీషు బాగా తెలుసు, కానీ ఇంగ్లీషు చాలా బాగుంటుంది, మరాఠీ అంటే నాకు గర్వకారణం. చాలా ఏళ్లు 'మూక్‌నాయక్', 'బహిష్కృత్ భారత్', 'జనతా ఫోర్ట్‌నైట్లీ' ఎడిటర్‌గా ఉన్నాను. మరాఠీలో చాలా రాశాను. జర్మన్ భాష కూడా బాగా చదువుకున్నాను. నేను ఇప్పుడు కొన్ని మర్చిపోయాను, కానీ కొన్ని రోజుల ప్రయత్నం తర్వాత నేను మళ్ళీ చదవగలనని ఆశిస్తున్నాను. నిన్నగాక మొన్న నేను అహ్మదాబాద్‌లో గుజరాతీలో ప్రసంగించిన సంగతి మీకు తెలుసు. మరాఠీలో ఉపన్యాసాలు ఇవ్వాలంటే మొదట్లో భయపడ్డాను, కానీ తర్వాత నాకు మరాఠీ బాగా మాట్లాడగలదని అర్థమైంది. నాకు ఫ్రెంచ్ కూడా తెలుసు.

మా నాన్న గురించి మరికొన్ని ముఖ్యమైన విషయాలు చెబుతాను. నేను B.A చెయ్యాలి అని పాప నా మనసులోకి వచ్చింది. చేయాలి. నేను రాత్రి రెండు గంటలకు నిద్రలేచి చదువుకునేవాడిని. ఆ సమయంలో మనసు ప్రశాంతంగా, ఆనందంగా ఉంటుంది, దీని వల్ల చదువులు మెరుగవుతాయి, ఇదే నా ఆలోచన. పరీక్షల సమయానికి రాత్రి 2 గంటలకు నిద్ర లేవాలి కాబట్టి నాన్న రాత్రి 2 గంటల వరకు నిద్రపోలేదు. నాన్న నన్ను ఎత్తుకున్నప్పుడల్లా కోపంతో గొణుగుతూ ఉండేదాన్ని.

మంచం పక్కన దీపం ఉంచబడింది, అది ఎంత వెలుతురు ఇచ్చింది మరియు ఎంత చదివింది? ఎలాగోలా పొద్దున్నే అయిదు గంటల వరకు అటువైపు పడుకుని చదువుకునేవాడు లేదా చదువుకున్నట్టు నటించేవాడు. ఐదు గంటల తర్వాత నన్ను మంచం మీద పడుకోనివ్వలేదు. నేనెప్పుడూ ఫెయిల్ కాలేను, ప్రతి సంవత్సరం ఉత్తీర్ణత సాధిస్తాను, అయినా నువ్వు నన్ను చదువుకోమని ఎందుకు అడుగుతున్నావు అని మా నాన్నతో తరచు అంటుంటాను.

మా ఎల్ఫిన్‌స్టోన్ కళాశాలలో, ప్రొ. ఓస్వాల్డ్ ముల్లర్, ప్రిన్సిపాల్ కావెర్టన్, ప్రొ. జార్జ్ అండర్సన్ వంటి మంచి ప్రొఫెసర్లు ఉన్నారు, కానీ అతను నాకు స్ఫూర్తిని ఇవ్వలేదు. ముల్లర్ నన్ను చాలా ప్రేమించాడు. వారి చొక్కాలు, పుస్తకాలు నాకు ఇచ్చేవారు. ఇప్పటికీ, అతని బోధనల కారణంగా, నా మనస్సులో కొత్త స్పృహ సృష్టించబడలేదు, ఇది కూడా అంతే నిజం. నేను కాలేజీలో ఉత్తీర్ణత సాధిస్తూనే ఉన్నాను, కానీ రెండవ ర్యాంక్ పొందలేకపోయాను. బా. తక్కువ మార్కులతో రెండో ర్యాంక్ సాధించలేకపోయారు. అప్పటి నా చదువుల పురోగతి, తర్వాత నేను పొందిన డిగ్రీలు మరియు నేను వ్రాసిన అనేక పుస్తకాలను బట్టి, నేను ఇవన్నీ చేయగలనని ఎవరైనా అంచనా వేయగలరా?

6
చేదు అనుభవం

మా నాన్న ఆర్మీలో పనిచేస్తున్నప్పుడు నేను మోవ్ (ఇండోర్) లో పుట్టాను. అతను సైన్యంలో సుబేదార్. ఆర్మీ కంటోన్మెంట్‌లో నివసించడం వల్ల, మాకు బయటి ప్రపంచంతో సంబంధం లేదు, దాని వల్ల నాకు అంటరానితనం గురించి తెలియదు, కానీ మా నాన్న రిటైరయ్యాక, మేమంతా సతారాలో నివసించడం ప్రారంభించాము. నాకు ఐదేళ్ల వయసులో మా అమ్మ చనిపోయింది. సతారా జిల్లాలోని గోరేగావ్‌లో కరువు ఏర్పడినప్పుడు, ప్రభుత్వం సహాయక చర్యలను ప్రారంభించింది. అక్కడ చెరువు నిర్మాణ పనులను ప్రారంభించారు. చెరువు వద్ద కూలీలకు కూలీ చెల్లించేందుకు తండ్రిని నియమించారు.

వారు గోరేగావ్ వెళ్లి మమ్మల్ని సతారాలో ఉంచారు. ఇక్కడికి వచ్చిన తర్వాత మేము నిజమైన అర్థంలో అంటరానితనాన్ని అనుభవించడం ప్రారంభించాము. మొదట్లో షేవింగ్ చేసుకోవడానికి మంగలి అందుబాటులో లేరు. ఎన్నో ఇబ్బందులు ఎదుర్కోవాల్సి వచ్చింది. అప్పట్లో మా అక్క మా నలుగురికీ షేవింగ్ చేసేది. సతారాలో చాలా మంది క్షురకులు ఉన్నప్పటికీ, వారు మాకు గుండు ఎందుకు చేయరు? ఇది నేను మొదటిసారిగా అర్థం చేసుకున్నాను.

తండ్రి గోరెగావ్‌లో ఉండేవారు. వారు మాకు ఉత్తరాలు పంపేవారు. ఒకసారి మీరందరూ గోరేగావ్‌కు రండి అని ఉత్తరం పంపాడు. రైలులో గోరేగావ్ వెళ్దాం అని చాలా సంతోషించాను. అప్పటి వరకు నేను రైలును చూడలేదు. నాన్న పంపిన డబ్బుతో మంచి బట్టలు కొనుక్కుని, నేను, మా అన్నదమ్ములు కలిసి నాన్నను కలవడానికి గోరేగావ్ వెళ్లాం. ఇంతకు ముందు మేము అతనికి ఒక లేఖ పంపాము, కాని సేవకుడి నిర్లక్ష్యం కారణంగా అతను ఉత్తరం అందుకోలేకపోయాడు. మేము రైలు నుండి దిగి సేవకుని కోసం వెతకడం ప్రారంభించాము, కానీ నిరాశ చెందాము. నా స్వరూపం బ్రాహ్మణుడిలా ఉంది. రైలు బయలుదేరింది. అరగంటకు పైగా స్టేషన్‌లోనే వేచి చూశాం. స్టేషన్‌లో మేము తప్ప ఎవరూ లేరు. అదే సమయంలో మా చిన్నపిల్లల్ని చూసి స్టేషన్ మాస్టర్ మా దగ్గరికి వచ్చి 'ఎక్కడికి వెళ్లాలి?

మీరు? నీవెవరు?' మేము మహర్ అని చెప్పగానే స్టేషన్ మాస్టర్ భయపడ్డాడు. అతను పది అడుగులు వెనక్కి వేసాడు, కానీ మా వేషధారణ చూసి, వీరు ఎవరో ధనవంతులైన మహర్ పిల్లలు అని అతను అనుకున్నాడు. మాకు ఎద్దుల బండి ఇప్పిస్తానని హామీ ఇచ్చాడు కానీ సాయంత్రం ఏడు గంటల వరకు ఎద్దుల బండి డ్రైవర్లు మహర్ల పిల్లలను తీసుకెళ్లేందుకు సిద్ధంగా లేరు. ఎట్టకేలకు ఒక కోచ్‌మన్ సిద్ధంగా ఉన్నాడు, అయితే అతను ఎద్దుల బండిని నడపకూడదని షరతు విధించాడు. నేను ఆర్మీ క్యాంపులో చాలా రోజులు గడిపాను, కాబట్టి ఎద్దుల బండి నడపడంలో నాకు ఎలాంటి ఇబ్బంది లేదు.

మేము మా అంగీకారం తెలపగానే, కోచ్‌మన్ ఎద్దుల బండిని తీసుకురాగా, మేము గోరేగావ్‌కు బయలుదేరాము. గ్రామానికి కొంత దూరంలో కాలువ కనిపించింది. కోచ్‌మ్యాన్, 'మీరు ఇక్కడ రొట్టెలు తినండి, మీకు మరింత నీరు లభించదు' అని చెప్పాడు. మేము దిగి రోటీలు తిన్నాము, డ్రెయిన్ నీరు చాలా మురికిగా ఉంది, ఆ నీటిలో ఆవు పేడ ఉంది. కోచ్‌మన్ వేరే చోటికి వెళ్లి భోజనం చేసి తిరిగి వచ్చాడు. ఎద్దుల బండి మళ్లీ కదలడం ప్రారంభించింది. అప్పటికే అర్ధరాత్రి అయింది. దారిలో దీపం గానీ, ఏ వ్యక్తి గానీ కనిపించలేదు. చాలా ఏడ్చాం. ఎలాగో రాత్రి పన్నెండు గంటలకి.

నా మదిలో ఎన్నో ఆలోచనలు వచ్చేవి. గోరెగావ్‌కు చేరుకోలేమని అనుకున్నాం. ఇంతలో టోల్ పోస్ట్ చేరుకోగానే ఎద్దుల బండి దిగాం. నేను టోల్ బూత్ వద్ద ఉన్న వ్యక్తిని కొంచెం రొట్టె కావాలని అడిగాను. నాకు రష్యన్ తెలుసు, కాబట్టి అతనితో మాట్లాడడంలో ఇబ్బంది లేదు. కానీ అతను నిర్మొహమాటంగా, "ముందు పర్వతం మీద నీరు దొరుకుతుంది" అన్నాడు. ఎలాగోలా రాత్రంతా టోల్ పోస్ట్ దగ్గర గడిపి మరుసటి రోజు మధ్యాహ్నం ఎద్దుల బండిలో గోరేగావ్ చేరుకున్నాం.

7

అది బాగా తెలుసు

కబీర్ అనుచరుడు కావడంతో మాంసం, చేపలు, మద్యం మొదలైన వాటిని తీసుకోలేదు. అతను శుద్ధ శాఖాహారుడు, మద్యం కూడా ముట్టుకోడు, కానీ మా ఊరిలో ఎప్పుడు కులాలవారీ భోజనం జరిగినా, అందరికీ మిఠాయిలు, మాంసాహారం అందించే బాధ్యతను నాన్నగారు తీసుకుంటారు. కుటుంబ సంప్రదాయం కారణంగా మా ఇంట్లో పెద్ద పెద్ద పాత్రలు ఉండేవి, వాటిని గ్రామంలో బహిరంగ భోజనంలో ఉపయోగించేవారు.

తండ్రి స్వయంగా ఊరికి వెళ్లి చెట్టుకింద పెద్ద పెద్ద రాళ్లను సేకరించి వంట చేయడానికి పెద్ద పెద్ద పొయ్యిలు సిద్ధం చేసేవాడు. చేపలు, కోడి, మేక మాంసంతో రుచికరమైన ఆహారాన్ని తయారు చేశారు. వంట చేసే బాధ్యత పాప చూసుకునేది. ఈ నాయకత్వంలో తండ్రికి తప్పు కనిపించలేదు. 'మేము ఏది తయారు చేసినా తినలేదు' అని చెప్పేవారు.

అందువలన అతను ఉదారవాద తత్వాన్ని కలిగి ఉన్నాడు. అంతే కాదు మద్యం తెచ్చి అందరికీ తక్కువ పరిమాణంలో ఇచ్చేవాడు. అతను తన జీవితంలో చుక్క మద్యం కూడా తీసుకోలేదు. నేను ఈ సంప్రదాయాన్ని పాటించాను. నేను వైస్రాయ్ ఎగ్జిక్యూటివ్ బోర్డ్‌లో ఉన్నప్పుడు, నేను నా స్నేహితులకు రుచికరమైన ఆహారం మరియు విస్కీ మరియు షాంపైన్‌లను అందించాను. మా నాన్నలా నేనూ చుక్క మద్యం కూడా ముట్టుకోలేదు, ఇది అందరికీ తెలిసిందే.

8

నేను ఇది నేర్చుకున్నాను

బి.ఎ. ఇప్పటి వరకు నేను సాధారణ విద్యార్థినే. నేను నా స్వంత చేతుల్లో ఎలాంటి అభివృద్ధిని ఆశించలేదు మరియు ఇతరులు కూడా ఊహించలేదు. నేను మెంటల్లీ రిటార్డెడ్ అని లేదా నా చదువుపై ఆసక్తి లేదని కాదు, కానీ పునర్విమర్శకు ప్రత్యేక విధానం అవసరం లేదా ప్రొఫెసర్ నుండి అవసరమైన మార్గదర్శకత్వం లేకపోవడం వల్ల నా క్షుద్ర శక్తి పురోగతికి అనుమతించబడలేదు. మానవులకు సహజసిద్ధమైన లక్షణాలు ఉన్నప్పటికీ, వారు అభివృద్ధి చెందాలి.

నేను అమెరికా వెళ్ళే సమయానికి, నా నైపుణ్యాలు ప్రొఫెసర్ సెలిగ్మాన్ మరియు ఇతర పండితులచే అభివృద్ధి చేయబడ్డాయి. నేను ఒప్పుకుంటున్నా. ఈ పండిత ఆచార్యుల సహవాసంలో ఉండడం వల్ల నేను స్వతంత్రంగా ఆలోచించగల సామర్థ్యం పొందానని భావించాను. ఒకసారి నేను ప్రొఫెసర్ సెలిగ్మాన్ని నేను ఎలా సవరించాలి అని అడిగాను. "మీరు మీ పనిని కొనసాగించండి. అప్పుడు రివిజన్ ఎలా చేయాలో మీకు ఆటోమేటిక్‌గా అర్థమవుతుంది" అన్నాడు.

పుస్తకం రాసేటప్పుడు సమయం ఎలా గడిచిపోతుంది? మరి ఒకదాని తర్వాత ఒకటి రోజులు ఎలా గడిచిపోతున్నాయి? దీనిపై శ్రద్ధ చూపడం లేదు. రాసేటప్పుడు నా శక్తి అంతా కేంద్రీకృతమవుతుంది. నేను ఆహారం గురించి పట్టించుకోను. కొన్నిసార్లు నేను రాత్రంతా చదువుతూ, రాస్తూ ఉంటాను. ఆ సమయంలో నాకు అలసటగానీ, సోమరితనంగానీ అనిపించదు, కానీ పని పూర్తయ్యాక నాకు నిరాశ, అసంతృప్తి. నాలుగు కష్టాలు ఎదుర్కొన్నా, నా పుస్తకాన్ని ప్రచురించిన తర్వాత నాకు లభించినంత ఆనందం రాలేదు.

9
తండ్రి మరణం

బి. ఎ. ఉత్తీర్ణులయ్యాక, నేను బరోడా వెళ్లకుండా బొంబాయిలో ఉండాలని మా నాన్నగారు అనుకున్నారు*. నేను బరోడా వెళ్లినప్పుడు నాకు ఎలాంటి అవమానం ఎదురవుతుందో మా నాన్న ముందే ఊహించారు. ఉద్యోగం కోసం బరోడా వెళ్లొద్దని రకరకాలుగా నన్ను ఒప్పించే ప్రయత్నం చేశాడు. కానీ నేను నా పట్టుదలను వదులుకోలేదు. బరోడా వెళ్లాను. అకస్మాత్తుగా బరోడాలో అతని అనారోగ్యం గురించి నాకు టెలిగ్రామ్ వచ్చింది. బరోడా నుంచి వెంటనే బొంబాయికి బయలుదేరాను. మార్గమధ్యంలో తన తండ్రికి ఐస్‌క్రీం తెచ్చేందుకు సూరత్ రైల్వే స్టేషన్‌లో దిగి, ఐస్‌క్రీమ్ కోసం ప్రయత్నిస్తుండగా రైలు తప్పిపోయింది.

అటువంటి పరిస్థితిలో, మరొక రైలు కోసం వేచి ఉండటం తప్ప మార్గం లేదు, దాని కారణంగా నేను మరుసటి రోజు ఆలస్యంగా బొంబాయి చేరుకున్నాను. ఇంటికి వచ్చేసరికి నాన్న చావు అంచుల్లో ఉండడం చూశాను. అందరూ అతని మంచం దగ్గర కంగారుగా కూర్చున్నారు. ఆ దృశ్యం చూసిన తర్వాత నా గుండె తరుక్కుపోయింది. నాన్న నా తలపై మమత చేయి వేసి, కన్నీళ్లతో నన్ను చూసి, ఆ తర్వాత తుది శ్వాస విడిచారు. నన్ను చూడటానికే అతని జీవితం నిలిచిపోయింది. సూరత్‌లో దిగే ముందు మా నాన్నగారిని కలవలేకపోయినందుకు చాలా బాధపడ్డాను.

10

బలమైన స్వభావం

నా స్వభావం మొదట మొండిగా ఉండేది. ఇప్పుడు కూడా అలాగే ఉన్నాడా లేదా అనేది ఖచ్చితంగా చెప్పలేను. నా బాల్యం గురించి చెబుతాను. నేను రెండవ తరగతిలో ఇంగ్లీష్ చదువుతున్నాను. మా స్కూల్ సతారా క్యాంపులో ఉండేది. పెండ్సే గురూజీ మాకు నేర్పించేవారు. అతను నన్ను చాలా ప్రేమించాడు. నా స్వభావం చాలా మొండిగా ఉండేది. ఇది నా క్లాస్‌మేట్స్‌కు తెలుసు. ఏదైనా చేయకూడదని చెప్పినప్పుడు నేను ఖచ్చితంగా చేస్తానని వారికి తెలుసు.

ఒకప్పుడు చాలా వర్షం పడింది, ఆ సమయంలో మేము పాఠశాలకు వెళ్ళే సమయం. నా స్నేహితులు 'చూడండి చాలా వర్షం పడుతోంది, వెళ్లవద్దు, లేకపోతే తడిసిపోతుంది' అన్నారు. నాకు కావలసింది ఇదే. అన్నయ్య గొడుగు పట్టుకుని బయటకు వచ్చాడు. నువ్వు గొడుగు పట్టుకుని ఒంటరిగా వెళ్ళు, నేను తడిసి తిరిగి వస్తాను' అని చెప్పాను.

సోదరుడు నాకు చాలా వివరించాడు, కానీ నేను అంగీకరించలేదు. నేను గొడుగు లేకుండా బయలుదేరాను. నేను అప్పట్లో బెల్ బాటమ్ క్యాప్ వేసుకునేవాడిని. నేను టోపీని మా సోదరుడికి అప్పగించాను మరియు నేను వర్షంలో అతనిని పాఠశాలకు అనుసరించాను. నేను పాఠశాలకు చేరుకునే సరికి పూర్తిగా తడిసిపోయింది. గురూజీ నన్ను ఈ స్థితిలో చూశారు. అతను చాలా బాధపడ్డాడు. 'ఏయ్, వర్షంలో గొడుగు ఎందుకు తీసుకురాలేదు' అని నన్ను అడిగాడు. నేను జవాబిచ్చాను, “ఒకే గొడుగు ఉంది. అన్నదమ్ములిద్దరికీ ఒకే గొడుగు ఉంది కాబట్టి తడిసి ముద్దయ్యాను.'' అసలు నేను అబద్ధం చెప్పాను.

ఇది గురూజీ దృష్టికి రాలేదు. నాలుగో తరగతి చదువుతున్న మా అన్నయ్యకు ఫోన్ చేశాడు. గురూజీ తమ్ముడిని అడిగాడు.'చెప్పండి. నువ్వు ఎన్ని చొక్కాలు వేసుకున్నావు?' నేను ఒక్క చొక్కా వేసుకున్నాను' అన్నాడు సోదరుడు. అప్పుడు గురూజీ తన కొడుకుతో పాటు నన్ను తన ఇంటికి పంపించి, 'అతన్ని ఇంటికి తీసుకెళ్లి వేడినీళ్లతో స్నానం చేయి, అతని బట్టలు ఆరబెట్టి, ఆ బట్టలు వేసుకుని ఇంటికి వెళ్లడానికి అతనికి లంకె ఇవ్వండి సాయంత్రం వెళ్ళు

అందుకు తగ్గట్టుగానే గురూజీ కొడుకు ఇంటికి తీసుకెళ్లి వేడినీళ్లతో స్నానం చేయించి లంకె ఇచ్చాడు. నేను చాలా సంతోషించాను, రండి, సాయంత్రం వరకు స్కూల్ నుండి ఫ్రీ. నేను స్కూల్ బయట ఈలలు వేస్తూనే ఉన్నాను. నేనెందుకు క్లాసుకి రాలేదు? అప్పుడు గురూజీ ఒక శిష్యుడిని పంపారు. క్లాసులో నడుము కట్టుకుని కూర్చోవడానికి సిగ్గుపడ్డాను. అప్పుడు గురూజీ, 'అరే, ఇక్కడ అందరూ స్టూడెంట్స్ కాబట్టి మీరు సిగ్గుపడాల్సిన పనిలేదు' అన్నారు. నేను ఏడుస్తూ క్లాసులో కూర్చున్నాను - ఆ సమయంలో నేను చాలా ఇబ్బంది పడ్డాను. అప్పుడు నేను ఈ మొండి స్వభావాన్ని వదులుకోవాలని నిర్ణయించుకున్నాను. ఈ సంకల్పాన్ని నేను ఏ మేరకు సాధించగలిగాను అనేది ఇతరులకు చెప్పాలి.

మా ఇంటిపేరు అంబేద్కర్ కాదు. మా సరైన ఇంటిపేరు అంబేద్కర్. ఖేడ్ తహసీల్‌లోని దాపోలి దగ్గర ఐదు మైళ్ల దూరంలో అంబేవాడే అనే గ్రామం ఉంది, అందుకే ప్రజలు మమ్మల్ని అంబేవాడేకర్ అనే పేరుతో గుర్తిస్తారు. అంబేద్కర్ అనే పేరు ఎలా వచ్చింది? దీనికి కూడా ఒక చరిత్ర ఉంది. నాకు అంబేద్కర్ అనే బ్రాహ్మణ గురువు ఉండేవాడు. అతను మాకు చాలా నేర్పించలేదు. కానీ ఆయనకు నాపై అమితమైన అభిమానం ఉండేది. మధ్యాహ్న విరామ సమయంలో, నేను భోజనం చేయడానికి మా ఇంటికి చాలా దూరం వెళ్ళవలసి వచ్చింది. గురూజీకి అది నచ్చలేదు, కానీ నేను సరదాగా గడపడానికి చాలా సమయం మాత్రమే ఉంది. ఈ సమయంలో ఇంటికి వెళ్ళడం చాలా గొప్పగా అనిపించింది, కానీ గురూజీ ఒక ఆలోచన ఆలోచించాడు.

అతను తనతో పాటు రొట్టెలు మరియు కూరగాయలు తీసుకురావడం ప్రారంభించాడు మరియు సెలవుల్లో నన్ను పిలిచి తన ఆహారం నుండి రొట్టె మరియు కూరగాయలను నాకు ఇచ్చేవాడు. నేను వాటిని ముట్టుకోకుండా ఉండేందుకు, వారు నా చేతులపై రొట్టె మరియు కూరగాయలను పడేవారు. ప్రేమగా ఇచ్చిన ఆ రోటీ, కూరగాయ రుచి వేరు అని చెప్పకోవడానికి గర్వపడుతున్నాను. ఆ విషయం గుర్తొచ్చి ఉక్కిరిబిక్కిరి అవుతాను. నిజానికి అంబేద్కర్ గురూజీ నన్ను చాలా ప్రేమించేవారు. ఒకరోజు గురూజీ నాతో ఇలా అన్నాడు, "అంబేవ్‌డేకర్ పేరు ఉచ్ఛరిస్తూ

ఇది కష్టం, దీనికి బదులుగా అంబేద్కర్ మంచి పేరు మీ పేరుకు చేర్చండి. మరియు అతను పాఠశాల రిజిస్టర్‌లో అదే పేరును నమోదు చేశాడు. నేను రౌండ్ టేబుల్ కౌన్సిల్ కోసం లండన్ వెళుతున్నప్పుడు, అతను నాకు చాలా ఆప్యాయంగా

లేఖ పంపాడు. ఆ లేఖ ఇప్పటికీ నా సేకరణలో ఉంది. భవిష్యత్తులో నా ఆత్మకథ (పాత్ర) రాస్తే ఆ లేఖను ప్రచురిస్తాను. అంబేద్కర్ గురూజీ స్వభావంలో ఏదో తేడా ఉండేది. స్కూల్ బెల్ కొట్టగానే క్లాస్ కి వచ్చేవాడు.

మా క్లాసులో రహీంతుల్లా అనే పెద్ద విద్యార్థి ఉండేవాడు. గురూజీ బాధ్యతలన్నీ తనపైనే వదిలేసి బయటకు వెళ్లేవారు. రహీంతుల్లాకు క్లాస్‌లోని విద్యార్థులకు చాలా తేడా ఉండేది. మా వయసు 10-12 ఏళ్లు, రహీంతుల్లా వయసు 25-30 ఏళ్లు.

సాయంత్రం స్కూలు మూసే ముందు గురూజీ క్లాసకి వచ్చి రహీంతుల్లాని అడిగాడు, "ఎలా ఉన్నావు? పిల్లలు అల్లరి చేయలేదా?" రహీంతుల్లా నెగెటివ్‌గా సమాధానమిచ్చాడు. అప్పుడు గురూజీ రిలీఫ్‌గా ఇంటికి వెళ్ళాడు. మీరు అడుగుతారు, గురూజీ రోజంతా ఎక్కడికి వెళ్ళారు? ముందు పిప్పరమెంటు, సిగరెట్లు మొదలైన చిన్న దుకాణం ఉంది. మా పాఠశాల వాచ్‌మెన్ మరియు విద్యార్థులు బాగా నడుస్తున్న దుకాణం నుండి సరుకులు కొనుగోలు చేసేవారు.

వార్షిక పరీక్షకు అధికారులు రావడంతో గురూజీ కష్టాలు ఎక్కువయ్యాయి. అధికారులు గణితం ప్రశ్నలు అడిగినప్పుడల్లా గురూజీ సమాధానాన్ని స్లేట్‌పై రాసి పక్కనే ఉన్న గదిలోంచి రహస్యంగా మాకు చూపించేవారు. మా విద్యార్థులందరికీ సరైన సమాధానాలు ఉన్నాయి మరియు గురూజీ అద్భుతమైన విద్యను అధికారులు ప్రశంసించేవారు. పరీక్ష ముగిసే సమయానికి గురూజీ విజిట్ బుక్‌లో అద్భుతమైన వ్యాఖ్యలు వచ్చేవి. అధికారికి అల్పాహారం, టీ, చిరుత్ గ్రాట్యుటీగా లభించాయి. మంచి వ్యాఖ్యను స్వీకరించిన తర్వాత, గురూజీ మొత్తం సంవత్సరపు లెక్కలను వ్రాయడానికి స్వేచ్ఛగా ఉంటారు.

11
మీ స్థానం

పీష్వా షవ్వా కాలంలో ఎవరు ఎలాంటి దుస్తులు ధరించాలనే నిబంధనలు రూపొందించారు. మహర్షులు బట్టలు కొనుక్కోవడానికి వెళ్తే వాళ్ళకి బట్టలు చూపించారని అమ్మ చెప్పేది. దుకాణదారుడు దుకాణం నుండే బట్టలు చూపించేవాడు, దూరం నుండి ధర అడగాలి, గుడ్డ కొన్న తరువాత, దానిపై నీరు పోసి, అంటరానివారు కొత్త బట్టలు ధరించకూడదు కాబట్టి ఆ గుడ్డను బురదలో రుద్దుతారు. చిరిగిన బట్టలు మాత్రమే ధరించాలి. మురికి చీరను రెండు భాగాలుగా విభజించాల్సి వచ్చింది.

చివరికి మహర్ డబ్బు ఉంచుకుని గుడ్డ తీసుకోవలసి వచ్చింది. మేము ధరించే లంగోలు పీష్వా ఆజ్ఞ. బ్రాహ్మణులు వెనుకవైపు రెండు వైపులా ధోతీ ధరించగా, బ్రాహ్మణేతరులు ఒకవైపు నుంచి ధోతీ ధరించారు. భండారీ ప్రజలు తమ నడుముకు కండువా కట్టుకుని, నడుము చుట్టూ ఎక్కువ భాగాన్ని చుట్టుకునేవారు, ఇది నియమం.

బ్రిటిష్ ప్రభుత్వం వచ్చాక బొంబాయి బ్రిటీష్ వారి ఆధీనంలోకి వచ్చింది. పీష్వాకు స్వర్ణకారులపై మంచి దృష్టి ఉండేది. స్వర్ణకారులు మేము బ్రాహ్మణులమని, పీష్వాలు మేము బ్రాహ్మణులమని చెప్పేవారు. స్వర్ణకారులు బ్రాహ్మణుల వలె ధోతి ధరించేవారు. పీష్వా ఇలా ధోతీ ధరించకూడదని కోరుకున్నాడు. బ్రిటీష్ వారు మతాన్ని ముంచివేశారు, పీష్వా ఇలా చెప్పడం ద్వారా సవాలు చేయడం ప్రారంభించారు. శ్వేతజాతీయులకు కోపం వచ్చింది. గోర్ సాహెబ్ పీష్వా ఫిర్యాదును విన్నాడు. పీష్వా ఇలా అన్నాడు, 'మా ప్రజలపై నిషేధం ఉంది. ఆ ప్రజలు ఇప్పుడు మీ రాజ్యంలో వెనుక నుండి ధోతి ధరిస్తారు. ఈస్ట్ ఇండియా కంపెనీ ఇక్కడ కొత్తది. బలకేశ్వరంలో ఒక వడ్డీ వ్యాపారి ఉండేవాడు. ఫిర్యాదుపై ప్రధాన అధికారి వడ్డీ వ్యాపారులను పిలిపించి విచారించారు.

స్వర్ణకారుడు ధోతిని వెనుకకు ధరించేవాడు. స్వర్ణకారుడు ఇకపై తన ధోతిని వెనుకకు ధరించకూడదని ఆదేశించబడింది. న్యాయమూర్తులు అతనికి యాభై రూపాయల జరిమానా విధించారు. ఇప్పుడు ప్రజలు కోట్లు మరియు ప్యాంటు ధరిస్తారు అప్పుడు మహర్షులు ఏం చేశారు? రాత్రిళ్లు మేల్కొని కాపలాగా ఉండేవారు.

పొద్దున్నే రొట్టె ముక్క మిగిలిపోయినా తింటాం. ఫాల్తాన్ గ్రామంలో ఒక మహార్ ఉన్నాడు, అతనికి 24 బిఘాల భూమి ఉంది. ఒక గుడి ఉండేది. అక్కడ ఒక లంగర్ ఉండేది. ఆయనకు ఒక మంత్రి ఉండేవారు. ఈ లంగర్ రోటీలు, లడ్డూలు మరియు జిలేబీల బండిని అందించాడు. మహర్షులు గుడి దగ్గర కూర్చుని భోజనం చేసేవారు. ఇంత సంపాదించిన తర్వాత మహర్లకు భూమి ఎందుకు కావాలి? కొన్ని రోజులు ఆహారం మానేసిన తర్వాత, మహర్షులు "మరాఠాలు మా భూమిని చాలా స్వాధీనం చేసుకున్నారు." జలగావ్ నుండి శ్రాద్ధం చేసిన తర్వాత, మహర్షులు బిచ్చగాళ్లలా చెత్త కుప్పపై కూర్చునేవారు. అతను క్రైస్తవుడిగా మారితే అతనికి ఎలా మంచిది? ఇలా చెప్పేవారు.

నిన్న మొన్నటి వరకు వేల సంవత్సరాలుగా తమ సంఘంలో ఒక్కరు కూడా పట్టభద్రులుగానీ, పండితులుగానీ కాలేకపోయారు. చెబితే నష్టమేమీ లేదు. మా స్కూల్లో ఒక క్లీనింగ్ లేడీ ఉండేది. ఆమె కులపరంగా మరాఠా. ఆమె నన్ను తాకలేదు. పెద్దాయనను అంకుల్ అని పిలవండి అని మా అమ్మ నాతో చెప్పేది. నేను పోస్ట్‌మ్యాన్‌ని మామయ్య అని పిలిచేవాడిని. చిన్నప్పుడు స్కూల్లో దాహం వేసేది. గురువుగారికి చెప్పాను. టీచర్ ప్యూన్‌ని పిలిచి, "కుళాయికి తీసుకెళ్లండి." మేము కుళాయికి వెళ్ళాము. ప్యూన్ ట్యాప్ ఆన్ చేసి నేను నీళ్లు తాగాను. స్కూల్లో 6 రోజులు నీళ్లు తాగలేదు.

ప్రతి ఒక్కరూ తమ జన్మస్థలం గురించి గర్వపడకపోవచ్చు, కానీ ప్రేమ ఖచ్చితంగా ఉంది. పింఛను తీసుకున్న తర్వాత తండ్రి దాపోలిలో శాశ్వతంగా జీవించడం ప్రారంభించాడు. నేను మొదట దాపోలీలో చదివాను. కానీ పరిస్థితుల కారణంగా, నేను 5-6 సంవత్సరాల వయస్సులో పర్వతాల పాదాలను విడిచిపెట్టాను మరియు ఇప్పటి వరకు, నా జీవితం ఘాట్‌లు/పర్వతాలపైనే గడిచిపోయింది.

25 ఏళ్ల తర్వాత ఘాట్ కిందకు దిగాను. తన అందాలతో తడిసి ముద్దయి రాష్ట్రంలోకి అడుగు పెడితే ఎవరైనా సంతోషిస్తారు. ఈ రాష్ట్రాన్ని తన మాతృభూమిగా భావించే వ్యక్తి ఆనందం రెట్టింపు అవుతుంది. అంటరాని కుల దృక్కోణంలో ఈ ప్రాంతం ప్రగతి పథంలో పయనించే పరిస్థితి ఒకప్పుడు ఉందంటే అతిశయోక్తి కాదు. ఆ సమయంలో ఈ రాష్ట్రం అంటరాని కుల అధికారులతో నిండిపోయింది. అదేవిధంగా, మినహాయించబడిన తరగతి ఇతరులతో పోలిస్తే విద్యలో చాలా ముందుంది.

ఈ పురోగతికి ఆర్మీ సేవ ఒక ముఖ్యమైన కారణం. బ్రిటిష్ పాలనకు ముందు అంటరానివారు ఎంత సంతోషంగా ఉండేవారు? ఈ రోజు దీని గురించి

ఖచ్చితంగా ఏమీ చెప్పలేము, కానీ ఆ సమయంలో అంటరానితనం యొక్క భావన చాలా బలంగా ఉంది, అంటరానివారి నీడ నడిచేటప్పుడు అగ్రవర్ణాలపై పడకూడదు, అందుకే వారు దూరంగా ఉండాలి.

పక్కదారి పట్టాల్సి వచ్చింది. అంటరానివారిని గుర్తించేందుకు చేతికి అదే నల్ల దారం కట్టుకోవాల్సి వచ్చింది. అప్పట్లో అవకాశాలు చాలా తక్కువ. బ్రిటీష్ వారు ఈ దేశంలో ఎక్కడ అడుగు పెట్టినా అంటరానివారు తల ఎత్తుకునే అవకాశం వచ్చింది. ఈ అవకాశాన్ని సద్వినియోగం చేసుకునేంత శౌర్యం అతని శరీరంలో ఉంది. ఇది ఎంత వేగంగా ఉంటుంది? నీ తెలివి ఎంత పదునైనది? ఆనాటి అభ్యుదయ బ్రాహ్మణులు లేదా ఇలాంటి కులాల వారు మాత్రమే మనల్ని అంటరానివారు అని తిట్టారని రుజువైంది, కానీ మా వర్గం తప్ప ఇతరులు చాలా ప్రగతిశీలులు.

అందువల్ల మేము కొంకణ్‌లోని దపోలి ప్రాంతంలో అధికారం మరియు అధికారాన్ని అనుభవిస్తున్నాము. సైన్యంలో సేవ చేయడం వల్ల మా జీవన ప్రమాణాలు మెరుగుపడే అవకాశం వచ్చింది. తత్ఫలితంగా, మనం ఓర్పు, తెలివితేటలు, చాతుర్యం మొదలైన వాటిలో కొంచెం కూడా తక్కువ కాదు. మా గుణాల వల్లనే మన సైన్యంలో అధికారుల పదవుల్లో నియమితులయ్యారు. ఈ కాలంలో, ఆర్మీ కంటోన్మెంట్ పాఠశాలల్లో అంటరాని ప్రధానోపాధ్యాయులను నియమించారు. ఆర్మీ కంటోన్మెంట్‌లో ప్రాథమిక విద్య తప్పనిసరి చేసినందున, అది మా జీవితాలపై సాపేక్ష ప్రభావాన్ని చూపింది. కానీ బ్రిటీష్ ప్రభుత్వం మహర్ కులానికి సైన్యం తలుపులు మూసివేసి మనకు ద్రోహం చేసింది.

నేను కూడా మహర్ మాత గర్భం నుండి పుట్టాను. పేదరికం దృష్ట్యా, నేటి పేద విద్యార్థుల కంటే నాకు మెరుగైన సౌకర్యాలు ఉన్నాయని కాదు.బొంబాయి డి.డి. నా తల్లిదండ్రులు మరియు తోబుట్టువులతో చాల్‌లోని 10 అడుగుల గదిలో నివసిస్తున్న నేను ఒక పైసా విలువైన రాఖీల్ (కిరోసిన్)లో చదివాను. ఇది మాత్రమే కాదు, నేను చాలా కష్టాలు మరియు ఇబ్బందులను ఎదుర్కొని ఇవన్నీ చేయగలిగితే, ఏ వ్యక్తి అయినా కష్టపడి పని చేయడం ద్వారా తెలివైనవాడు కావచ్చు. పుట్టుకతో ఎవ్వరూ మేధావి కాదు. విద్యార్థిగా ఇంగ్లాండ్‌లో నివసిస్తున్నప్పుడు, 8 సంవత్సరాలు పట్టే కోర్సు, నేను 2 సంవత్సరాల 3 నెలల్లో విజయవంతంగా పూర్తి చేసాను.

ఇందుకోసం 24 గంటలలో 21 గంటలు చదువుకోవాల్సి వచ్చింది. ఈ రోజు నాకు 40 సంవత్సరాలు, అయినప్పటికీ నేను 24 గంటలలో 18 గంటలు నిరంతరం కూర్చొని పని చేస్తాను. ప్రస్తుతం యువత నిరంతరం అరగంట పాటు కూర్చొని తప్కీర్ (సిర) లేదా సిగరెట్‌లు తాగాల్సి వస్తోంది. ఈ వయసులో కూడా నాకు ఏమీ అక్కర్లేదు.

ఈ ఆర్మీ ఉద్యోగం హిందూ సమాజంలో విప్లవాన్ని తెచ్చిందని చెప్పడం తప్పు కాదు. గ్రామంలోని మరాఠాలు తాకని మహార్-చర్మాకర్లు, మరాఠాలు నమస్కరించడం లేదా రామ్-రామ్ చేయడాన్ని అవమానంగా భావించారు. అదే సైన్యానికి చెందిన మరాఠా సైనికులు, మహార్‌లు మరియు సైన్యంలోని చర్మకారులు సుబేదార్లకు వంగి నమస్కరిస్తూ ఉండేవారు. ఈ సుబేదార్లు ఉంటే

'ఎందుకు?' అన్నాడు, అప్పుడు సైనికులకు పైకి చూసే ధైర్యం లేదు. అంటరాని కులానికి చెందిన ఈ ప్రజలకు దేశంలోని ఏ ప్రావిన్స్‌లోనూ లేని అనేక హక్కులు ఉన్నాయి. ఇందులో 10 శాతం మంది అక్షరాస్యులు. విద్యావ్యాప్తి పురుషుల్లోనే కాదు, స్త్రీలు కూడా విద్యావంతులుగా ఉండటం గమనించదగ్గ విషయం. కొంతమంది స్త్రీలు నేర్చుకొనుటలో చాలా ప్రవీణులు, వారు పురుషుల కలయికలో పురాణాలను వ్యాఖ్యానించేవారు.

విద్యాభ్యాసం కొనసాగినంత కాలం అంటరాని వర్గానికి చాలా ప్రయోజనాలు లభించాయి. అతను చాలా గర్వపడే విధంగా ఈ అభ్యాసాన్ని ఉపయోగించాడు. ఈ విజ్ఞాన వ్యాప్తి కారణంగా అంటరానివారిలో పుస్తకాల సేకరణ సంఖ్యాపరంగా చాలా పెద్దది. ఈ ప్రకటన అతిశయోక్తి కాదు. వాహనాల్లో శ్రీధర్ స్వామి పుస్తకానికి సంబంధించిన చేతిరాత ప్రతులు దొరుకుతాయి.

కానీ మహారాష్ట్రలోని ప్రాచీన, గొప్ప కవులు ముకుంద్రాజ్, జ్ఞానేశ్వర్ మరియు ముక్తేశ్వర్ మొదలైన వారితో పాటు అనేకమంది అంటరాని వారి చేతివ్రాత ప్రతులను నేను చూశాను. ఇది మాత్రమే కాదు, నేటికీ కొన్ని అరుదైన గ్రంథాలు అంటరానివారి ఇళ్లలో దొరుకుతాయని నేను నమ్ముతున్నాను.

జ్ఞానేశ్వర్ మహరాజ్ 'పంచకరణ్' అనే పుస్తకాన్ని రచించారు. ఇది చాలా కొద్ది మందికి మాత్రమే తెలుసు, కానీ నేను ఈ పుస్తకాన్ని నా స్నేహితుని ఇంట్లో చూశాను. "శ్రీ పంగర్కర్జీ, రాఘవచింతన్ ధన్ కవి కొన్నేళ్ల క్రితం రాసిన 'జ్ఞాన్-సుధ' అనే పుస్తకం ఎవరిదగ్గర ఉంటే, దయచేసి సూచించండి." అలాంటి ఒక ప్రకటన 'కేసరి'లో ప్రచురితమైంది.

అతను ఈ పుస్తకం యొక్క చేతివ్రాత ప్రతిని కనుగొనకపోతే, ఆ కాపీని నా అంటరాని స్నేహితుడి సేకరణలో చూడవచ్చు. ఆ సమయంలో విద్య అవసరం ఉన్న అంటరాని కులానికి చెందిన ప్రజలు చాలా భరించవలసి ఉంటుంది మరియు అలాంటి పుస్తకాన్ని సేకరించడానికి ఎంత డబ్బు ఖర్చు చేయాల్సి ఉంటుందో కూడా పరిగణించాలి. ఈ విజ్ఞాన దాహం ఆనాటి సమాజాన్ని గర్వించేలా చేస్తుంది.

12

మహారాజా సాయాజీరావు గైక్వాడ్‌తో సమావేశం

'రువర్య కేలుస్కర్ గురూజీతో పాటు నేను ఉన్నత విద్య కోసం బొంబాయిలోని రాజమహల్‌లో బరోడా రాజు సాయాజీరావ్ గు గైక్వాడ్‌ని కలిశాను.

మహారాజ్: మీరు ఏ సబ్జెక్ట్ చదవాలనుకుంటున్నారు?

భీమ్‌రావ్: మహారాజ్, సామాజిక శాస్త్రం, ఆర్థిక శాస్త్రం మరియు పబ్లిక్ ఫైనాన్స్‌లో.

మహారాజ్: ఈ విషయాలు చదివిన తర్వాత మీరు ఏమి చేస్తారు?

భీమారావు: ఈ సబ్జెక్టులను చదవడం ద్వారా నేను నా సమాజ స్థితిని ఎలా మెరుగుపరుచుకోగలను, నేను దానికి ఒక మార్గాన్ని కనుగొంటాను మరియు ఆ మార్గం ద్వారా సంఘ సంస్కరణకు కృషి చేస్తాను.

మహారాజ్: అయితే మీరు మా పని చేయబోతున్నారు. అలాంటప్పుడు నువ్వు చదువుకోవడం, ఉద్యోగం చేయడం, సామాజిక సేవ చేయడం ఎలా సాధ్యమవుతుంది?

భీమారావు: మహారాజ్ నాకు అలాంటి అవకాశం ఇస్తే, నేను ఈ పనులన్నీ నిర్వహిస్తాను.

మహారాజ్: భీమ్రావ్, నేను నిన్ను అమెరికా పంపాలని ఆలోచిస్తున్నాను, మీరు వెళ్ళడానికి సిద్ధంగా ఉన్నారా?

భీమారావు: అవును మహారాజా!

మహారాజ్: అలాంటప్పుడు ఎడ్యుకేషన్ ఆఫీసర్ దగ్గరికి వెళ్లి విదేశాల్లో చదువుకో. స్కాలర్‌షిప్‌ల కోసం దరఖాస్తు చేసుకోండి మరియు నాకు తెలియజేయండి.

బరోడా ప్రభుత్వం నుండి స్కాలర్‌షిప్ పొందిన తరువాత, నేను అమెరికా వెళ్లి ఉన్నత విద్యను అభ్యసించాను. అక్కడి నుంచి తిరిగి వచ్చిన తర్వాత స్కాలర్‌షిప్

ఒప్పందం ప్రకారం బరోడా సంస్థానంలో ఉద్యోగం వచ్చింది, కానీ బరోడాలో నివసించడానికి ఇల్లు దొరకలేదు.

దొరకలేదు. హిందువులుగానీ, ముస్లిములుగానీ ఎక్కడా చోటు ఇవ్వడానికి సిద్ధంగా లేరు. చివరికి నేను పార్సీ ధర్మశాలలో పార్సీగా జీవించాలని నిర్ణయించుకున్నాను. చివరికి, నేను 'ఎడాల్జీ సొరాబ్జీ' అనే పార్సీ పేరును స్వీకరించాను.

ఇక్కడ మహారాజ్ విద్యావంతులైన మహర్ యువకుడిని బరోడాకు తీసుకువచ్చినట్లు ప్రజలలో వార్తలు వ్యాపించాయి. నేను ధర్మశాలలో రహస్యంగా పార్సీగా నివసిస్తున్నానని ప్రజలు అనుమానించారు. నా గోప్యత బహిర్గతమైంది. నేను ధర్మశాలలో నివసించే మహర్ అని పార్సీలకు తెలిసింది. మరుసటి రోజు లంచ్ అయ్యాక ఆఫీసుకి బయలుదేరాను. ఇంతలో, 15-20 మంది పార్సీలు తమ చేతుల్లో కర్రలతో వచ్చి, "ఎవరు?" నేను "నేను హిందువుని" అన్నాను. అతను ఈ సమాధానంతో తృప్తి చెందలేదు, నేను అతనిని ఎనిమిది గంటల పాటు అడిగాను, కానీ అతనికి కారణం చెప్పలేదు, నేను చాలా బాధపడ్డాను మరియు నేను బరోడాలో నా పనిని వదిలిపెట్టాను బొంబాయి వెళ్ళు.

13

న్యాయ కళాశాలలో ప్రొఫెసర్

నేను 1918 నుండి 1920 వరకు బొంబాయిలోని సిడెన్‌హామ్ కళాశాలలో ప్రొఫెసర్‌గా ఉన్నాను. నేను లా కాలేజీలో ప్రొఫెసర్ మరియు ప్రిన్సిపాల్ కూడా. 1937 నుండి నేను విద్యార్థులతో నా సంబంధాలను తెంచుకున్నాను. ఫలితంగా ప్రొఫెసర్ వృత్తిని వదిలి రాజకీయాల్లోకి వచ్చాను. కేవలం ప్రొఫెసర్ లేదా పండితుడు మాత్రమే సరిపోదు, అతను బహుమితీయంగా ఉండాలి. అతని వాక్కు స్వచ్ఛంగా ఉండాలి. అతనే ఉత్సాహంగా ఉండాలి. తన సబ్జెక్ట్‌ని వినోదాత్మకంగా చెప్పే గుణం ఉండాలి, అప్పుడే విద్యార్థుల్లో ఉత్సాహం ఉంటుంది. కొన్ని గుణాలు అతనిలో సహజసిద్ధంగా ఉంటాయి, కొన్ని లక్షణాలు అనుభవం మరియు అధ్యయనం ద్వారా పొందాలి.

విద్యార్థుల జవాబు పత్రాలను తనిఖీ చేయడానికి నేనే కొన్ని నియమాలు రూపొందించాను. నేను సమాధానం యొక్క మొత్తం సారాంశంపై 50 శాతం మార్కులు మరియు శైలిపై 50 శాతం మార్కులు ఉంచాను, ఇందులో భాష, సమాధానాలు వ్రాసే శైలి మొదలైనవి ఉన్నాయి. ప్రతి విద్యార్థి ఉత్తీర్ణత సాధించాలనేది నా తత్వం. ఇంతకు ముందు నేను 33 శాతం మార్కులు ఇచ్చేవాడిని, కాని వేల సంఖ్యలో జవాబు పత్రాలు తనిఖీకి వచ్చినప్పుడు, ఎన్ని మార్కులు ఇవ్వాలో నిర్ణయించుకునేవాడిని. అటువంటి పరిస్థితిలో, నేను మొదట బుక్‌లెట్ మొత్తం చదివి, ఆపై మార్కులు ఇచ్చాను.

నేను 45 మార్కులకు పైగా కాపీని జాగ్రత్తగా చూసుకునేవాడిని. అప్పుడు హిందూ విద్యార్థికి 45 శాతానికి మించి మార్కులు రాలేదా?నేను కొంతమంది విద్యార్థులకు 60 శాతం మార్కులు ఇచ్చాను, కానీ అలాంటి విద్యార్థులు చాలా తక్కువ.60 శాతం మార్కులు ఇస్తున్నప్పుడు లోతుగా పరిశోధించేవాడిని. ఏ విద్యార్థికైనా 60 శాతానికి మించి మార్కులు వచ్చాయా?60 శాతం కంటే ఎక్కువ మార్కులు తెచ్చుకునే అర్హత ఉన్న వారికి ఆ మార్కులు ఇచ్చాను. వారికి ఆ హక్కు ఉంది. అలాంటి సమయంలో జరిగిన ఒక సంఘటన నాకు గుర్తుంది. నాకు ఒక ఉంది

విద్యార్థికి 150కి 144 మార్కులు వచ్చాయి. నిజంగా వారి బుక్‌లెట్ విలువైనది. అతను చాలా మంచి మరియు తెలివైన సమాధానాలు ఇచ్చాడు. 150 మార్కులు వేయాలి అనుకున్నాను, గణిత సంబంధమైన సమాధానం కానందున 6 మార్కులు తక్కువగా ఇచ్చారు. ఆ తర్వాత ఆ బుక్‌లెట్‌ని డిగ్రీ కాలేజీ అధికారికి పంపాను. మరో కాలేజీకి చెందిన విద్యార్థి ఫస్ట్ వస్తున్నాడని, ఆ కాలేజీకి మెడల్ వస్తుందని అధికారి చూశారు. కాబట్టి ఆ అధికారి ఆ బుక్‌లెట్‌ని మళ్లీ తనిఖీ చేయడానికి నాకు పంపారు, కానీ నేను ఎలాంటి మార్పులు చేయలేదు. ఆ బుక్‌లెట్ చాలా మంది ఎగ్జామినర్‌లకు పంపబడింది. కొందరు 144 కంటే తక్కువ మార్కులు, మరికొందరు 144 కంటే ఎక్కువ మార్కులు ఇచ్చారు. చివరికి నా అంచనా చెల్లుబాటు అయింది.నేను ఎవరైనా విద్యార్థులను ఫెయిల్ చేశానా?నేను ఏ విద్యార్థినికైనా హాని చేశానా లేదా అనేది చెప్పలేము. నేను విద్యార్థిని సిఫార్సు చేశానా? అప్పుడు నా ప్రవర్తన ఎలా ఉండేది?

ఒకసారి నేను బాంబే యూనివర్శిటీలో ఎగ్జామినర్‌నని అంటరాని విద్యార్థి సంరక్షకుడికి తెలిసింది. దాంతో అతను నా వైపు వచ్చి ఆ విద్యార్థిని సిఫార్సు చేయడం ప్రారంభించాడు. అంటరానివాడిని అయిన నేను ఆ విద్యార్థికి సహాయం చేయగలనని అతను అనుకున్నాడు, కానీ అది నాకు అసాధ్యం. నేను అలాంటి సిఫార్సులను ధిక్కారంతో చూస్తాను. నేను అతనితో ఇలా చెప్పాను, "నేను అలా చేయగలను, కానీ అది నాకు సరిపోదు. చదువుకున్న అంటరాని యువకుడు తనను తాను మరొక చదువుకున్న యువకుడి కంటే తక్కువ, తక్కువ మరియు తక్కువ అని ఎందుకు భావించాలి? అంటరాని విద్యార్థులు తమను ఇతర విద్యార్థులతో పోల్చుకోకూడదని నేను కోరుకుంటున్నాను. నేను చేస్తాను. మంచి విద్యార్థిగా నిరూపించుకోండి." నా సమాధానం విన్న పెద్దమనిషి మౌనంగా వెళ్ళిపోయాడు

14

అమ్మ, నేను ఇక్కడ ఉన్నాను!

డాక్టర్ అంబేద్కర్ సతారా మైదాన్‌లో బస చేశారు. అక్కడ ఆగి, "అమ్మా, నేను వచ్చాను." మరియు ఏడుపు ప్రారంభించింది. కొంత సమయం తరువాత, అతను సమీపంలో నిలబడి ఉన్న తన స్నేహితుడు దత్తోబా పవార్‌తో ఇలా అన్నాడు,

"ఇదిగో మా అమ్మ చితాభస్మం. అమ్మ అన్నదమ్ములమైన మా కోసం చాలా కష్టాలు పడింది. మేము కొన్ని రోజులు అవతలి వైపు కనిపించే శిథిలావస్థలో ఉన్నాము. "నా చిన్నతనంలో మా అమ్మా, అన్నయ్య అడవిలో ఆడుకునేవాళ్ళం. నన్ను చూడడానికి మా అమ్మానాన్నలు బ్రతకడం నాకు చాలా బాధ కలిగించే విషయం."

15

విద్య యొక్క చైతన్యం

రమాబామాబాయి: నీకు 450 రూపాయల ఉద్యోగం వచ్చింది. తనకే సరిపోతాడు. తదుపరి అధ్యయనం కోసం అభ్యర్థనను వదిలివేయండి. మీరు మీ ఇంటిపై శ్రద్ధ వహిస్తే మంచిది.

డాక్టర్ అంబేద్కర్: మీరు నా చదువుకు ఆటంకం కలిగిస్తే, నేను మళ్లీ పెళ్లి చేసుకుంటాను. నీలాంటి నిరక్షరాస్య స్త్రీకి చదువు ప్రాముఖ్యత ఎలా తెలుస్తుంది?

రమాబాయి: వెళ్ళు, నీకు ఎన్ని పెళ్లిళ్లు కావాలంటే అంత చేసుకో, కానీ నా ఇంట్లోకి ఎవరినీ అడుగు పెట్టనివ్వను.డాక్టర్ అంబేద్కర్ మరియు రమాబాయి ఇద్దరూ నవ్వడం ప్రారంభించారు.రమా, మా కమ్యూనిటీ పిల్లలు తల్లిదండ్రులను వదిలి హాస్టల్లో ఉంటున్నారు. వారికి అక్కడ తీపి వంటకాలు లభిస్తాయి, కానీ మటన్ కాదు. అందుకని శ్రద్ధలో మటన్ ఫుడ్ అందిస్తాం. నువ్వు వంట చేయకపోతే పిల్లల్ని హోటల్‌కి తీసుకెళ్లి తినిపిస్తాను.

పూరాన్ రోటీ తినాలనుకున్నాను, కానీ నా భర్త మొండితనానికి లొంగిపోయి 50-60 మంది పిల్లలకు మటన్ తినిపించాను.

16
కుటుంబ లేఖ

హలో డియర్ రాము,

మీ ఉత్తరం అందింది. గంగాధర్ అనారోగ్యంతో ఉన్నాడని చదివి చాలా బాధపడ్డాను. అంతా కాలానికి సంబంధించిన విషయం. చింతించడం వల్ల ప్రయోజనం ఉండదు.

మీ చదువులు బాగా జరుగుతున్నాయి, ఇది చాలా సంతోషకరమైన విషయం. నేను ఇక్కడ ఇబ్బందుల్లో ఉన్నాను. నిన్ను పంపడానికి ఏమీ లేదు, ఇంకా నేను మీకు ఏర్పాట్లు చేస్తున్నాను. సమయం తీసుకుంటోంది. మీ దగ్గర డబ్బు అయిపోతే నగలు అమ్మండి. నేను వచ్చినప్పుడు నీ నగలు తయారు చేస్తాను.

యశ్వంత్, ముకుంద్ చదువులు ఎలా సాగుతున్నాయి? లేఖలో ఏమీ రాయలేదు. నా ఆరోగ్యం బాగానే ఉంది, చింతించకండి. నా చదువులు ఇంకా కొనసాగుతున్నాయి. నేను జూన్ వరకు రాలేను. దీని గురించి నేను మీకు మరింత చెబుతాను.

సఖు, మంజుల గురించి ఎలాంటి వార్త లేదు. మీకు డబ్బు వచ్చినప్పుడు, మంజుల మరియు లక్ష్మి తల్లికి ఒక్కొక్క చీర కొనండి. శంకర్ వార్తలేంటి? గజ్రా ఎలా ఉంది? అందరికీ శుభోదయం భీంరావు

17

డా.అంబేద్కర్ మహనీయుడు

డాక్టర్ అంబేద్కర్‌కు లండన్‌లో డి.ఎస్.సి. అనే బిరుదును ప్రదానం చేయబోతున్నారు. దీనికి సంబంధించి బొంబాయిలో ఆయన సన్మాన కార్యక్రమం నిర్వహించారు. వేడుకకు సంబంధించిన కరపత్రాలు సిద్ధం చేయబడ్డాయి, అందులో 'సార్, విలాయత్ నుండి DSC. అనే టైటిల్ తో రానుంది.

డాక్టర్ అంబేద్కర్ ఆ హ్యాండ్‌బిల్‌ని చూసి, నాకు ఇంకా టైటిల్ రాలేదు, టైటిల్ ఫలితం 2-3 నెలల తర్వాత వస్తుంది అని కోపంగా ప్రజలతో అన్నారు. వాస్తవాలు తెలుసుకోకుండా మీరు చేపట్టిన పని సరికాదు. నిజానికి, మీరు ముందుగా నా సమ్మతిని తీసుకోవాలి. మీరు సమావేశాన్ని నిర్వహించి, నా అనుమతి లేకుండా స్లిప్పులు కూడా జారీ చేశారు. ప్రజలకు ఎలాంటి సందేశం పంపుతుంది?

ఇవన్నీ చేయమని నేను మిమ్మల్ని అడిగానని వారు అనుకుంటారు. నేను సర్టిఫికేట్ పొందాలని తహతహలాడుతున్నాను. ఉన్నత వర్గానికి చెందిన వారు కూడా చెబుతారు, "చూడండి, మహర్ ఇంగ్లాండుకు వెళ్ళాడు, అక్కడ నుండి ఉన్నత తరగతి తను విద్యను తెచ్చి ఆరతి ప్రసాదిస్తున్నాడు! సమాజం కోసం ఏదైనా నిర్దిష్టమైన పని చేయండి, నేను ప్రస్తుతం ఈ ఉల్లేఖనాన్ని అంగీకరించలేను.

18

భార్యాభర్తల మధ్య కమ్యూనికేషన్

కేసు గెలిచినందుకు డాక్టర్ బాబాసాహెబ్ అంబేద్కర్ ఫీజు అందుకున్నారు. ఇంటికి వచ్చి ఆ మొత్తాన్ని రమాబాయి ముందు పెట్టి, "ఈ డబ్బు తీసుకో! నేను లోకం చూడను, నా భార్య వైపు చూడను. నువ్వు ఎప్పుడూ నా పేరు జపిస్తూనే ఉంటావు. ఎంత అని లెక్కపెట్టి చెప్పు. ఈ మొత్తం ""

రమాబాయి ఒక్కొక్కటి ఇరవై రూపాయల పదకొండు కట్టలు చేసి, “ఇవి పదకొండు” అంది. బాబాసాహెబ్‌కి కొంచెం కోపం వచ్చి, “అదంతా ఎంత డబ్బు?” అన్నాడు.రమాబాయి నవ్వుతూ, "ఎంతమంది ఉన్నారు? మీకు తెలుసు. మీరు వేల రూపాయలు లెక్కిస్తారు, కానీ నాకు ఎలా లెక్కించాలో తెలియదు. నేను చదువుకున్న మహిళనా?"

ఇద్దరూ నవ్వడం మొదలుపెట్టారు.ఆ తర్వాత బాబాసాహెబ్, "నువ్వు ఇలా నిరక్షరాస్యుడివి అయినా సరే, లేకపోతే నన్ను చాలా ఆశ్చర్యపరిచేవాడివి!"

19

పుస్తకాలు మరియు ఇల్లు

(డా. బాబాసాహెబ్ అంబేద్కర్ 'లాస్ ఆఫ్ ఇంగ్లండ్' పుస్తకంలోని ఐదు భాగాలను రూ. 500కి కొని ఇంట్లో శ్రద్ధగా చదవడం మొదలుపెట్టారు.)

రమాబాయి భోజనం వడ్డించింది. సార్ చదువులో మునిగిపోయాడు. అది చూసిన రమాబాయి 6-7 సార్లు ఆహారం అడిగింది.బాబాసాహెబ్: నీది ఏమిటి? నేను ఈ పుస్తకాలను 500 రూపాయలకు కొన్నాను. నన్ను ఈ పేజీ చదవనివ్వండి, అప్పుడు నేను తింటాను.

"భర్త తన భార్య, పిల్లలు, ఇంటిపట్ల శ్రద్ధ పెట్టాలని ఆ పేజీలో రాసిందా? ఇంత చెప్పు, అప్పుడు భోజనం చెయ్యి." సాహెబ్ నవ్వుతూ మళ్ళీ తినడం మొదలుపెట్టాడు.

"నేను ప్రపంచం గురించి పట్టించుకోనని నువ్వు ఎప్పుడూ అంటుంటావు. కాబట్టి నేను ఏమి చేయాలి?"

"ఇంట్లో కూరగాయలు, నూనె, ఉప్పు వాడతారు. అక్కడ భర్త శ్రద్ధ పెట్టాలి. పిల్లలను ప్రేమగా స్వీకరించాలి. భార్యతో నాలుగు మాటలు మాట్లాడాలి. మీ పుస్తకాలు మరియు మీరు వచ్చి వెళ్లండి! పుస్తకాలకు 500 అవసరం ఏమిటి? మరికొద్ది రోజుల్లో మీ ఇంటికి కొత్త అతిథి రాబోతున్నారా?మరుసటి రోజు బాబాసాహెబ్ ఆరు-ఏడు బస్తాలలో కూరగాయలు మరియు 100-125 ఎండు చేపలు (బొంబిల్) తెచ్చాడు. అది చూసిన రమాబాయి, "దేవాజీ, ఈ కూరగాయ రేపు లేదా మరుసటి రోజు పూర్తిగా ఎండిపోతుంది.

20

రాజరత్న మరణం

ప్రియమైన దట్టోబా,

ఈరోజు అకస్మాత్తుగా మీ ఉత్తరం అందింది. శివతార్కర్ చాలా కాలం తర్వాత నా కొడుకు మరణం గురించి రాశారు, కానీ మీ వైపు నుండి సమాధానం రాలేదు. నువ్వు నా గురించి ఆలోచించడం మానేశావని అనుకున్నాను కానీ అది అలా కాదు. నా బాధలో, బాధలో నువ్వు ఇచ్చిన ఓదార్పు ఇంకా ఆరిపోలేదనడానికి నిదర్శనం.

కొడుకు చనిపోవడంతో నేనూ, నా భార్య పడ్డ దిగ్భ్రాంతి నుంచి బయట పడతాం అని చెప్పడం బూటకపు వంచన అవుతుంది. ఇప్పటి వరకు నేను అలాంటి నలుగురు అందమైన పిల్లలకు, ముగ్గురు కొడుకులకు మరియు ఒక కుమార్తెకు సమాధి ఇచ్చాను. వాళ్ళని తలుచుకుంటే బాధగా అనిపిస్తుంది. అతను బతికి ఉంటే అతని ప్రపంచం మరోలా ఉండేది. మనం ఊహించినది నాశనం చేయబడింది.

మన జీవితాల్లో దుఃఖపు మేఘాలు కమ్ముకుంటున్నాయి. జీవితానికి రుచినిచ్చే ఉప్పు పోయినప్పుడు పిల్లలు చనిపోవడంతో మన జీవితం ఇప్పుడు రుచిలేనిది. బైబిల్ లో చెప్పబడింది - "మీరు భూమికి ఉప్పు, ఉప్పు రుచి కోల్పోతే, ఉప్పు ఎక్కడ నుండి వస్తుంది?"

ఈ మాటల్లోని నిజం నా ఖాళీ జీవితంలో కనిపిస్తుంది. నా చివరి కొడుకు అసాధారణంగా ఉన్నాడు. నేను అతనిలాంటి పిల్లవాడిని చాలా అరుదుగా చూశాను. ఆమె నిష్క్రమణ తరువాత, నా జీవితం ఎడారి తోటలా మారింది. ఈ బాధలో ఇంతకంటే ఎక్కువ రాయడం కుదరదు.

మీ విచారకరమైన స్నేహితుడు

బి. ఆర్. అంబేద్కర్

21

మహాద్‌లోని చావ్దార్ రిజర్వాయర్ నీటి సత్యాగ్రహం

కోల్బా జిల్లా మినహాయించబడిన కౌన్సిల్ మొదటి సెషన్ - మహద్

మార్చి 19-20, 1927

ఈ కౌన్సిల్ మార్చి 19 శనివారం మరియు మార్చి 20 ఆదివారం నాడు మహద్‌లో నిర్వహించబడింది. గంగాధర్ నీలకంఠ సహస్రబుద్ధే, అనంత్ వినాయక్ చిత్రే, సీతారాం నామ్‌దేవ్ శివతార్కర్, బలరామ్ అంబేద్కర్, పాండురంగ్ రాజ్‌భోజ్, శాంతారామ్ ఉప్శం, మోర్, రామచంద్ర షిండే, ధోండిరామ్ గైక్వాడ్, శివరామ్ జాదవ్ తదితరులు ఈ మండలిలో మూడు వేల మందికి పైగా అస్పృశ్యులు పాల్గొన్నారు.

1927 మార్చి 19వ తేదీ సాయంత్రం 5 గంటలకు విచారణ ప్రారంభమైంది. ప్రారంభంలో మండలి స్వాగత అధినేత శంభాజీ తుకారాం గైక్వాడ్ అతిథులకు స్వాగతం పలికి సభను పరిచయం చేశారు. నిబంధనల ప్రకారం సమాచారం మరియు ఆమోదం పొందిన తర్వాత, కౌన్సిల్ ఛైర్మన్, డాక్టర్ భీమ్‌రావ్ రామ్‌జీ అంబేద్కర్, M.A., Ph.D.; డి.ఎస్. సి.; న్యాయవాది ప్రసంగాన్ని ప్రారంభించారు-

పెద్దమనుషులు, ఈ రోజు మీరు నాకు ఇచ్చిన గౌరవానికి నేను మీకు కృతజ్ఞుడను. ఈ మండలి అధ్యక్ష పదవికి నన్ను అంగీకరించాల్సిందిగా అభ్యర్థించారు. నా స్వభావం ప్రకారం, నేను నిష్క్రమించడానికి అనుకూలంగా ఉన్నాను, కానీ నేను దానిని తప్పించుకోలేకపోయాను. ఎందుకంటే నేను అలా చేసి ఉంటే ఇక్కడ ఉన్నవాళ్ళకి చాలా కోపం వచ్చేది కాబట్టి ఏ మాత్రం మొహమాటం లేకుండా ఈ బాధ్యతను స్వీకరించి ఈరోజు మీ ముందు నిలబడ్డాను.

ఈరోజు ఇక్కడికి వచ్చినందుకు చాలా సంతోషంగా ఉంది. ఎవరైనా తన జన్మస్థలం గురించి గర్వపడకపోయినా, ప్రేమ ఖచ్చితంగా ఉంటుంది. నాన్నకు పింఛను రావడంతో శాశ్వతంగా జీవించేందుకు దాపోలికి వచ్చాడు. నా చదువులు దాపోలి పాఠశాల నుంచే ప్రారంభమయ్యాయి. ఐదేళ్ల నుంచి నిన్నటి వరకు నా

జీవితం కొండ ప్రాంతంలోనే గడిచింది. ఇరవై ఐదు సంవత్సరాల తర్వాత ఈ రోజు నేను పర్వతం నుండి దిగి వచ్చాను. ఈ ప్రాంతం ప్రకృతి సౌందర్యం పరంగా చాలా గొప్పది. ఈ స్థితికి వచ్చిన తర్వాత నేనో, ఎవరైనా సంతోషిస్తామో. ఇక్కడికి వచ్చిన తర్వాత నా సంతోషం రెట్టింపు అయింది, కానీ ఈ సందర్భంగా ఈరోజు నాకు బాధగానూ, సంతోషంగానూ ఉంది. అలా చెప్పడానికి నాకు ఎలాంటి సందేహం లేదు. ఒకప్పుడు ఈ ప్రాంత ప్రజలు ఎంతో ప్రగతిశీలంగా ఉండేవారు. ఇలా చెబితే అతిశయోక్తి కాదు. అప్పట్లో ఈ ప్రాంతం అంటరాని కుల అధికారులతో నిండి ఉండేది. కొంతమంది తెల్ల కాలర్ ఉన్నవారిని మినహాయించి, అంటరాని సమాజం విద్యా రంగంలో ఇతరుల కంటే చాలా అభివృద్ధి చెందింది.

అంటరాని సమాజం పురోగతికి ప్రధాన కారణం సైన్యంలో వారి ఉద్యోగమే. బ్రిటీష్ వారు భారతదేశంలోకి రాకముందు, అంటరాని వారి జీవితం నరకం లాంటిది, అంటరానితనం ఉచ్ఛస్థితిలో ఉంది. అస్పృశ్యుల నీడ అగ్రవర్ణాలపై పడకుండా ఉండేందుకు వారు చాలా దూరం ప్రయాణించాల్సి వచ్చింది. ఉమ్మివేయడం వల్ల రోడ్డు కలుషితం అవుతుంది కాబట్టి కుండను మెడకు వేలాడదీయాల్సి వచ్చింది. అంటరానివారు తమ గుర్తింపును నిరూపించుకోవడానికి వారి మణికట్టుపై నల్లటి దారం కట్టాలి.

బ్రిటీష్ వారు ఈ దేశ గడ్డపై అడుగు పెట్టినప్పుడు, ఈ రాష్ట్రంలోని అంటరానివారిని తల ఎత్తుకుని చూసే అవకాశం వచ్చింది. అవకాశాన్ని సద్వినియోగం చేసుకుని ఈ ప్రాంత ప్రజలు తమ ధైర్యసాహసాలు, చతురత, తెలివితేటలను నిరూపించుకున్నారు. ఎవరికైనా దీనికి రుజువు కావాలంటే ఆర్మీ రిజిస్టర్లు చదవాలి. అంటరాని తరగతి నుండి చాలా మంది సుబేదార్లు, జమాదార్లు మరియు హవల్దార్లు ఈ రాష్ట్రం నుండి వచ్చారు. చాలా మంది సాధారణ పాఠశాలల్లో ఉత్తీర్ణత సాధించి ప్రధానోపాధ్యాయులయ్యారు. చాలా మంది ఖాతా గుమస్తాలుగా, క్వార్టర్ మాస్టర్లుగా, క్లర్కులుగా తమ బాధ్యతను నిరూపించుకున్నారు. ఇలా చెప్పకుంటూ పోతే నా ప్రసంగం అవసరానికి మించి ఎక్కువ అవుతుంది. నేను మీకు ఏది చెప్పినా, ప్రస్తుతానికి అది సరిపోతుందని భావించండి.

ఒకప్పుడు సమాజ సేవకుడిగా మాత్రమే భావించే అంటరాని వర్గం సైన్యంలో పనిచేసి సాధికారత పొంది మిగిలిన సమాజంపై తన ఆధిపత్యాన్ని ఏర్పరుచుకుంది. సైన్య సేవ హిందూ సామాజిక నిర్మాణంలో అపూర్వమైన విప్లవానికి దారితీసిందనడంలో సందేహం లేదు. మహర్లు మరియు చామర్లు ఎవరు

గ్రామాన్ని మరాఠాలు కూడా ముట్టుకోలేదు, అంటరానివారు రామ్-రామ్ అని చెప్పలేదు లేదా వారిని పూజించలేదు, మరాఠాలు దానిని అవమానంగా

భావించారు; అదే మరాఠాలు హవల్దార్ మహర్ లేదా సుబేదార్ చమర్‌కు వంగి నమస్కరించారు. 'ఎందుకు కాదు?' అని చెప్పినా ఎవ్వరికీ కళ్ళు ఎత్తే ధైర్యం ఉండేది కాదు.దేశంలోని ఇతర రాష్ట్రాల్లో, అంటరాని తరగతికి ఇంత భారీ హక్కులు లభించలేదు, కానీ ఈ రాష్ట్రంలోని అంటరానివారు తమ స్థాయిని పెంచుకున్నారు. అంతే కాదు విద్యారంగంలో అద్భుతమైన ప్రగతిని సాధించాడు.

అంటరాని సమాజంలో, 90 శాతం మంది అక్షరాస్యులు, ఇది మాత్రమే కాదు, 50 శాతం మంది ఉన్నత విద్యావంతులు. పురుషుల్లోనే కాకుండా స్త్రీలలో కూడా విద్య వ్యాప్తి చెందడం గమనార్హం. కొంతమంది స్త్రీలు విద్యలో ఎంతటి ప్రావీణ్యాన్ని సాధించారు అంటే వారు సమావేశాలలో గొప్ప పాండిత్యంతో పురాణాలను (మత గ్రంథాలు) వ్యాఖ్యానించేవారు. విద్యారంగంలో ఆయన సాధించిన ప్రగతికి క్రెడిట్ సైన్యంలో వచ్చిన ఉద్యోగానికే దక్కుతుంది.

ఇంతగా అభివృద్ధి చెందిన వ్యక్తులు నేడు ఎందుకు దిగజారుతున్నారు? పైకి చూస్తే, ఈ ప్రాంతంలో అంటరానివారి పరిస్థితి చాలా తీవ్రంగా మారింది. ఇటువంటి పేదరికం, నిరక్షరాస్యత మరియు మూర్ఖత్వం ఇతర రాష్ట్రాల అంటరానివారిలో కనిపించవు. ఈ రాష్ట్రం అంటరానిదిగా ఎలా మారింది? ఇది లోతైన ప్రశ్న. బ్రిటీష్ ప్రభుత్వం అంటరానివారిని సైన్యంలోకి చేర్చుకోవడాన్ని నిషేధించినందున ఈ విపత్తు సంభవించిందని మాత్రమే సమాధానం ఇవ్వబడింది.

ఈ ప్రకటనలో చాలా నిజం ఉంది, ఇందులో ఎటువంటి సందేహం లేదు. రాజకీయ, నైతిక లేదా ఆర్థిక కోణం నుండి ప్రభుత్వ ఉద్యోగం నుండి ఏ వ్యక్తిని నిషేధించడం అన్యాయం. అంటరాని సమాజానికి చెందిన వారిని ఆర్మీ ఉద్యోగాలు రాకుండా అడ్డుకోవడం అభిమానానికి చిహ్నమే కాదు, ద్రోహానికి, దేశద్రోహానికి సంకేతం.

ఇది ఒక చిహ్నం, ఇది చెప్పబడుతుంది.అంటరానివారి సహాయం లేకుండా బ్రిటీష్ ప్రభుత్వం ఈ దేశంలోకి కూడా ప్రవేశించలేదు. మరాఠా సామ్రాజ్యం బ్రిటీష్ వారిచే ఎలా నాశనం చేయబడిందో చరిత్రకారులు అనేక కారణాలను చెబుతున్నారు. మరాఠా సామ్రాజ్యంలో కుల వివక్ష మరింత పెరిగిందని కొందరు అంటున్నారు. ఎవరో చెప్పారు, మరాఠాలు తమలో తాము పోట్లాడుకుంటున్నారు.

అయితే ఇది నిజం కాదు. నా అభిప్రాయం ప్రకారం, మరాఠాలు కుల విభేదాలు మరియు అంతర్గత తగాదాల కారణంగా బలహీనంగా మారినట్లయితే, అప్పుడు బ్రిటీష్ వారు అంత సమర్థులా? నిజమేమిటంటే, బ్రిటీష్ వారు దేశంపై తమ ఆధిపత్యాన్ని నెలకొల్పిన సమయంలో, నెపోలియన్ ఇంగ్లాండ్‌ను ఆశ్చర్యపరిచాడు. భారతదేశాన్ని పాలించిన ఈస్టిండియా కంపెనీకి బ్రిటీష్ ప్రభుత్వం ఆర్థిక సహాయం అందించలేని స్థితిలో పరిస్థితి చాలా తీవ్రంగా మారింది.

నేను అక్కడ లేను; దీనికి విరుద్ధంగా, నెపోలియన్ బారి నుండి విముక్తి పొందడానికి బ్రిటిష్ ప్రభుత్వం ఈస్ట్ ఇండియా కంపెనీ నుండి ఆర్థిక మరియు సైనిక సహాయం కోరింది.

భారతదేశంలో బ్రిటిష్ వారికి ఇంత బలహీనమైన స్థానం ఉన్నప్పటికీ, వారు ఈ దేశంపై తమ ఆధిపత్యాన్ని ఎలా స్థాపించారు? దీనికి సమాధానం మరాఠాలు పరస్పర విబేధాల బారిన పడ్డారని చెప్పలేము. నా అభిప్రాయం ప్రకారం, అసలు సమాధానం మరొకటి. బ్రిటిష్ వారు ఈ సైన్యాన్ని సిద్ధం చేసి ఉండకపోతే, ఈ దేశాన్ని పాలించే అవకాశం వారికి లభించేది కాదు. కాబట్టి, ఆ సమయంలో సైన్యాన్ని నిర్మించడంలో వారికి ఎవరు సహాయం చేశారో అడగాలని నేను దయగల మరియు న్యాయమైన బ్రిటిష్ ప్రభుత్వాన్ని అభ్యర్థిస్తున్నాను?

వారు తమ సైన్యం యొక్క పాత రికార్డును చూడాలి. అప్పుడు సైన్యంలో అంటరానివారిని మాత్రమే నియమించేవారని వారికి తెలుస్తుంది. వీరు కాకుండా సైన్యంలో మరెవరూ లేరు. అంటరానివారి శక్తి బ్రిటీష్ వారి వెనుక ఉండకపోతే, వారు ఎప్పటికీ ఈ దేశానికి పాలకులు కాలేరని దీన్ని బట్టి స్పష్టమవుతుంది. బ్రిటీష్ వారు ఎంత అవకాశవాదులంటే మరో ఉదాహరణ చెప్పవచ్చు.

1914లో మొదటి ప్రపంచయుద్ధం ప్రారంభమైనప్పుడు బ్రిటిష్ ప్రభుత్వం మనల్ని గుర్తుచేసుకుంది. మన అంటరాని సోదరులలో కూడా సైన్యంలో చేరేందుకు గొప్ప ఉత్సాహం ఉంది. సైన్యంలో రిక్రూట్‌మెంట్ కోసం ప్రభుత్వానికి ఒక ప్లాటూన్ అవసరం, కానీ ఇక్కడ రెండు ప్లాటూన్‌ల నుండి ప్రజలు స్వచ్ఛందంగా సిద్ధంగా ఉన్నారు. ప్రభుత్వం అంటరానివారిపై విధించిన సైనిక నిర్బంధ నిషేధాన్ని ఎత్తివేసింది, దీనిని అందరూ ఆనందించారు. ఈ రాష్ట్రంలోని అంటరానివారు మళ్లీ మంచి రోజులు రాబోతున్నాయని భావించడం ప్రారంభించారు, కానీ యుద్ధం ముగిసింది, ప్లాటూన్ మళ్లీ పొదుపు పేరుతో తొలగించబడింది. ప్రభుత్వ ఈ తుగ్లక్ ప్రవర్తనను ఏమంటారు?

పెద్దమనుషులారా, మనం ప్రభుత్వంతో స్నేహపూర్వకంగా ఉంటామనే అభిప్రాయం నాకు ఉంది, ప్రభుత్వం మమ్మల్ని పట్టించుకోకపోవడం వల్ల కాదా? ప్రభుత్వం ఇచ్చిన వాటిని తీసుకుంటాం; ప్రభుత్వం చెప్పినట్లు చేయండి; మీరు చెప్పినట్లు ఉండండి; మన స్వభావం బానిసల లాగా మారింది. ప్రభుత్వ నిర్లక్ష్యానికి ఇదే ప్రధాన కారణం. మాకు జరిగిన అన్యాయాన్ని మౌనంగా సహిస్తాం కానీ, ప్రతీకారం తీర్చుకోవడానికి మాత్రం చేతులు ఎత్తడం లేదు. ఆకాశం మనపై పడినా విధిగా స్వీకరించి మౌనంగా భరిస్తాం. మనం ఈ ధోరణిని ఎంత త్వరగా వదులుకుంటే, అది మన ప్రయోజనాలకు అంత మంచిది. అందువల్ల, వీలైనంత

త్వరగా మిలిటరీ రిక్రూట్‌మెంట్‌ను తెరవడానికి మేము ప్రయత్నిస్తూనే ఉండాలని నేను మీకు చెప్పాలనుకుంటున్నాను.

అయితే నేను మీ ముందు ఒక ప్రశ్న ఉంచాలనుకుంటున్నాను. ఆర్మీ రిక్రూట్‌మెంట్ ప్రారంభమైందా?ఇలా జరిగితే మన సమస్యలన్నీ ఆటోమేటిక్‌గా ముగుస్తాయా? నిజానికి, ఆర్మీ రిక్రూట్‌మెంట్‌లు ప్రారంభమైతే, మనం చేసేదేమీ ఉండదని మన ప్రజలు చాలా మంది అనుకుంటారు. ఇది నిజం కాదని నా భావన. ప్రజలందరినీ సైన్యంలోకి చేర్చుకోవడం అసాధ్యం. ఇతర తరగతులకు చెందిన వారు సైన్యంలో చేరేందుకు అస్సలు సిద్ధంగా లేనప్పుడు, మన వారికి చాలా అవకాశాలు ఉన్నాయి, కానీ నేడు పరిస్థితి అలా లేదు. ఇప్పుడు మనం కూడా ఇతరులు పొందే విధంగానే పొందుతారు. ఇప్పుడు ఇంతకంటే ఎక్కువ ఆశించడం అర్థరహితం. మన ప్రగతికి సైన్యం తప్ప ఇంకేం చేయాలో మనం నిజంగా ఆలోచించాలి.

అంటరాని సమాజంలో వ్యాపారం చేసేవారు చాలా తక్కువ. చెప్పులు కుట్టేవాళ్లు వ్యాపారం చేసేవారు, ఇప్పుడు ఆ వ్యాపారాన్ని కూడా వదిలేస్తున్నారు. చూస్తే, మనలో మెజారిటీ ప్రజలు పరిశ్రమ మరియు వ్యాపారం లేకుండా ఉన్నారు. ఈ దేశంలో, ఒక నిర్దిష్ట కులానికి ఏదైనా ఒక వ్యాపారంపై గుత్తాధిపత్యం ఉంది. మీరు ఆ వ్యాపారం చేయాలి అని మేం చెబితే ఇలా అనడం కూడా అర్థరహితం. ఏదైనా చేయాలనుకునే వారు అన్ని కులాల వారికి అందుబాటులో ఉండే వృత్తిని ఎంచుకోవాలి. నేను రెండు వృత్తులను మాత్రమే చూస్తున్నాను, ఒకటి ఉద్యోగం మరియు మరొకటి వ్యవసాయం.

అంటరానివారు ఉద్యోగాలు చేయాలనే బోధన అగ్రవర్ణ ప్రజలకు నచ్చదు. ఇది నాకు బాగా తెలుసు. అంటరానివారు వడ్రంగులు, కమ్మరి మొదలైనవారు పని చేయాలి కాని వారు ఏ మంచి పని చేయకూడదని వారు భావిస్తారు. అతని సలహా మనకు ప్రయోజనకరం కాదు. నేను ఈ విషయాన్ని మీకు స్పష్టమైన మాటలతో చెప్పాలనుకుంటున్నాను. అంటరాని సమాజం అభివృద్ధికి రెండు అంశాలు చాలా ముఖ్యమైనవని నేను నమ్ముతున్నాను. అన్నింటిలో మొదటిది, మనస్సును ఆక్రమించిన చెడు ఆలోచనలను వదిలించుకోవడం చాలా ముఖ్యం.

ఆలోచన, మాట, నడవడికలో స్వచ్ఛత ఉంటే తప్ప, అంటరాని సమాజంలో మేలుకో, ప్రగతి బీజాలు నాటవు. ఇప్పుడున్న పరిస్థితుల్లో పాషాణమైన మన మనసులో కొత్త మొక్క పెరగడం కష్టం. నాగరికత సాధించాలంటే ఉద్యోగాలు

కావాలి. అంటరానివారు ఉద్యోగాలు తీసుకోవడానికి మరో కారణం కూడా ఉంది. ప్రభుత్వం ఏదైతే అనుకుంటుందో దానికి అనుగుణంగానే అమలు చేస్తారు కానీ ప్రభుత్వం ఏది చేయాలనుకున్నా అది ఉద్యోగుల ద్వారానే జరుగుతుందన్న విషయం మరువకూడదు. ప్రభుత్వ అభిప్రాయం అంటే దాని ఉద్యోగుల అభిప్రాయం. మేము ప్రభుత్వం నుండి మా ఆసక్తిని పొందాలనుకుంటే, అప్పుడు మేము అని ఇది చాలా స్పష్టంగా తెలియజేస్తుంది

మీరు ఉద్యోగం పొందవలసి ఉంటుంది. రెండవది, ఈరోజు మనం ఎదుర్కొంటున్న నిర్లక్ష్యం ఎప్పుడూ అలాగే ఉంటుంది.మన సంక్షేమాన్ని మెరుగుపరచుకోవాలంటే అంటరాని సమాజానికి గరిష్టంగా ప్రభుత్వ ఉద్యోగాలు లభించాలి. ఈ ఉద్యోగాల ద్వారానే మన ప్రగతి సాధ్యమవుతుంది. ఈ విషయం యొక్క ప్రాముఖ్యతను ముస్లిం మరియు మరాఠా సమాజం బాగా అర్థం చేసుకుంది మరియు వారి ప్రయత్నాలు ఈ దిశలో కొనసాగుతున్నాయి. మనం కూడా సమయానికి మేల్కొని వీలైనన్ని ఎక్కువ ఉద్యోగాలు పొందేందుకు ప్రయత్నించాలి.

బ్రాహ్మణులు దీనిని ఖండిస్తూ, ప్రభుత్వ ఉద్యోగాలు పనికిరావని, వారి ప్రకటనలో వాస్తవం లేదన్నారు. ఈ రాష్ట్రంలో ప్రభుత్వ ఉద్యోగాల హక్కులు బ్రాహ్మణుల చేతుల్లోనే ఉన్నాయి. ఇది జరగకపోయి ఉంటే ఇక్కడి బ్రాహ్మణులు ఇతర రాష్ట్రాల వారిలా వంట చేసేవారు. ఇక్కడి బ్రాహ్మణుల ఆధిక్యత పురాణాల ఆధారంగా ఉంటే చాలా కాలం క్రితమే కూలిపోయేది, కానీ ప్రభుత్వ ఉద్యోగాలు వచ్చాయి కాబట్టి వారి పునాది బలంగా ఉంది. బ్రాహ్మణులు ప్రభుత్వ ఉద్యోగాల కోరికను వదులుకోలేదు, దానికి విరుద్ధంగా, వారు దానితో చాలా అనుబంధంగా ఉన్నారు. కాబట్టి, మీరు బ్రాహ్మణుల తప్పుడు మరియు ధృవీకరించని ప్రకటనల ఉచ్చులో పడకండి.

పెద్దమనుషులు, ఈ తరుణంలో నాకు ఒక బాధాకరమైన విషయం గుర్తుకొస్తోంది. ఒకప్పుడు ఈ ప్రాంతం ఆర్మీ జనరల్స్‌తో నిండి ఉండేదని నేను ఇప్పటికే చెప్పాను. ఈ వ్యక్తులు చాలా మంచి విషయాలు మాట్లాడారు, కానీ ఒక పని చేయలేకపోయారు. ఆయన ఆ పని చేసి ఉంటే ఈరోజు ఉపయోగకరంగా ఉండేది.

విశేషమేమిటంటే, అతను తన పిల్లలను చదివించలేదు. ఈ ప్రజలు పేదవారు కాదు. ఆ రోజుల్లో అతనికి మంచి పెన్షన్ వచ్చేది. అప్పటికి చదువు అనే ఆలోచన వచ్చి ఉంటే తమ పిల్లలకు బి.ఎ., ఎం.ఎ. మీరు అప్పటి వరకు బోధించగలిగితే, ఫలితం

ఎలా ఉండేది? మీరు దీని గురించి కూడా ఆలోచించవచ్చు. చదువుకున్న ఈ పిల్లలు నేడు తహసీల్దార్లు, కలెక్టర్లు, మేజిస్ట్రేట్లు అయి ఉండేవారు, ఈ అంటరాని సమాజం ఈ గోతిలో పడి ఉండేది కాదు. ఆయన ఆధ్వర్యంలోనే మేం అభివృద్ధి చెందాం. కానీ ఇవేవీ చేయలేకపోవడంతో నేడు ఎండకు ఎండిపోయి ముళ్లపొదలుగా మారుతున్నాం.

అలాంటి ప్రయత్నాలు లేకుండా మన అభివృద్ధి సాధ్యం కాదని నేను గట్టిగా నమ్ముతున్నాను. ప్రభుత్వ ఉద్యోగాలు వస్తేనే మన అభివృద్ధి సాధ్యమవుతుంది. కావున మీ పిల్లలకు ఉన్నత విద్యను అందించాలని మీ అందరికీ తెలియజేస్తున్నాను. ఒక అబ్బాయి బి.ఎ. దీని వల్ల అంటరాని సమాజం పొందే మద్దతు మొత్తం 1000 మంది అబ్బాయిలు నాల్గవ తరగతి ఉత్తీర్ణతతో సమానం కాదు.ప్రాథమిక విద్యను నిర్లక్ష్యం చేయమని నేను ఎప్పుడూ చెప్పను.

ఉన్నత చదువులు చదివిన పిల్లలు వీలైనంత త్వరగా ఉన్నత ఉద్యోగాల్లో చేరాలని, అందుకే ఈ ప్రాంతంలో మా అబ్బాయిలకు హాస్టల్ ఉండటం చాలా ముఖ్యం. థానే మరియు కొలాబా జిల్లాల విద్యార్థుల సౌకర్యార్థం పన్వెల్‌లో హాస్టల్‌ను ప్రారంభించాలనుకుంటున్నాను. ఈ పనికి మీరందరూ ఆర్థిక సహకారం అందించాలని కోరుకుంటున్నాను.

నేను మీకు సూచించిన రెండవ వ్యాపారం వ్యవసాయం. ఈ వ్యాపారాన్ని సూచించడం ద్వారా నా ఉద్దేశ్యం ఏమిటంటే, మన అంటరాని సమాజం స్వతంత్రంగా జీవనోపాధి పొందాలని. నేటి అంటరాని సమాజంలో ఉన్న అన్ని కులాలలో, మహర్ కులాల పరిస్థితి బిచ్చగాళ్ల మాదిరిగానే ఉంది. ఈ మాట చెప్పడానికి నాకు ఎలాంటి సందేహం లేదు. రోజూ ఇంటింటికీ భిక్షాటన చేయడం, నాసిరకం ఆహారం తిని బతకడం ఈ కులం అలవాటుగా మారింది. దీనివల్ల గ్రామంలో కులం పట్ల గౌరవం లేదు. ఈ అభ్యాసం ఫలితంగా వారి ఆత్మగౌరవం నాశనం చేయబడింది. ఏదైనా చెప్పు, బూట్ల దగ్గర కూర్చోనివ్వండి, కానీ రొట్టె ముక్కలు ఇవ్వండి, ఇది ఈ కుల ధోరణిగా మారింది.

ఈ అభ్యాసం వల్ల ఈ కులం స్వతంత్రంగా పురోగమనానికి తన స్వంత మూలాన్ని కనుగొనడం కష్టం. ఈరోజు గుడిలోకి వెళ్లేందుకు ప్రయత్నిస్తే ఊరి నుంచి కూడా పాత రోటీలు రావడం మానేస్తారని, అందుకే మానవత్వాన్ని నకిలీ, పాత రోటీలకు అమ్ముకోవడం చాలా సిగ్గుచేటు. రొట్టె ముక్క అడగడం కంటే వ్యవసాయం కష్టమా? అంటరానివారు వ్యవసాయ భూమిని కొనుగోలు చేయడం కష్టం కావచ్చు, కానీ అటవీ శాఖకు చాలా బీడు భూమి ఉంది. అంటరానివారు ఆ భూమిని డిమాండ్ చేస్తే ఆ భూమిని పొందడం వారికి కష్టమేమీ కాదు. అయితే

ఇదంతా ఎలా సాధ్యం అవుతుంది? తినడానికి రొట్టెలు లభించినంత కాలం మన పరిస్థితి అలాగే ఉంటుందని, పాత మార్గం కొనసాగినంత కాలం ఎవరూ కొత్త మార్గంలో వెళ్లరని నేను నమ్ముతున్నాను. పాత మార్గం వల్ల నేడు మనం మానవత్వానికి దూరమయ్యాం. ఇంకెంత కాలం ఇలాగే కొనసాగుతుంది?

మీరు ఖచ్చితంగా దీని గురించి ఆలోచించాలి. పెద్దమనుషులు, కొత్త సంస్కరణలు చేస్తున్నప్పుడు పాత వంశాన్ని ఆవాహన చేస్తారు. కొత్తది మంచిదైతే పాతదాన్ని ఎంత చెడ్డదైనా పొగడడం సరైనదేనా? దీని అర్థం ఏమిటంటే, పూర్వీకులు అజ్ఞానంలో ఏదైనా సంప్రదాయాన్ని స్థాపించినట్లయితే, వారి వారసులు ఎంతకాలం ఆ తప్పుడు సంప్రదాయాన్ని కొనసాగిస్తారు? పాతదే ఎప్పుడూ బంగారమే, ఈ రూట్‌కి అతుక్కోవడం వల్ల కొత్త మెరుగుదల ఉండదు.

ప్రతి తల్లితండ్రులు తమ పిల్లలు తమకంటే బాగుండాలని కోరుకుంటారు కదా? తల్లిదండ్రులకు ఈ కోరిక లేకపోతే, అటువంటి తల్లిదండ్రులకు మరియు జంతువులు మరియు పక్షుల జంటకు తేడా ఏమిటి? నేను చెప్పేది మీ కోసం కాదు, మీ పిల్లల కోసం మీరు శ్రద్ధ వహించాలి. ఈ రోజు మనం పొందుతున్న రొట్టె సరిపోతుంది, మరి చింత ఎందుకు? సగం రోటీని వదిలి మొత్తం తర్వాత ఎవరు పరుగెత్తుతారు? మీరు ఖచ్చితంగా అలాంటి ప్రశ్న అడుగుతారు. కానీ నేను చూపిన బాటలో నడవకపోతే నేటి రొట్టె కూడా దొరకదని హెచ్చరిస్తున్నాను.

నేను మీ ముందు మాత్రమే చెప్పాను, అది అలా కాదు. నాకు ఎక్కడ మాట్లాడే అవకాశం లభించిందో అక్కడ మాత్రమే ఈ అభిప్రాయాలను వ్యక్తం చేశాను. ముఖ్యమైన విషయం ఏమిటంటే, మీరందరూ ఉత్సాహంగా మేల్కొనే పనిని చేయండి. ఈ రాష్ట్ర ప్రజల సైన్యంలోకి రిక్రూట్‌మెంట్ నిలిపివేయబడినప్పటి నుండి, ఈ రాష్ట్ర ప్రజలు మరణించారు. కార్యకలాపాలన్నీ స్తంభించిపోయాయి. చాలా గ్యాప్ తర్వాత ఈ మండలి నిర్వహిస్తున్నారు. మేల్కొలుపు జ్వాల ఎప్పుడూ ఆరిపోకూడదు. ఈ పనికి కొంతమంది స్థానిక నాయకులు అవసరం. మార్గనిర్దేశం లేకుండా ఏ పని కష్టంగా అనిపిస్తుంది. ఇక్కడ ఉన్న పింఛనుదారులందరూ దీనిపై శ్రద్ధ వహించాలి, ఇది వారి విధి. ఈ గొప్ప సామాజిక ఉద్ధరణ మరియు స్వీయ-ఉద్ధరణకు ఆయన నాయకత్వం వహిస్తారని ఆశాభావం వ్యక్తం చేస్తూ నా ప్రసంగాన్ని ముగించాను.

22

మహద్ సత్యాగ్రహ పరిషత్

ఈ మండలి 1927 డిసెంబర్ 25, 26, 27 తేదీలలో మహద్‌లో జరిగింది. కౌన్సిల్‌కు సంబంధించిన ప్రాథమిక సన్నాహాలు అనంత్ వినాయక్ చిత్రే చేశారు. మహద్ సత్యాగ్రహానికి ప్రధాన నాయకుడు. ఈ సభను విజయవంతం చేసిన ఘనత చిత్రేకే దక్కుతుంది. ఈ కార్యక్రమానికి పదిహేను రోజుల ముందే మహద్ చేరుకున్నారు.

కొంతమంది యువకులు తప్ప, మహాద్‌లోని అగ్రవర్ణాల ప్రజలందరూ ఈ సత్యాగ్రహానికి వ్యతిరేకంగా ఉన్నారు. కౌన్సిల్ సభ్యులు ఎలాంటి మెటీరియల్‌ను పొందలేరు మరియు కౌన్సిల్ పనికి ఆటంకం కలిగించే విధంగా వారు కుట్ర పన్నారు.

ఇలాంటి పరిస్థితుల్లో కొంత మంది కాయస్థ కులస్తుల సహకారంతో సభను విజయవంతం చేయాలని మండలి నిర్వాహకులు సంకల్పించారు. శాంతారామ్ పాట్నీస్, కేశవరావు దేశ్‌పాండే, వామన్‌రావ్ పాట్కీ, కమలాకర్ టిప్నిస్ మొదలైన వారి నుండి అతనికి చాలా సహాయం లభించింది. ఇందులో వామనరావు పాటకి పూర్తి మద్దతు లభించింది. వారి సహాయం లేకుంటే, కౌన్సిల్ అవసరమైన సామగ్రిని పొందలేకపోయింది. మహాద్ ప్రతికూల పరిస్థితి కారణంగా, ప్రతి వస్తువును కొనుగోలు చేయవలసి వచ్చింది, ఇది కౌన్సిల్ ఖరీదైనది. అటువంటి పరిస్థితిలో కూడా, చిత్రే మరియు పటాకి కౌన్సిల్‌లో అద్భుతమైన ఏర్పాట్లు చేసారు, దీనికి వారు కృతజ్ఞతలు.

వారికి మద్దతుగా పూణే నుండి సుబేదార్ ఘాట్గే, థోరట్ మరియు భాంగర్ నుండి భంగార్కర్ జమాదార్ డిసెంబర్ 24న మహద్‌కు వచ్చారు. సుబేదార్ ఘాట్గేకు ప్రతినిధులను క్రమశిక్షణలో ఉంచడం మరియు భారీ సభకు భోజన ఏర్పాట్లు చేయడం వంటి బాధ్యతలను అప్పగించారు. మరోవైపు, చావదార్ చెరువు వద్దకు అంటరానివారిని అడ్డుకున్నందుకు మహద్‌లోని అగ్రవర్ణ ప్రజలు డాక్టర్ అంబేద్కర్‌తో పాటు నలుగురు అంటరానివారిపై కోర్టులో కేసు వేశారు. సమావేశం యొక్క ప్రాముఖ్యతను పరిగణనలోకి తీసుకుంటారు

కలెక్టర్, పోలీసు సూపరింటెండెంట్ మరియు ఇతర అధికారులు డిసెంబర్ 19 నుండి మహద్‌కు చేరుకున్నారు.డాక్టర్ అంబేద్కర్ సుమారు 250 మందితో పద్మావతి పడవలో డిసెంబర్ 24న ఉదయం 9 గంటలకు బొంబాయి నుండి బయలుదేరారు. ఆయన వెంట శివతార్కర్, ధోండీ గైక్వాడ్, కాంబ్లే, గంగావానే,

వనమాలి, పూణేకు చెందిన రాజ్‌భోజ్, నాసిక్‌కు చెందిన భౌరావ్ గైక్వాడ్ తదితరులు ఉన్నారు. అదేవిధంగా, సమాజ సేవా లీగ్‌కు చెందిన సహస్రబుద్ధే మరియు సమతా సంఘ్‌కు చెందిన ప్రధాన బంధు అగ్రవర్ణ గృహస్థులలో ఉన్నారు. 'బ్రాహ్మణ-బ్రాహ్మణేటర్' ఎడిటర్ దేవరావ్ నాయక్ అనారోగ్య కారణాలతో రాలేకపోయారు. సాయంత్రం 5.30 గంటలకు బోటు హరేశ్వర్ రేవుకు చేరుకుంది. సత్యాగ్రహీలకు స్వాగతం పలికేందుకు ప్రజలు ఇప్పటికే పూల వర్షం కురిపించారు.

డాక్టర్ అంబేద్కర్ ధర్మతార్‌కు బదులుగా దాస్‌గావ్ మీదుగా మహద్‌కు వెళ్లాలని నిర్ణయించుకున్నారు. ఈ విషయం కోల్మాండ్ ప్రజలకు తెలియడంతో వారు బొంబాయి నుండి వచ్చే సత్యాగ్రహులను స్వాగతించడానికి ఒక కమిటీని ఏర్పాటు చేశారు. స్వాగత కమిటీకి పాండురంగ్ మాండ్లేకర్ అధ్యక్షుడిగా ఉన్నారు. గ్రామ ప్రజలు అద్భుతమైన ఏర్పాట్లు చేశారు. సత్యాగ్రహులు అక్కడ హాయిగా రాత్రి గడిపారు. రెండవ రోజు, ఎనిమిది గంటలకు అల్పాహారం తర్వాత, అంబే పడవలో సత్యాగ్రహి దాస్‌గావ్‌కు బయలుదేరారు. పడవ మధ్యాహ్నం 12.30 గంటలకు దాస్‌గావ్‌కు చేరుకుంది. మహద్ దాస్గావ్ నుండి ఐదు మైళ్ల దూరంలో ఉంది. దాదాపు మూడు వేల మంది సత్యాగ్రహులు అప్పటికే డాక్టర్ అంబేద్కర్ మహద్‌కు వెళ్లేందుకు వేచి ఉన్నారు.

కోలాబా జిల్లా పోలీసు సూపరింటెండెంట్ శ్రీ ఫరాంట్, పోలీస్ ఇన్‌స్పెక్టర్, ఫౌజ్‌దార్ మొదలైన పోలీసు అధికారులు అప్పటికే ఉన్నారు. పోలీసు సూపరింటెండెంట్ డాక్టర్ అంబేద్కర్‌తో చర్చించి కలెక్టర్ శ్రీ హుడ్ నుండి లేఖను ఇచ్చారు. దీని తరువాత, డాక్టర్ అంబేద్కర్ మరియు సహస్రబుద్ధే మిస్టర్ ఫారెంట్ మోటారు వాహనంలో మహద్ చేరుకున్నారు. దాస్గావ్ నుండి బయలుదేరే ముందు, డాక్టర్ అంబేద్కర్ క్రమశిక్షణ మరియు శాంతితో మహద్‌కు రావాలని సత్యాగ్రహులందరికీ తెలియజేశారు.

సీతారాం నామ్‌దేవ్ శివతార్కర్ మరియు ప్రధాన్ సోదరులు డాక్టర్ అంబేద్కర్ మాటలను హాజరైన సత్యాగ్రహులకు గుర్తు చేశారు. సత్యాగ్రహులు వరుసలుగా కాలినడకన బయలుదేరారు. 'హర్ హర్ మహాదేవ్', 'విక్టరీ టు మహద్ సత్యాగ్రహం' నినాదాలు కొనసాగాయి. ఊరేగింపులో జెండాలు ఉన్నాయి మరియు కొంతమంది ప్రేరణ పదాలతో కూడిన ప్లకార్డులు పట్టుకున్నారు. బహిష్కృతులు హితకారిణి సభ యొక్క స్వచ్ఛంద బృందం బ్యాండ్‌తో కవాతు చేస్తున్నారు. సత్యాగ్రహ గీతాలు ఆలపిస్తూ 7-8 వేల మందితో కూడిన ఈ సత్యాగ్రహి బృందం తీగలు, తోరణాలతో అలంకరించిన భారీ సభా ప్రాంగణానికి చేరుకున్నారు.

బొంబాయి సత్యాగ్రహులు సమయానికి మహాద్‌కు చేరుకోకపోవడంతో కౌన్సిల్ కార్యక్రమాన్ని మార్చాల్సి వచ్చింది. అందుకోసం సాయంత్రం 4 గంటలకు మండలి కార్యక్రమం ప్రారంభమైంది.

ముందుగా చిన్నారులు దేవుడికి పూజలు చేశారు. ఆ తర్వాత సత్యాగ్రహ కమిటీ కార్యదర్శి సి.ఎన్. శివతార్కర్ శ్రీధర్ బల్వంత్ తిలక్ మరియు డాక్టర్ పురుషోత్తం సోలంకి నుండి టెలిగ్రామ్‌లను మరియు ఇతర ప్రముఖుల లేఖలను (సత్యాగ్రహ పరిషత్ విజయానికి సానుభూతి లేఖలు) చదివారు. తరువాత, ఉరుములతో కూడిన కరతాళధ్వనుల మధ్య, సత్యాగ్రహ కమిటీ ఛైర్మన్ తన ప్రసంగాన్ని చదివి వినిపించారు -పెద్దమనుషులు,

మీరు సత్యాగ్రహ కమిటీ ఆహ్వానాన్ని గౌరవిస్తూ ఇక్కడికి వచ్చారు, కాబట్టి సత్యాగ్రహ కమిటీ అధ్యక్షుడిగా మీ అందరినీ నేను స్వాగతిస్తున్నాను.

ఇక్కడ ఉన్న చాలా మంది స్నేహితులు మార్చి 19న మేమంతా కలిసి చావదార్ చెరువుకు వెళ్లినట్లు గుర్తుంచుకుంటారు. మహాద్‌లోని చావ్దార్ చెరువు వద్ద అగ్రవర్ణాల వారు మమ్మల్ని వ్యతిరేకించలేదు, కానీ వారు మాపై దాడి చేశారు.

వారు మా పనిని వ్యతిరేకిస్తున్నారని స్పష్టమైంది. ఈ పోరాటం ఫలితంగానే అంటరానివారు ఒక్కొక్కరు నాలుగు నెలలపాటు జైలులో ఉన్నారు మరియు వారు నేడు జైలులో ఉన్నారు. మార్చి 19, 27వ తేదీల్లో నిరసనలు చేయకుంటే చెరువుకు నీరు నింపే మన హక్కును అగ్రవర్ణాల వారు అంగీకరించారని, ఈరోజు ఈ కార్యక్రమం నిర్వహించాల్సిన అవసరం వచ్చేదని అందరికీ తెలిసిపోయి ఉండేది. కానీ అలాంటిదేమీ జరగలేదని చెప్పడం బాధాకరం.

మహాద్‌లోని అగ్రవర్ణాల వారు చాలా తెలివైన వారు, వారు చెరువు నుండి నీటిని స్వయంగా తీసుకువెళతారు మరియు ఇతర మతాల ప్రజలను కూడా నీటిని నింపడానికి అనుమతిస్తారు. దీంతో ముస్లిం మతానికి చెందిన వారు చెరువు నుంచి నీటిని తెచ్చుకుంటున్నారు. మనుషులకు వదిలేయండి, జంతువులు, పక్షులు కూడా నీళ్లు తాగకుండా ఆపవు. అంతే కాదు, అంటరానివారు పెంచుకునే జంతువులు కూడా చెరువులోని నీటిని తాగడానికి అనుమతిస్తారు.

అగ్రవర్ణ హిందువులు దయగలవారు. వారు ఎవరినీ హింసించరు లేదా ఎవరినీ మోసం చేయరు. ఉన్నత వర్గానికి కొరకరాని స్వార్థం లేదు. లెక్కలేనన్ని ఋషులు మరియు ఋషులు అతని దాతృత్వానికి స్పష్టమైన రుజువు. దాన ధర్మాన్ని పుణ్యంగానూ, దుఃఖాన్ని పాపంగానూ భావిస్తారు.

అంతే కాదు, ఇతరుల దుఃఖాన్ని తమదిగా భావించడం వారి స్వభావం. అమాయక జీవిని ఆవులా దయతో చూస్తారు. వారు పాముల వంటి వికృత జంతువులను కూడా రక్షిస్తారు, అందుకే ప్రతి ఒక్కరిలో ఒకే ఆత్మ ఉంటుంది, ఇది

వారి నైతిక ప్రవర్తన. ఇలాంటి దయగల అగ్రవర్ణ ప్రజలు తమ మతానికి చెందిన కొందరు చావదార్ చెరువులో నీరు తీసుకోకుండా ఎందుకు అడ్డుకుంటున్నారు? ఎందుకు అరెస్టు చేస్తారు? ఈ ప్రశ్న ఎవరి మదిలోనైనా తలెత్తకుండా ఉండదు.

ఈ ప్రశ్నకు సమాధానం ఏమిటి? దీన్ని అందరూ బాగా అర్థం చేసుకోవడం చాలా ముఖ్యం. అప్పటి వరకు నేటి సమావేశానికి ఉన్న ప్రాధాన్యత మా దృష్టికి రాదు. గ్రంథాల ప్రకారం, హిందువులకు నాలుగు వర్ణాలు ఉన్నాయి, కానీ ఆచారం మరియు సంప్రదాయం ప్రకారం ఐదు వర్ణాలు ఉన్నాయి. (బ్రాహ్మణ, క్షత్రియ, వైశ్య, శూద్ర మరియు అతిశూద్ర). ఇది హిందూ ధర్మం యొక్క మొదటి నియమం. రెండవ నియమం పాత్రల అసమానత. ఒక అక్షరం మరొకదాని కంటే తేలికైనది, అటువంటి అవరోహణ క్రమం.

కుల వ్యవస్థలో నిబంధనల ప్రకారం వర్గాలను నిర్ణయించారు. ఇది మాత్రమే కాదు, అప్పుడు ఎవరు ఏ హోదాలో ఉన్నారు? అందువల్ల వర్ణ పరిమితి నిర్ణయించబడింది. హిందూ మతంలో, పుత్రిక నిషేధం, రొట్టె నిషేధం, లోటా నిషేధం మరియు బహుమతి నిషేధం యొక్క పరిమితులు నిర్దేశించబడ్డాయి, ఇది సాధారణ ఆలోచన, కానీ ఈ ఆలోచన అసంపూర్ణమైనది. ఈ నాలుగు రకాల బంధాలు లేదా ప్రవర్తనకు పరిమితి ఉంది, కానీ వారు అసమాన స్థితి ఉన్న వ్యక్తుల స్థితిని నిర్ణయించడానికి నిశ్చయించుకున్నారు, అంటే సహజీవనం లేని ఈ సరిహద్దు అసమానతను వ్యక్తపరుస్తుంది.

తలపై కిరీటం ధరించేవాడిని రాజుగా ఎలా పిలుస్తారో, అలాగే చేతిలో విల్లు మరియు బాణం పట్టుకున్న వ్యక్తిని క్షత్రియుడని అంటారు. అదేవిధంగా, పైన పేర్కొన్న నాలుగు బంధాల నుండి విముక్తి పొందినవాడు ఉత్తమంగా పరిగణించబడతాడు. దీనికి విరుద్ధంగా, నాలుగు ఆంక్షలు ఎవరిపై విధించబడ్డాయో అతను అత్యల్పంగా ఉంటాడు. మతం నిర్దేశించిన అసమానతలో సమానత్వం అస్సలు స్థాపించబడదు కాబట్టి ఈ చతుర్భుజాన్ని నిర్వహించడం యొక్క విపరీతమైనది.

మహద్‌లోని అగ్రవర్ణ ప్రజలు అంటరానివారిని చావదార్ చెరువు నీటిని తాగనివ్వరు. అంటరానివారు నీటిని ముట్టుకుంటే అది కలుషితమవుతుంది లేదా ఆవిరైపోతుంది కాబట్టి కాదు. అంటరానివారు మనతో సమానం అని అంగీకరించకపోవడమే కారణం.అనుమతించడం ద్వారా.

పెద్దమనుషులు, మేము వివాదం ప్రారంభించాము. ఆ వివాదానికి అర్థం ఏమిటో మీకే తెలియాలి. సత్యాగ్రహ కమిటీ మిమ్మల్ని మహద్‌కు పిలిచింది. మహద్ చెరువులోని రుచికరమైన నీటిని తాగడానికి మీరు ఆహ్వానించబడ్డారు అని మీరందరూ ఎప్పుడూ అనుకోకూడదు.

చావదార్ చెరువు నీరు తాగి అమరులవుతాం అనేదేమీ లేదు. ఇప్పటి వరకు చావదార్ చెరువు నీరు తాగకుంటే చచ్చిపోయామా?నీళ్ళు తాగడానికే చావదార్ చెరువుకు వెళ్లనవసరం లేదు, ఇతరులలాగే మనం కూడా మనుషులమే, అందుకే చెరువు వద్దకు వెళ్లాలి. అందుకే సమానత్వం నెలకొల్పేందుకు ఈ సభకు పిలుపునిచ్చాం, ఇది చాలా స్పష్టంగా ఉంది.

ఈ దృక్కోణం నుండి మేము సమావేశాన్ని పరిశీలిస్తే, ఈ సమావేశం చాలా ముఖ్యమైనదని మనం గ్రహించగలము. ఈ విషయంలో ఎవరికీ ఎలాంటి సందేహాలు ఉండవని నమ్ముతున్నాను. ఈరోజు అపూర్వమైన రోజు. భారతదేశ చరిత్రలో ఇలాంటి ఉదాహరణ దొరకదని నా నమ్మకం.

మన సోదరులలో కొందరు మనం అంటరాని వారమని అనుకోవచ్చు. కాబట్టి, మా మధ్య బేతిబంధీ మరియు లోటాబందీ ముగిసింది, అది సరిపోతుంది. మరియు మేము వ్యవస్థ గురించి ఏమి ఆందోళన చెందుతున్నాము? ఆయన ఉన్నా, మనకేం అభ్యంతరం? కానీ నా ప్రకారం ఈ ఆలోచన పూర్తిగా తప్పు. వర్ణాశ్రమ వ్యవస్థను అలాగే ఉంచడం ద్వారా అంటరానితనాన్ని అంతం చేయాలనే ఆలోచన అవాస్తవికం.

ప్రజలే ఇలా చెబుతారు. మానవ సంక్షేమానికి బాహ్య ప్రయత్నాలు ఎంత అవసరమో, కోరిక కూడా అవసరం. దృఢ సంకల్ప శక్తి లేకుంటే మనిషి ప్రయత్నాలు సాధ్యమవతాయా లేదా అనే సందేహం ఉంటుంది. ఏదైనా పెద్ద పని చేయాల్సి వస్తే దానికి తగ్గట్టుగానే చేయాలి. ఒక వ్యక్తికి చాలా బలమైన కోరిక ఉండాలి. కోరిక నెరవేరుతుందా లేదా అని సిగ్గుపడాల్సిన అవసరం లేదు. చిన్న చిన్న కోరికలకి మనం సిగ్గుపడాలి.

అంటరానితనం తొలగిపోయినప్పడు, మనం అతిశూద్రుడి కంటే స్వచ్ఛంగా ఉంటాం, కానీ అతిశూద్ర నుండి శూద్రుడిగా మారడం అంటే అంటరానితనాన్ని పూర్తిగా నిర్మూలించడం కాదు. అంటరానితనం నిర్మూలన ప్రతిపాదన ఏంటంటే - కుల వ్యవస్థ నిర్మూలన అంటే అంటరానితనం అంతమైపోతుందనే చిన్న కోరికతో నా పని పూర్తి చేసుకోగలిగితే కుల వ్యవస్థను రద్దు చేయమని అడగను. పామును చంపడానికి, దాని తోకను కొట్టడం వల్ల ఏమీ చేయదని, దాని నోరు నలిపివేయాలని మీకు తెలుసు.

ఒక దుర్మార్గుడిని నాశనం చేయాలంటే అతని కోర్ మీద కొట్టాలి. దుర్మార్గుడు ఎక్కడ చనిపోతాడో గుర్తించిన తర్వాతే, మీరు ఆ స్థలంపై దాడి చేయాలి. భీముడు అతని తొడపై గద్దతో కొట్టడంతో దుర్యోధనుడు మరణించాడు. జాపత్రి అతని తలకు తగిలి ఉంటే, అతను చనిపోయేవాడు కాదు. దుర్యోధనుడి మరణానికి కారణం తొడలో, తలలో కాదు.

ఈ విషయంలో గమనించదగ్గ విషయం ఏమిటంటే, కేవలం ఆంక్షలు విధించి, దర్శనం చేసుకోవడం ద్వారా అంటరానితనాన్ని పూర్తిగా నాశనం చేయలేము. ఈ రెండింటిలో

ఫలితంగా ఇంటి బయట అంటరానితనం అంతం అవుతుందంటే ఇంట్లో అంటరానితనం అలాగే ఉంటుంది. ఇంటి బయట అంటరానితనంతో పాటు ఇంటిలోపల అంటరానితనాన్ని పెంపొందించుకోవాలంటే కూతురి నిషేధానికి స్వస్తి పలకాలి. సమానత్వాన్ని స్థాపించడానికి ఇదొక్కటే మార్గం. దీన్ని ఎవరైనా అంగీకరిస్తారు. ప్రధాన కాండం (మూలం) నాశనమైతే జాతులు స్వయంచాలకంగా చనిపోతాయి.

రోటీ బ్యాన్, లోటా బ్యాన్, భేత్ బ్యాన్ లాంటి సమస్యలన్నీ బేటీ బ్యాన్ వల్లే తలెత్తాయి. కూతుళ్లపై నిషేధం ముగిసిన వెంటనే, ఇతర సమస్యలను పరిష్కరించాల్సిన అవసరం ఉండదు, అవి స్వయంచాలకంగా ముగుస్తాయి. నా దృక్కోణంలో, అంటరానితనాన్ని తొలగించడానికి కుమార్తె నిషేధం యొక్క ఆనకట్టను బద్దలు కొట్టడం సరైన చర్య మరియు ఇది నిజమైన సమానత్వాన్ని స్థాపిస్తుంది. మనం అంటరానితనాన్ని నాశనం చేయాలనుకుంటే, అంటరానితనానికి మూలకారణం కుమార్తె నిషేధమని అంగీకరించాలి. ఈరోజు మన దాడి లోటాబానీపై అయితే, మన అంతిమ లక్ష్యం బేతిబాన్పైనే ఉండాలి. ఇది లేకుండా, అంటరానితనం యొక్క సంపూర్ణ ఉద్ధరణ సాధ్యం కాదు. ఈ పని ఎవరు చేయగలరు? ఈ పని బ్రాహ్మణ వర్గం చేయదని చెప్పాల్సిన పనిలేదు. అంటరానితనాన్ని పూర్తిగా నిర్మూలించడం సాధ్యం కాదు.

కుల వ్యవస్థ ఉన్నంత కాలం బ్రాహ్మణ వర్గ ఆధిపత్యం చెక్కుచెదరకుండా ఉంటుంది. స్వచ్ఛందంగా అధికారం అప్పగించేందుకు ఎవరూ సిద్ధంగా ఉండరు. బ్రాహ్మణ వర్గం అనేక శతాబ్దాలుగా ఇతర తరగతులపై తన సార్వభౌమత్వాన్ని స్థాపించింది తప్ప ఇతరులను సమానంగా చూడడానికి ఎప్పుడూ సిద్ధంగా ఉండదు.

జపాన్లోని సమురాయ్ తరగతికి ఉన్న దేశభక్తి బ్రాహ్మణ తరగతిలో లేదు. సమురాయ్ తరగతి జాతీయ ఐక్యత కొరకు వారి ప్రత్యేక సామాజిక హక్కులను వదులుకుంది. సమానత్వం ప్రాతిపదికన జాతీయ సమైక్యత కోసం వారు చేసిన త్యాగం బ్రాహ్మణ వర్గం నుండి సాధ్యం కాదు మరియు వారి నుండి అదే విధంగా ఆశించడం వ్యర్థం. బ్రాహ్మణేతరుల తరగతి అంటే మరాఠాలు మరియు ఇలాంటి కులాలు హక్కులు ఉన్నవారు మరియు హక్కులు లేని వారి మధ్య తరగతి.

శక్తిమంతమైన వర్గం కొంచెం స్వార్థాన్ని వదలి ఉదారతను చూపగలదు, కాని అనధికార వర్గం ఆదర్శప్రాయమైనది మరియు సామాజిక విప్లవం చేయవలసి

ఉంటుంది. అందువల్ల, స్వార్థానికి బదులుగా, సూత్రాల గుణం ఇందులో ఉంది. ఈ రెండింటి మధ్య బ్రాహ్మణేతర తరగతి కారణంగా, ఉదారవాదం మరియు సూత్రప్రాయత లోపించింది. ఈ కారణంగా, ఈ వర్గం బ్రాహ్మణులను ఎదుర్కొనే బదులు అంటరాని వారి నుండి ప్రత్యేక హక్కులను కాపాడుకోవాలనే స్పృహతో ఉంది.

సామాజిక విప్లవం దృక్కోణంలో ఈ తరగతి స్తంభించిపోయింది. మేము ఈ తరగతి నుండి వస్తువులను పరిశీలిస్తే మనం ఏదైనా ఆశించినట్లయితే, అది వ్యర్థమని రుజువు అవుతుంది. అంటరానితనాన్ని రూపుమాపి సమానత్వాన్ని నెలకొల్పే బాధ్యతను మనమే తీసుకున్నాం, దానిని నెరవేర్చాలి. ఈ పని మీ చేతులతో తప్ప మరెవరి చేతులతో సాధ్యం కాదు. మనం ఈ పని కోసమే పుట్టాం అని భావించి ఈ పని చేయాలి. ఇదే మన జీవితానికి అర్థం. మనం పొందుతున్న పుణ్యాన్ని స్వీకరించాలి.

ఈ పని ఆత్మజ్ఞానం కూడా. ఈ పని మన పురోగతికి అడ్డుగా వస్తున్న అడ్డంకులను తొలగిస్తుంది. అంటరానితనం వల్ల మన ఆహారంలో కల్మషం చేరిందని మనందరం గ్రహించాలి. ఒకప్పుడు మనం సైన్యంలో సమృద్ధిగా ఉండేవాళ్లమని, ఆర్మీ సర్వీస్‌లో మాకు గుత్తాధిపత్యం ఉండేదని, అందుకే మా జీవనోపాధి గురించి ఆందోళన చెందాల్సిన అవసరం లేదని అందరికీ తెలుసు. నేడు మనతో సమానమైన వ్యక్తులు సైన్యం, పోలీసు, కోర్టులు మొదలైన వాటిలో పనిచేస్తున్నారు, కానీ మనలో ఒక్కరు కూడా ఈ విభాగాలలో ఉద్యోగం చేయడం లేదు.

ఇది చట్టం ద్వారా నిషేధించబడినందున కాదు. చట్టపరమైన కోణం నుండి ప్రతిదీ తెరిచి ఉంటుంది. నిజానికి, హిందువులు మనల్ని అంటరానివారిగా పరిగణిస్తారు మరియు మమ్మల్ని తక్కువగా పరిగణిస్తారు. అందువల్ల ప్రభుత్వం కూడా మమ్మల్ని పట్టించుకోదు కాబట్టి మాకు ప్రభుత్వ ఉద్యోగాల్లోకి ప్రవేశం లేదు. తల పైకెత్తి ఏ పనీ చేయలేం. డబ్బు లేకపోవడంతో వ్యాపారం చేయలేకపోతున్నాం. ఇది కూడా కొంత వరకు నిజమే, కానీ అంటరానితనం కారణంగా ప్రజలు మన చేతుల్లో నుండి ఏమీ తీసుకోవడానికి సిద్ధంగా లేరు. ఇది మా వ్యాపారంలో ప్రధాన అవరోధం.

మొత్తంమీద, అంటరానితనం అనేది సాధారణ విషయం కాదు, ఇది పేదరికం మరియు న్యూనత యొక్క తల్లి, అందుకే ఈ రోజు మనం తీవ్ర ఇబ్బందుల్లో ఉన్నాము. ఈ ఇన్ఫీరియారిటీ కాంప్లెక్స్ పైకి ఎదగాలంటే, ఈ పనిని మన చేతుల్లోకి తీసుకోవలసి ఉంటుంది. ఇది లేకుండా మన పురోగతి సాధ్యం కాదు. ఈ పని స్వప్రయోజనాలకే కాదు దేశ ప్రయోజనాలకు కూడా ఉపయోగపడుతుంది.

చాతుర్వర్ణ్య వ్యవస్థలో అంటరానితనాన్ని నాశనం చేయకుండా హిందూ సమాజం అభివృద్ధి చెందదు. సామాజిక నైతికత అనేది పరస్పర జీవిత సంబంధాలలో వివాదాలను పరిష్కరించడానికి సమాజం ఉపయోగించే చాలా ముఖ్యమైన సాధనం. ఈ వాస్తవాన్ని అంగీకరించాలి. సమాజ ఐక్యతకు హాని కలిగించే వాటిని విలువైనవిగా పరిగణిస్తారు మరియు సమాజాన్ని కలిసి ఉంచే వాటిని తృణీకరించారు. అలాంటి సమాజం అంతర్గత కలహాలలో ఓటమిని అంగీకరించాలి. దీనికి విరుద్ధంగా, సమాజం యొక్క నైతికత సామాజిక ఐక్యతను ప్రశంసించే విధంగా ఉంటుంది మరియు సమాజం విచ్ఛిన్నానికి దారితీసే కారణాలు ఆ కారణాలే.

ఖండించారు. అలాంటప్పుడు జీవితంలో గొడవలు వచ్చినా కీర్తి లేకుండా ఉండదు.అదే న్యాయం హిందూ సామాజిక వ్యవస్థకు కూడా వర్తిస్తుంది. చాతుర్వర్ణ్య వ్యవస్థ అనేది ప్రజా దృష్టిని మరల్చే వ్యవస్థ కాగా, ఏకవర్ణ వ్యవస్థ ప్రజా సేకరణ వ్యవస్థ. విధ్వంసకర వ్యవస్థను కళ్లతో చూసినా మనం పొగుడుతూనే ఉంటే, హిందూ సమాజం అడుగడుగునా బాధపడాల్సి వచ్చిందంటే ఆశ్చర్యం ఎందుకు? ఈ చిత్రాన్ని మార్చాలంటే ఫోర్ టోన్ వ్యవస్థను రద్దు చేసి వన్ టోన్ వ్యవస్థను ఏర్పాటు చేయాల్సి ఉంటుంది.

ఈ పని దీనిపై మాత్రమే పూర్తి చేయబడదు, కానీ చాతుర్వర్ణ్య విధానంలో అసమానతలను కూడా తొలగించాలి. చాలా మంది సారూప్యతను ఎగతాళి చేస్తారు. సహజంగా ఏ మానవుడూ ఒకేలా ఉండడు. కొందరు శారీరకంగా బలంగా ఉంటే, మరికొందరు బలహీనంగా ఉంటారు. కొందరికి పదునైన తెలివితేటలు ఉంటాయి మరికొందరికిమసకబారిన.

పుట్టుకతో అసమానులైన వ్యక్తులను సమానంగా పరిగణించాలని సమతావాదులకు తగదు. నిజానికి ఈ దయ్యాలకు సమానత్వం అంటే అర్థం కాలేదనే చెప్పాలి.

హక్కుల సాధన అనేది ఒకరి పుట్టుక లేదా ఆస్తి ఆధారంగా కాదు, అతని గుణాల ఆధారంగా, సమానత్వానికి అర్థం ఇదే అయితే, ధర్మం, మురికి మరియు తప్పు అయిన వ్యక్తి సత్ప్రవర్తన, శుభ్రత మరియు సరైనది అయితే సమానంగా ప్రవర్తిస్తాడు. వ్యక్తి సమానంగా ప్రవర్తిస్తాడు.

దీన్ని ఎలా ఆశించవచ్చు? ఇలా రివర్స్ ప్రశ్న అడుగుతారు. గుణాలలో సారూప్యమైన వ్యక్తులను సమానంగా పరిగణించాలి, అటువంటి సమానత్వాన్ని వివరిస్తుంది.

ఒక వ్యక్తిలో గుణాలను పెంపొందించుకున్న తర్వాత, అధికార స్థానానికి రాకముందు వారు ఎందుకు అసమానంగా ఉండాలి? సమాన చికిత్స సరైనది. సామాజిక శాస్త్రం ప్రకారం, వ్యక్తి యొక్క గుణాల పూర్తి అభివృద్ధిలో సామాజిక వ్యవస్థ ముఖ్యమైన పాత్ర పోషిస్తుంది. ఒక బానిస ఎల్లప్పుడూ అసమానంగా వ్యవహరిస్తే, అతను బానిసత్వం తప్ప మరే ఇతర గుణాన్ని కలిగి ఉండడు. ఈ బానిస ఏ ఇతర అర్హత మరియు హక్కులకు అర్హులు కాదు. అదేవిధంగా, స్వచ్ఛమైన వ్యక్తి అపవిత్ర వ్యక్తిని తృణీకరించి, పరస్పర సంభోగం ఆగిపోతే, అపవిత్రుడైన వ్యక్తికి ఎప్పుడూ పవిత్రంగా ఉండాలనే కోరిక ఉండదు. అనైతిక వ్యక్తిలో నైతికత

నైతిక విలువలున్న వ్యక్తి లేదా సమాజం మద్దతు ఇవ్వకపోతే అది ఎప్పటికీ ప్రారంభం కాదు.ఒకరిని సమానంగా చూడడం ద్వారా ఒకరిలో ఉండే గుణాలు మరొకరిలో తలెత్తక పోయినా, సమానత్వ ప్రవర్తన లేకుండా సహజమైన గుణాలు పెంపొందించలేవని పై ఉదాహరణ ఖచ్చితంగా రుజువు చేస్తుంది. అదేవిధంగా, సమానత్వం యొక్క ప్రవర్తన లేకుండా, వ్యక్తి యొక్క లక్షణాలు ప్రశంసించబడవు.

ఒక వైపు హిందూ సమాజంలోని అసమానత వ్యక్తి యొక్క అభివృద్ధిని మరుగుజ్జు చేస్తుంది, మరోవైపు ఈ అసమానత వ్యక్తి యొక్క పేరుకుపోయిన లక్షణాలను మరియు శక్తిని సమాజానికి వినియోగించడానికి అనుమతించదు. విడిపోయిన హిందూ సమాజాన్ని చాతుర్వర్ణ్య వ్యవస్థ మరింత నిర్వీర్యం చేస్తోంది.

హిందూ సమాజాన్ని శక్తివంతం చేయాలంటే చాతుర్వర్ణ, అసమానతలను రూపుమాపి సమానత్వం, ఏకవర్ణ వ్యవస్థ ఆధారంగా హిందూ సమాజాన్ని నిర్మించాలి. అంటరానితనాన్ని నిర్మూలించే పని హిందూ సమాజాన్ని బలోపేతం చేస్తుంది. అందుకే మన పని మన స్వప్రయోజనాలకే కాదు దేశ ప్రయోజనాలకు కూడా ఉపయోగపడుతుందని చెబుతున్నాను.

సామాజిక విప్లవం కోసం ఈ పనిని ప్రారంభించాం. మధురమైన మాటలు మాట్లాడి మనసును రంజింపజేయడానికే ఇలా చేస్తున్నారని ఎవరూ అనుకోకూడదు. మన పని భావోద్వేగాలపై ఆధారపడి ఉంటుంది. ఈ భావన మన పనికి బలాన్ని ఇస్తోంది, కాబట్టి ఈ పని వేగాన్ని ఆపడం ఎవరికీ సాధ్యం కాదు. ఈరోజు ఇక్కడ ఆవిష్కృతం కానున్న సామాజిక విప్లవం త్వరితగతిన పూర్తి కావాలని నా కోరిక.

మమ్మల్ని వ్యతిరేకించవద్దని ప్రత్యర్థులకు చెప్పాలన్నారు. లేఖనాలను పక్కన పెట్టి, న్యాయాన్ని గౌరవించండి. ఈ కార్యక్రమాన్ని శాంతియుతంగా నిర్వహిస్తామని హామీ ఇస్తున్నాం.

మహద్ పరిషత్‌లో బాబాసాహెబ్ అంబేద్కర్ ప్రతిపాదించిన ప్రతిపాదనలు

సామాజిక అన్యాయం, మతపరమైన అపవాదు, రాజకీయ అధోకరణం మరియు ఆర్థిక బానిసత్వం దేశం యొక్క పతనానికి దారి తీస్తుంది. దీనికి సజీవ ఉదాహరణ ఇది హిందూ సంస్కృతి, నాకు స్పష్టమైన అభిప్రాయం ఉంది. హిందూ సమాజం దుస్థితికి ప్రధాన కారణం జన్మహక్కులు ఏమిటి? బహుజన సమాజం తన అవసరాన్ని మరియు అవగాహనను గుర్తించలేదు లేదా స్వార్థపూరిత అంశాల పురోగతిని అరికట్టలేదు. తన జన్మహక్కును నెరవేర్చుకోవడం సమాజంలోని ప్రతి పౌరుడి అత్యున్నత కర్తవ్యం.

హక్కులను తెలుసుకోండి, వాటిని ఉపయోగించుకోండి మరియు పరస్పర లావాదేవీలలో వాటిని ఉల్లంఘించనివ్వవద్దు. హిందూ సమాజం యొక్క జన్మహక్కులు ఏమిటి? ఇది ఎల్లప్పుడూ ప్రతి హిందువు కళ్ల ముందు ఉండాలి, కాబట్టి ఈ సమావేశంలో అందరి సమాచారం కోసం ఈ క్రింది మేనిఫెస్టోను విడుదల చేస్తున్నారు-

మొదటి ప్రతిపాదన

1. మానవులందరూ పుట్టినప్పటి నుండి సమానమే మరియు మరణించే వరకు సమానమే. ప్రజా ప్రయోజన కోణం నుండి వారి హోదాలో తేడాలు ఉండవచ్చు, అయినప్పటికీ వారి హోదా సమానంగా ఉండాలి. సమానత్వ సూత్రాల సాధనలో ఎలాంటి ఆటంకాలు ఉండకూడదని, అలాంటి చర్యలేవీ తీసుకోకూడదని అసెంబ్లీ అభిప్రాయపడింది.

2. పైన పేర్కొన్న సహజసిద్ధమైన మానవ హక్కులు చెక్కుచెదరకుండా ఉండాలి, ఇది రాజకీయ మరియు సామాజిక వ్యవస్థ యొక్క అంతిమ లక్ష్యం కావాలి, కాబట్టి హిందూ సమాజంలోని అసమాన సామాజిక నిర్మాణాన్ని మరియు దానికి మద్దతు ఇచ్చే ప్రాచీన మరియు ఆధునిక పదాలను సభ తీవ్రంగా ఖండిస్తుంది.

3. అఖిల ప్రజా అన్ని రకాల అధికారం మరియు అధికారం యొక్క మూలకర్త. బహుజనులకు అలాంటి హక్కులు ఇవ్వకపోతే రాజకీయంగా లేదా మతపరంగా ఏ వ్యక్తి, సంఘం లేదా వర్ణ ప్రత్యేక హక్కులు చెల్లవు. అదేవిధంగా, సామాజిక వ్యవస్థ

సందర్భంలో, శ్రుతి, స్మృతి, పురాణం మొదలైన గ్రంథాల ఆధారాలను సభ అంగీకరించడానికి సిద్ధంగా లేదు.

4. ఏ వ్యక్తికైనా తన జన్మహక్కు ప్రకారం ప్రవర్తించే స్వేచ్ఛ ఉంది. అతనిపై ఆంక్షలు విధించినట్లయితే, ఇతరులు కూడా అదే విధంగా వారి జన్మహక్కును అనుభవించే అవకాశాన్ని పొందాలి. ఆంక్షలు దీనికే పరిమితం కానున్నాయి. ఈ బంధాలు ప్రజలచే రూపొందించబడిన నిబంధనల ప్రకారం నిర్వహించబడాలి. వీటిని గ్రంధాల ఆధారంగా లేదా మరే ఇతర ప్రాతిపదికన నిర్ణయించకూడదు. అష్టాధికారుల వంటి కులంలో లేదా కులంలో నిర్దేశించిన అసమాన వ్యవస్థను సభ నిషేధిస్తుంది.

5. సమాజానికి ప్రమాదకరమైన పనులు చేయకుంటే చట్టం ద్వారా నిషేధించాలి. చట్టం ద్వారా నిషేధించకపోతే మరెవరూ తిరస్కరించలేరు. రోడ్లు, ప్రభుత్వ స్థలాలు, ప్రభుత్వ బావులు, చెరువులు, దేవాలయాలు వాడుకోవడానికి ఎవరూ నిరాకరించలేరు. ఎవరైనా ఇలా చేస్తే, ఈ వ్యక్తులు మంచి వ్యవస్థీకృత సమాజానికి మరియు న్యాయానికి శత్రువులు, ఈ సభ అలా నమ్ముతుంది.

6. చట్టం అంటే ఏదైనా ఒక వర్గం విధించిన బంధం కాదు. చట్టం

అది ఎలా ఉందో నిర్ణయించే హక్కు మొత్తం ప్రజానీకానికి లేదా దాని ప్రతినిధులకు ఉంది. ఈ చట్టం రక్షణాత్మకమైనా లేదా పరిపాలనాపరమైనదైనా అందరికీ సమానంగా వర్తిస్తుంది. సమానత్వమే సామాజిక నిర్మాణానికి ప్రాతిపదిక కాబట్టి, గౌరవం, హక్కులు మరియు వ్యాపారంలో కులం ప్రతిబంధకంగా మారకూడదు. వివక్ష అనేది వ్యక్తి యొక్క యోగ్యతలపై ఆధారపడి ఉండాలి మరియు పుట్టుక ఆధారంగా కాదు, కాబట్టి, కుల వివక్ష మరియు అసమానతలను అసెంబ్లీ తీవ్రంగా ఖండిస్తుంది.

రెండవ ప్రతిపాదన

శూద్ర కులాన్ని అవమానించే, దాని పురోగతికి ఆటంకం కలిగించే, వారి ఆత్మవిశ్వాసాన్ని నాశనం చేసే మరియు సామాజిక, రాజకీయ మరియు ఆర్థిక బానిసత్వాన్ని సృష్టించే మనుస్మృతిలోని మాటలను దృష్టిలో ఉంచుకుని, పైన పేర్కొన్న గ్రంథాల నుండి హిందువుల జన్మహక్కు ప్రకటనలోని అంశాలను పోల్చండి (మనుస్మృతి), వారు ఏ గ్రంథం యొక్క పవిత్రమైన పేరును ధరించడానికి అర్హులు కాదు. ఈ సభ అలాంటి అభిప్రాయాన్ని కలిగి ఉంది మరియు తన అభిప్రాయాన్ని

వ్యక్తం చేయడానికి ఈ ప్రజా వ్యతిరేక పుస్తకాన్ని తగలబెట్టి మానవత్వాన్ని నాశనం చేస్తుంది.

మూడవ ప్రతిపాదన

హిందూ మతాన్ని అనుసరించే వారందరినీ ఒకే కులంగా పరిగణించాలి, నామవాచకం 'హిందూ'సమాజం మొత్తం గుర్తించాలి. బ్రాహ్మణ, క్షత్రియ, వైశ్య, శూద్ర మొదలైన కులాలకు చెందిన నామవాచకాలను సంబోధించడంపై చట్టపరమైన నిషేధం ఉండాలి. ఇదీ సభ అభిప్రాయం. దర్జీ, స్వర్ణకారుడు, తోటమాలి వృత్తి ప్రాతిపదికన మరియు మరాఠా, కోకనాస్థ, దేశస్థ మొదలైనవాటిని ప్రావిన్స్ ఆధారంగా పేర్కొనడానికి ఎటువంటి అభ్యంతరం లేదు.

నాల్గవ ప్రతిపాదన

అన్నది ఈ కౌన్సిల్ అభిప్రాయం.

సంఖ్యల ప్రకారం, మత నాయకులు ప్రజలకు అనుచరులుగా ఉండాలి మరియు ప్రజలచే నియమించబడాలి.

ప్రతి హిందువుకు ధర్మాధికారి (పూజారి) వృత్తిని అంగీకరించే మరియు అర్హత పొందే హక్కు ఉండాలి. ధర్మాధికారి పరీక్ష చేయించుకున్న తర్వాత సర్టిఫికెట్ ఇవ్వాలి. వరకు సర్టిఫికేట్ పొందే వరకు, ఏ వ్యక్తి అయినా 'ధర్మాధికారి' అని పిలవబడకుండా మరియు చట్టపరమైన విధులను నిర్వహించకుండా చట్టబద్ధంగా నిరోధించబడాలి.

అటువంటి ప్రణాళికను గ్రామ ధర్మాధికారి, తహసీల్ ధర్మాధికారి మరియు ప్రావిన్స్ ధర్మాధికారి చేయాలి.

పైన నియమించబడిన మతపరమైన కార్యకర్తలకు దక్షిణ, శ్రమ లేదా మతపరమైన ఆచారాలను నిర్వహించే ప్రతిఫలం పొందే హక్కు ఉండకూడదు. ఇతర శాఖల అధికారుల మాదిరిగానే ఈ శాఖలోని చిన్న, పెద్ద అధికారులను కూడా ప్రభుత్వ ఉద్యోగులుగా పరిగణించి వారికి ప్రభుత్వం సరైన వేతనాలు ఇవ్వాలి.

23

రమాబాయి స్వార్థం త్యాగం

రాయ్‌ఘర్ కోటలో సాహెబ్‌ను మరాఠాలు చంపారు, అతను ఆసుపత్రిలో ఉన్నాడు, ఈ తప్పుడు వార్త తెలుసుకున్న రమాబాయి, ఆమె కన్నీళ్లు పెట్టుకుంది. మహిళలు వారికి వివరించారు. అందరూ బాబాసాహెబ్‌తో, "నువ్వు ఇంటికి వెళ్ళు, రమాబాయికి సుఖం కలుగుతుంది" అని చెప్పారు.

బాబాసాహెబ్ కోపంగా, "ఈ ఆడవాళ్ళు ఇలా ఉన్నారు, వారి కోరికలు మరియు ఆకాంక్షలు చూస్తూ ఉంటే, మన చేతుల్లోకి మంచి ఏమీ రాదు, నేను కేసు కోసం రాత్రి రైలులో కొల్హాపూర్ వెళ్ళాలి, అప్పుడు నేను కేసును సరిగ్గా తీయాలి. ఇప్పుడు "సన్నాహాలు చేయాలి, మీరందరూ వెళ్ళండి."

కొల్హాపూర్ నుండి తిరిగి రాగానే, బాబాసాహెబ్ రమాబాయితో మాట్లాడి, ఆ తర్వాత ఆఫీసుకు వెళ్ళాడు. ఆఫీసులో సహస్రబుద్ధే బాబాసాహెబ్ అంబేద్కర్‌తో, "సార్, మీరు మీ భార్య పట్ల చాలా అజాగ్రత్తగా ఉన్నారు, ఇది మంచిది కాదు." దీనిపై బాబా సాహెబ్ చాలా సీరియస్ అయ్యి, "అందరూ నన్ను నిందిస్తున్నారు, కానీ నేను కూడా నా భార్యను, పిల్లలను మరియు నా లైబ్రరీని హృదయపూర్వకంగా ప్రేమిస్తాను. ఈ ప్రేమను వ్యక్తపరిచే విధానం మీది కాదు. కాబట్టి నేను మీకు చెప్తున్నాను క్రూరమైనది, కానీ ఇది నిజానికి అతని భార్య యొక్క స్వార్థ త్యాగం కారణంగా.

ఈ రోజు నేను ఈ మైలురాయిని సాధించాను."

24

సత్యాగ్రహం ఎందుకు?

మేము గుడిలోకి ప్రవేశిస్తున్నాము, అయితే మీ ప్రశ్నలకు ఆలయంలోకి ప్రవేశించడం ద్వారా పరిష్కారం లభించడం అస్సలు సాధ్యం కాదు. మీ ప్రశ్నల స్వభావం విస్తృతమైనది. వారి స్వభావం రాజకీయ, సామాజిక, మత, ఆర్థిక మరియు విద్యాపరమైనది, కానీ నేటి కాలారం ఆలయ ప్రవేశ సత్యాగ్రహం అగ్రవర్ణ హిందూ మనస్తత్వానికి పిలుపు. వందల ఏళ్లుగా అగ్రవర్ణ హిందువులు మనల్ని మానవత్వానికి దూరంగా ఉంచారు.

ఈ హిందువులు మనకు మానవత్వపు హక్కులు ఇవ్వడానికి సిద్ధంగా లేరు. ఆలయ ప్రవేశ సత్యాగ్రహం నుంచి ఈ ప్రశ్న ఉత్పన్నం కానుంది. నిజమైన మానవుడిని మనిషి అని పిలవడానికి హిందూ మనస్సు సిద్ధంగా లేదు. ఈ ప్రశ్న సత్యాగ్రహం ద్వారా కనిపిస్తుంది.

అగ్రవర్ణ హిందువులు మనల్ని కుక్కలు, పిల్లులకంటే హీనంగా భావించారు, అయినా హిందువులు మనలాంటి వారి కోసం మానవత్వపు మూల్యం చెల్లించడానికి సిద్ధంగా ఉన్నారా లేదా? అయితే ఈ సత్యాగ్రహం ద్వారా మనం ఈ ప్రశ్నకు సమాధానం పొందబోతున్నాం. ఈ సత్యాగ్రహం హిందువుల హృదయ దేవాలయాలను మార్చడమే. సత్యాగ్రహం ద్వారా అగ్రవర్ణ హిందువుల హృదయాల్లో మార్పు తీసుకురావాలనే ప్రయత్నమిది. సక్సెస్ అవుతుందా లేదా? ఇదంతా హిందువుల మనస్తత్వం మీద ఆధారపడి ఉంటుంది.

రామ మందిరంలోకి ప్రవేశం లభించిన వెంటనే మన ప్రశ్నలకు పరిష్కారం లభించడం అస్సలు కాదు. ఆలయంలోకి ప్రవేశించిన తర్వాత మన సమస్యలు తీరి పరివర్తన చెందుతారని కాదు. అగ్రవర్ణ హిందువుల మనసును పరీక్షిస్తున్నాం. మనుషుల్ని మనుషుల్లాగే చూడాలి, మనుషులకు మానవత్వంపై హక్కు రావాలి, మానవత్వం నెలకొల్పాలి. ఈ కొత్త యుగంలో ఈ ఉన్నతమైన స్ఫూర్తిని స్వీకరించడానికి హిందూ మనస్సు సిద్ధంగా ఉందా లేదా? ఇది పరీక్షించబడబోతోంది. దీన్ని సాధించడానికి మేము సత్యాగ్రహం చేయాలని నిర్ణయించుకున్నాము ఉంది.

అగ్రవర్ణ హిందువులు దీని గురించి ఆలోచిస్తారా లేదా? వారు ఏ పని చేయబోతున్నారు? ఇది ప్రధాన ప్రశ్న. గుడిలో ఒక రాతి విగ్రహం ఉందని మనకు తెలుసు. ఆయనను దర్శించుకోవడం, పూజించడం వల్ల మన సమస్యలు తీరవు. ఇప్పటి వరకు, కోట్లాది మంది ప్రజలు ఈ ఆలయాన్ని సందర్శించారు మరియు అమ్మవారి దర్శనం చేసుకున్నారు, కానీ వారి ప్రాథమిక ప్రశ్నలు తత్వశాస్త్రం ద్వారా పరిష్కరించబడలేదు. ఇది మనకు తెలుసు, కానీ నేటి సత్యాగ్రహం హిందువుల మనస్సులలో మార్పు తీసుకురావడమే. ఈరోజు మనం ప్రత్యేక పాత్రతో సత్యాగ్రహం అడుగు వేయబోతున్నాం

25

సత్యాగ్రహం చేయాలి

రామ నవమి నాడు నాసిక్‌లోని కాలరామ్ ఆలయంలో సత్యాగ్రహం చేయాలా? దీని గురించి నా సలహా తీసుకున్నందుకు నేను మీకు కృతజ్ఞుడను, కానీ ఇప్పుడు సత్యాగ్రహం చేయడం మంచిది కాదని మీకు చెప్పడంలో నాకు ఏమీ అనిపించడం లేదు. ఆలయ ప్రవేశ ఉద్యమాన్ని ముందుకు తీసుకెళ్లకుండా పూర్తిగా నిలిపివేస్తే ఆశ్చర్యం వేస్తుంది, సత్యాగ్రహం ప్రారంభిస్తానని మాట్లాడిన వాడు ఇప్పుడు సత్యాగ్రహం ఆపమని సలహా ఇస్తున్నాడు.

ఈ విషయం చెప్పడానికి నాకు కొంచెం భయంగా ఉంది. నేను ఆలయ ప్రవేశ ఉద్యమాన్ని ప్రారంభించాను, అంటరానివారు ఆలయంలోకి ప్రవేశించిన తర్వాత దేవతను ఆరాధిస్తూ ఉండాలని, తద్వారా వారు మోక్షాన్ని పొందాలని దాని లక్ష్యం. ఇలాంటి ఆలోచనలతో జీవితాన్ని గడపడం అస్సలు సరికాదు. నేనెప్పుడూ దాని గురించి ఆలోచించలేదు. ఆలయ ప్రవేశం అంటరాని వారికి హిందూ సమాజంలో గౌరవప్రదమైన స్థానాన్ని ఇస్తుందనే అభిప్రాయం నాకు లేదు లేదా లేదు.

అంటరాని వారికి వారి మానవ హక్కుల గురించి అవగాహన కల్పించడం మరియు వారి హక్కులను పొందేందుకు వ్యతిరేక వ్యక్తులపై పోరాడే చైతన్యాన్ని వారిలో కల్పించడం దీని లక్ష్యం, నేను దానిని సాధించాను. ఈ సత్యాగ్రహం మహారాష్ట్ర మరియు భారతదేశంలోని అంటరానివారికి విద్య మరియు రాజకీయ హక్కుల వ్యాప్తి కోసం పోరాటంలో ముగుస్తుంది. అంటరాని సమాజం విద్యతో సుసంపన్నమైతే మరియు రాజకీయ హక్కుల ద్వారా ప్రభావవంతంగా మరియు శక్తివంతంగా మారినట్లయితే, అది హిందూ సమాజంలో ఒక అద్భుతమైన అంశంగా మిగిలిపోతుంది, అయితే దీనిని సాధించడానికి హిందూ సమాజం, మతం మరియు వేదాంతశాస్త్రంలో అవసరమైన మార్పులు ఉండాలి.

దీని కోసం, ఈ పని కోసం అగ్రవర్ణ హిందువులను ప్రేరేపించడానికి అంటరానివారు పోరాటం కొనసాగించవలసి ఉంటుంది. మతం మరియు మత గ్రంథాలలో అవసరమైన మార్పులు జరగాలి. దీని కోసం, అగ్రవర్ణ హిందువులను ఈ విధంగా ప్రేరేపించడానికి అంటరానివారు పోరాటం కొనసాగించవలసి ఉంటుంది.

26

సంచిలో రాళ్లు

భా ఓరావ్ గైక్వాడ్, రంఖంబే, డానీ మొదలైన కార్యకర్తలు ఎటువంటి కారణం లేకుండా జైలు శిక్ష అనుభవించవలసి వచ్చింది. , తులసి రామ్‌జీ కాలే యొక్క వృద్ధ తల్లి మరియు అమృతరావు రంఖంబే తల్లి బంధించబడ్డారు, ఈ వార్త విని నేను చాలా బాధపడ్డాను.

అక్కడే నేను ఒక విధంగా ఆశీర్వాదంగా భావించాను. నాసిక్ జిల్లాలోని నా అంటరాని సోదరుల గురించి నేను చాలా గర్వపడుతున్నాను. గత మూడు-నాలుగు సంవత్సరాలలో, ప్రతికూల మరియు క్లిష్ట పరిస్థితులలో నా సోదరీమణులు తమ పనిని ప్రదర్శించిన స్వావలంబన మరియు సంస్థాగత నైపుణ్యాలు అపూర్వమైనవి. సహాయం లేదా సానుభూతి ఎవరి నుండి రాదు. దీనికి విరుద్ధంగా, ప్రతి ఒక్కరూ ఏదో ఒక కారణంతో కోపంగా ఉన్నారు మరియు శత్రువులుగా మారారు. అటువంటి పరిస్థితిలో, అంటరానివారు అంటరానివారి కోసం మరియు అంటరానివారి సహాయంతో 3-4 సంవత్సరాలు ఎంతో ఉత్సాహంతో నాసిక్ సత్యాగ్రహ ఉద్యమాన్ని నిర్వహించారు. ఈ సంఘటన ఒక్క భారతదేశానికే కాదు, ప్రపంచంలోని దళితులందరికీ గర్వకారణం.

ఇలా అనడం అతిశయోక్తి కాదు, కానీ బ్రాహ్మణ మతం వల్ల మూర్ఖత్వం, అసహనం, ఉదాసీనతగా మార్చబడిన హిందూ సమాజానికి ఈ విషయాలతో సంబంధం ఏమిటి? ఈ సత్యాగ్రహం ద్వారా, అంటరాని మహిళలు కనీసం అంటరాని హిందువులతో సమానత్వాన్ని డిమాండ్ చేశారు. అతను తన హిందూ సోదరుల నుండి సమానత్వం మరియు ప్రేమ యొక్క రొట్టె కోసం అడిగాడు, కాని బ్రాహ్మణ అంటరాని హిందువులు అంటరాని వారిపై రాళ్ళు విసిరారు. ఇలా అనడంలో అతిశయోక్తి లేదు, కానీ బ్రాహ్మణ మతం చేత మూర్ఖత్వం, అసహనం, ఉదాసీనతగా మార్చబడిన హిందూ సమాజానికి ఈ విషయాలతో సంబంధం ఏమిటి?

ఈ సత్యాగ్రహం ద్వారా, అంటరాని మహిళలు కనీసం అంటరాని హిందువులతో సమానత్వాన్ని డిమాండ్ చేశారు. అతను తన హిందూ సోదరుల నుండి సమానత్వం మరియు ప్రేమ యొక్క రొట్టెను కోరుకున్నాడు, కానీ బ్రాహ్మణవాదులు అంటరాని హిందువులు అంటరాని వారిపై రాళ్లు రువ్వారు.

27

రౌండ్ టేబుల్ సమావేశం

నువ్వూ నేనూ 5-6 నెలలు కలుసుకోలేము అని తలచుకుంటేనే నా గుండె నిండుతుంది. గత రెండేళ్ళలో నా వైపు నుండి చాలా జరిగింది, వేల మంది పెద్దమనుషులు సహాయం చేయకపోతే నా ఒంటి చేత్తో ఏమీ జరిగేది కాదు. నేను లా కౌన్సిల్‌లో పని చేస్తున్న సమయంలో, నా స్నేహితుడు డాక్టర్ సోలంకి నాకు చాలా సహాయం చేసారు. 1926లో గవర్నర్ నన్ను పిలిచి, "బాంబే లా కౌన్సిల్‌కి అంటరానివారి తరపున డా. సోలంకి ఎన్నికైతే, మీరు, ఆయన కౌన్సిల్‌లో చేరతారా లేదా?"

దీనికి నేను బదులిచ్చాను, "డాక్టర్ సోలంకి బాగా చదువుకున్నందున, మేము ఇద్దరం బాగా కలిసిపోతాము మరియు నేను డాక్టర్ సోలంకితో వ్యవహరించేటప్పుడు నాకు చాలా చెడు భావాలు ఉన్నాయి కౌన్సిల్ ఇలాగే జరిగి ఉండవచ్చు, కానీ అతను ఏదీ మనసులో పెట్టుకోకుండా నాకు సహాయం చేసాడు, అందుకే కౌన్సిల్ యొక్క అన్ని పనుల క్రెడిట్ సోలంకికి మాత్రమే చెందుతుంది.

మండలి వెలుపల విషయాల్లో సమతా సంఘం చాలా సహాయం చేసింది. శ్రీ దేవ్‌రావు నాయక్ ఇప్పటి వరకు నాకు సహాయం చేసారు, అందుకే ఆయనను నా కుడి భుజంగా భావిస్తున్నాను. నేను 5-6 నెలలు విదేశాల్లో ఉన్నప్పటికీ, మేమిద్దరం ఒకరినొకరు బాగా అర్థం చేసుకున్నామని నేను నమ్ముతున్నాను. ఫలితంగా శ్రీ నాయక్ నా తర్వాత ఆ పని చేయగలుగుతారు. సమతా సంఘ్‌లోని నా ఇతర స్నేహితులు, శ్రీ ప్రధాన్, కద్రేకర్, కావడి తదితరులు చాలా సహాయం చేసారు.

అదేవిధంగా శ్రీ శంకర్రావు పరాశ గారు డబ్బు విషయంలో చాలా సహాయం చేసారు. శ్రీ శంకర్రావు లాంటి ఆసరా స్తంభం మరొకటి లేదు. ప్రజా పనులకు డబ్బు ఖర్చు చేస్తారు. షోలాపూర్‌లో బోర్డింగ్ ప్రారంభించినప్పుడు నా దగ్గర రూ.500 మాత్రమే ఉంది. ప్రామిసరీ నోటు రాసి, యూదు స్నేహితుడి వద్ద రూ. 1000 తీసుకుని షోలాపూర్‌కు వెళ్లడం ప్రారంభించాడు. ఇందులో శ్రీ శంకర్రావు గారు చాలా సహాయపడ్డారు. 1800 రూపాయలు

ప్రెస్ కొనుగోలులో సహాయపడింది. చాలా మంది అనేక పనుల్లో సహ భాగస్వాములుగా ఉంటారు.నా స్నేహితులు మరియు సహచరులు నేను

స్వతహాగా కవిని కాదని అనుకుంటారు. నేను కూడా అలాగే అనుకుంటున్నాను. నా స్వభావం లేదా ప్రవృత్తి కవిత్వం కాకపోయినా, నా జీవితం ఒక ప్రత్యేకమైన మరియు లోతైన కవిత్వం కాలేదా? భారతదేశంలో, ఒక అంటరాని మహర్ బాలుడు ముందుకు వచ్చి రౌండ్ టేబుల్ కౌన్సిల్‌లో కూర్చుని, దేశ భవిష్యత్తును నిర్మించే చర్చలో ప్రముఖంగా పాల్గొంటాడు. దీని గురించి ఎవరైనా ఎప్పుడైనా ఆలోచించారా? ఊహల ఫ్లైట్ కూడా కుంటుపడుతుంది, మనం దానిని కూడా అంచనా వేయము, కాబట్టి ఈ సంఘటన కవిత్వం మరియు అద్భుతంతో నిండి ఉంది కదా? అద్భుతమైన అందమైన కవిత్వం అంటే శృంగారం అంటారు. వారికి నా జీవితం కంటే అపూర్వమైనది ఏముంటుంది?

ఇది ఇతరులకు సాధ్యం కాదు, బరోడా రాజు ఔదార్యం వల్ల నేను ఉన్నత చదువుల కోసం న్యూయార్క్ వెళ్లినప్పుడు, చదువు ద్వారా నా ఆసక్తిని కొనసాగించాలనే లక్ష్యంతో నా జీవితం ప్రారంభమైంది, ఇంత తక్కువ వ్యవధిలో నా మూగ దళిత సంఘం, వారి సంతోషం మరియు దుఃఖం, దానిలో ఏకం చేయడం ద్వారా, అది పబ్లిక్ మరియు ముఖ్యమైనది అవుతుంది. అది నేనే ఊహించలేదు.

నా ప్రజలు నన్ను చాలా ప్రేమిస్తారు. నేను దీనికి అర్హుడా? ఇది భవిష్యత్ ఆటగా పరిగణించండి. వాస్తవానికి, నా వ్యక్తిగత ప్రాముఖ్యత లేని మరియు కవిత్వం లేని జీవితం ప్రాముఖ్యతను సంతరించుకుంది. నా ప్రజల మోక్షానికి సాధనంగా భావించి ప్రకృతి నాకు ఈ పనిని ఇచ్చింది. ఈ సాక్షాత్కారం వల్ల కలిగే సంతృప్తి చాలా అరుదు. ఇది చాలా తక్కువ మంది చేతుల్లోకి వస్తుంది.

నేను ఈ బ్యాగ్ మరియు మీరు ఇచ్చిన గౌరవ ధృవీకరణ పత్రాన్ని అంగీకరిస్తున్నాను, కానీ నేను ఈ బ్యాగ్‌ని నా వ్యక్తిగత పనికి ఉపయోగించడం లేదు, ఇది పేద ప్రజల కోసం మాత్రమే ఉపయోగించబడుతుంది. ఆలిండియా దళిత్ కాంగ్రెస్ సెంట్రల్ ఆర్గనైజేషన్ ఖర్చుల కోసం బొంబాయి రాష్ట్రం తరపున నిధులు జమ చేయడానికి నేను అంగీకరించాను. అందువల్ల, ఈ మొత్తంలో కొంత భాగాన్ని డాక్టర్ సోలంకి దగ్గర ఉంచుకోబోతున్నాను. ఆయన ఈ నిధిని దళిత కాంగ్రెస్ కోసం ఉపయోగించాలి. మిగిలిన మొత్తం వేరే విధంగా ఉపయోగించబడుతుంది.

మా మూసివేసిన పక్షంవారీ 'బహిష్కృత్ భారత్' మళ్లీ ప్రారంభించాలని నేను కోరుకుంటున్నాను. ప్రస్తుత పరిస్థితిని పరిశీలించిన తర్వాత ఈ వార్తాపత్రికలో కథనాలు కనిపిస్తాయి. పక్షంవారీ పేరు మార్చాలని నిర్ణయించుకున్నాను. ఆ పేరు

కారణంగా చాలా మంది తమ వార్తాపత్రికలను కొనుగోలు చేయరు. నీ అభిప్రాయం ఏమిటి? దీన్ని అందరూ అర్థం చేసుకోవాలి. ఇంతకుముందు మా లక్ష్యం నెరవేరలేదు, అందుకే పేరు మార్చాలని నిర్ణయించుకున్నాము.

చేసాడు. ఈ పక్షం పత్రిక పేరు 'జంట' కాగా దానికి సంపాదకులు శ్రీ దేవరావు నాయక్. కాబట్టి, దయచేసి ఈ వార్తాపత్రికలో సభ్యుల@పాఠకులను చేర్చండి. బోర్డింగ్‌కు సహాయం చేయడానికి నిధులలో కొంత భాగం ఇవ్వబడుతుంది. ఈ విధంగా బ్యాగ్ మొత్తం వినియోగించబడుతుంది.

రౌండ్ టేబుల్ కౌన్సిల్ విదేశాలకు వెళ్లే ఖర్చులను బ్రిటిష్ ప్రభుత్వం భరించబోతోంది. అలాంటప్పుడు ఈ బ్యాగ్ ఎందుకు? కానీ నాకు మీ సహాయం అవసరమైనప్పుడు కూడా, నేను మీ సహాయం ఆశించలేదు. ఈ రోజు నా వ్యక్తిగత ఖర్చుల కోసం మీ సహాయం నాకు అవసరం లేదు. నాకు అవసరమైనప్పుడు, నేను ఖచ్చితంగా మిమ్మల్ని అడుగుతాను. రౌండ్ టేబుల్ కౌన్సిల్‌కు హాజరుకావడం ద్వారా అంటరాని తరగతి ఖచ్చితంగా ప్రయోజనం పొందుతుంది.

కానీ ప్రజలు ఈ సభను బహిష్కరించారు. అలాంటి సమయంలో రెండు పార్టీల మధ్య గొడవలు జరిగితే ఒప్పంద భాష మాట్లాడటం వల్ల వచ్చే నష్టమేమిటని ఆయనను అడగాలనుకుంటున్నాను. నేడు ప్రభుత్వం, కాంగ్రెస్ మధ్య అంతర్గత వివాదం నడుస్తోంది. కాంగ్రెస్ ఉద్యమం వల్ల ప్రభుత్వం నష్టపోతోంది. ఇరువర్గాలు తమ వైఖరిపై మొండిగా ఉన్నాయి. అలాంటి సమయంలో రౌండ్ టేబుల్ కౌన్సిల్ లో ఎవరి మధ్యవర్తిత్వంతో రాజీ కుదుర్చుకుంటారు. ఈ మండలి నుంచి ఏమీ జరగదని అంటున్నారు కానీ, అలా అనుకోవడం లేదు. ఈ మండలి ఫెయిల్ అవుతుందని భావించే వారిని మండలి ఎలా, ఎందుకు విఫలం అవుతుందని ప్రశ్నించారు.

ప్రస్తుతం హిందువులు, ముస్లింలు, అంటరానివారు అందరూ స్వరాజ్యాన్ని కోరుకుంటున్నారు. గతంలో నాగ్‌పూర్‌లో అఖిల దళిత కాంగ్రెస్ కూడా ఇలాంటి తీర్మానాన్ని ఆమోదించింది. అందరూ ఏకగ్రీవం. ఒకే తేడా ఏమిటంటే స్వరాజ్యాన్ని ఏ పద్ధతిలో ఇవ్వాలి? మైనారిటీలకు సామాజిక, మత మరియు రాజకీయ సమానత్వం ఎలా లభిస్తుంది? హిందువులందరూ స్వేచ్ఛగా ఉన్న చోట మనకు స్వరాజ్యం కావాలి.

అయితే స్వరాజ్యం నుండి వచ్చే అధికారం మొత్తం సమాజంలో సరిగ్గా పంపిణీ చేయబడాలా లేదా అది ఒక నిర్దిష్ట వర్గం చేతిలో ఉండాలా అనేది వివాదం. దళిత

సమాజం, వెనుకబడిన తరగతి, మైనారిటీ వర్గాల పరిష్కారం కోసం అభ్యుదయ వర్గం, మెజారిటీ సమాజం ఉదారత చూపితే వివాదానికి ముగింపు అసాధ్యమేమీ కాదు.

వారు కోరుకున్నది డిమాండ్ చేస్తారు కానీ అదే సమయంలో ఈ దేశానికి స్వరాజ్యం ఇవ్వండి, అలాంటి ప్రతిపాదన వస్తే నేను దానికి మద్దతు ఇస్తాను. కాంగ్రెస్‌లాగే మనం కూడా ఈ దేశం అన్ని విధాలా పురోగమించి గొప్ప శిఖరాగ్రానికి చేరుకోవాలని భావిస్తున్నాం. చివరగా, రౌండ్ టేబుల్ కాన్ఫరెన్స్ ముగిసిన తర్వాత, నేను మరో పని చేయాలనుకుంటున్నాను మరియు అది ప్రజాభిప్రాయాన్ని మేల్కొల్పడం. ఈ పని చాలా ముఖ్యమైనది

ఉంది. అమెరికా, జర్మనీ తదితర దేశాల్లో కాంగ్రెస్ ఉద్యమాలు జరుగుతున్నాయి. మన (మన) దళితుల బాధలను ఇతరులకు కూడా తెలియజేయాలి. ప్రముఖ నేతలను కలుసుకుని వారి ముందు నా బాధను తెలియజేస్తాను. ఇది మాత్రమే కాదు, వీలైతే, అంటరానివారి ప్రశ్నను లీగ్ ఆఫ్ నేషన్స్ ముందు ఉంచుతాను. ప్రస్తుతం పోలీసు మరియు ఆర్మీ ఉద్యోగాలు అంటరాని వారికి మూసివేయబడ్డాయి. ఆ ఖైదీని తొలగించేందుకు ప్రత్యేకంగా కృషి చేస్తాను.

అంతిమంగా, అందరూ ఐకమత్యంగా ప్రవర్తించాలని అందరికి ఒక్కటే విన్నపం. మన మధ్య చాలా వర్గాలు ఉన్నాయి. గత మూడు-నాలుగేళ్లలో నా కళ్ల ముందు భిన్నమైన దృశ్యం కనిపించింది. ప్రతి మనిషి తనను తాను నాయకుడిగా పిలుచుకుంటాడు. ఇది చాలా చెడ్డది. భవిష్యత్తులో ఇలాంటివి ఆపాలి, ఇదే నా విన్నపం.

మన ముందు చాలా అడ్డంకులు ఉన్నాయి మరియు మన ముందు పని పర్వతం ఉన్నాయి, దీని కోసం ఏ జిల్లా లేదా ప్రావిన్స్ ఏమీ చేయలేవు. అలా కాకుండా దళిత సోదరులందరూ పరస్పర విభేదాలను మరచి భుజం భుజం కలిపి పని చేయాలి. మనందరి ఆసక్తి ఇందులోనే ఉంది. నేను లేనప్పుడు, డాక్టర్ సోలంకి మరియు శ్రీ నాయక్‌ల అభిప్రాయాల ప్రకారం నడుచుకోవడం ద్వారా సమాజంలో ఏర్పడిన అవగాహనను ముందుకు తీసుకెళ్లే పనిని మీ అందరికీ అప్పగిస్తున్నాను.

అంటరానివారు మరియు ముస్లిం మైనారిటీ సమాజం మరియు హిందూ కాంగ్రెస్ మొదలైన మెజారిటీ సమాజం మధ్య వ్యత్యాసం ఇప్పటికీ కొనసాగుతోంది. ఐదు వేర్వేరు మైనారిటీ సంఘాలు కలిసి ముసాయిదాను సిద్ధం చేశాయి. ఆయన

రాజీ ప్రయత్నాలను తిరస్కరిస్తూ, దానిని మాకు హెచ్చరికగా భావించి, కాంగ్రెస్, హిందూ మహాసభ వంటి మెజారిటీ వర్గానికి చెందిన ప్రతినిధులు నిరసన వ్యక్తం చేశారు, తద్వారా విభేదాలు మరింత తీవ్రమయ్యాయి.

ఇది అర్థంకాని విషయం, కానీ ఇప్పుడు గాంధీజీ వ్యతిరేకత (నేను చేసిన అంటరాని డిమాండ్లకు సంబంధించి) తీవ్రత తగ్గింది. గట్టిగా అడుగులు వేస్తే గాంధీజీ బొంబాయి వెళ్లేంత వరకు అంటరానివారి డిమాండ్లను వ్యతిరేకించాలనే తన సంకల్పాన్ని నెరవేర్చడంలో మిలిటెంట్ వైఖరిని ప్రదర్శించరని తెలుస్తోంది. నిన్న రాత్రి గాంధీజీ, నేనూ మళ్లీ కలిశాం. ఈ సమావేశానికి ఘనత మైసూర్ దివాన్ సర్ మీర్జా ఇస్మాయిల్ కు దక్కుతుంది. నా పట్ల గాంధీజీ ప్రవర్తించిన తీరు అన్యాయమని నిష్పక్షపాతంగా భావించేవారు. గాంధీజీ ప్రవర్తనలో ఎలాంటి తప్పు కనిపించని మహాత్ముని అంధ భక్తులు, అంటరానివారికి స్వయం నిర్ణయాధికారం లభించిన తర్వాత, మెజారిటీ తమ చేతుల్లో ఉండదని భావిస్తున్నారు. వారి భయం స్వార్థపూరితమైనది. హిందూ ప్రతినిధులను పక్కన పెడితే గాంధీజీ నా పట్ల అనుసరిస్తున్న విధానం తగదు.

గాంధీజీ నన్ను అడిగారు, "అస్పృశ్యుల రక్షణ కోసం మీరు ముందుకు తెచ్చిన డిమాండ్లలో కొన్ని మార్పులు చేయడానికి మీరు సిద్ధంగా ఉన్నారా?" అప్పుడు నేను, “నేను మరియు నా సహచరులు, అంటరాని సంఘం నాయకులు మరియు నాయకులు ఇది విని,

ఈ ప్రణాళిక ప్రకారం, ఎన్నికలు జరిగితే, అతను తన కొత్త ప్రణాళికను నా ముందు ఉంచాడు ఉమ్మడి నియోజకవర్గానికి, నిలబడిన అంటరాని అభ్యర్థి ఎన్నిక కాకపోతే, అతను కోర్టులో ఫిర్యాదు చేసి, నాకు మరియు నాకు వ్యతిరేకంగా ఎన్నికైన అంటరాని అభ్యర్థికి ఒకే అర్హతలు ఉన్నాయని మరియు నేను అంటరానివాడిని కాబట్టి నేను చేయలేదని నిరూపించాలి. నా స్వంత ఇష్టానుసారం వచ్చినా, ఈ విషయం కోర్టుకు చెప్పి, కోర్టు తీర్పు ఇచ్చిన తర్వాత, ఆ హిందూ ప్రతినిధి సభ్యత్వం రద్దు చేయబడి, అంటరాని అభ్యర్థిని నియమిస్తారు.

ఈ పథకం చాలా ఆచరణ సాధ్యంకానిది, దానిని ఎత్తి చూపే ధైర్యం గాంధీజీకి మాత్రమే ఉంది. ఒక్క క్షణం నవ్వాను. బహుశా ఇది గాంధీజీ హాస్యం అని నేను అనుకున్నాను, కానీ అతని ముఖంలో నవ్వు మరియు సరదా వ్యక్తీకరణలు లేవు. అతను నన్ను తీవ్రంగా అడిగాడు, "నా ప్లాన్ మీకు ఎలా నచ్చింది?" నేను నిశ్చింతగా, “అసలు ఫర్వాలేదు” అన్నాను, “ఎందుకు?” అని అడిగాను, “మీ ప్రణాళిక పూర్తిగా ఆచరణీయం కాదు.” ఇలా మా సమావేశం ముగిసింది.

నేను గాంధీజీకి వీడ్కోలు పలికిన తర్వాత తిరిగి వచ్చాను, కాని ఈ విఫలమైన సమావేశంలో నేను గాంధీజీ పట్ల ఒక ఆశాకిరణాన్ని చూశాను - అంటరాని సమాజం కృతజ్ఞతతో మరియు సంతృప్తి చెందడానికి నేను ఇస్తున్నాను. చచ్చిపోయినా ఫర్వాలేదు కానీ అతనికి ఏమీ ఇవ్వడం లేదు. సాధారణ ఓటు హక్కుతో పాటు, అంటరాని వారికి రిజర్వ్‌డ్ సీట్లు వంటి ప్రత్యేక సౌకర్యాలు ఏవీ లభించవు. కనీసం గాంధీజీ ఆమరణ నిరాహార దీక్షకు పూనుకుని ఉండకూడదు.

చర్చకు మన ముందుకు వచ్చిన రెండో అంశం - 'భారతదేశ రాజకీయ ప్రగతి ఏ హిందూ ప్రజాప్రతినిధులు మరియు ప్రభుత్వ వ్యవస్థ ప్రకారం జరగాలి?' ఇది ఒక పోరాటం. ప్రస్తుతం ప్రభుత్వం ప్రాంతీయ స్వయంప్రతిపత్తిని మాత్రమే ఇవ్వాలని ఆలోచిస్తోంది. కేంద్ర ప్రభుత్వం భారతదేశాన్ని స్వతంత్రంగా చేయడానికి సిద్ధంగా లేదు, అయితే ఈ బాధ్యతగల స్వపరిపాలన యొక్క అంతిమ పరిమితి ఏమిటి మరియు ఈ వివాదం కారణంగా సంరక్షక బంధం యొక్క ఖచ్చితమైన రూపం ఏమిటి? ఇది ప్రాముఖ్యత యొక్క ప్రధాన ప్రశ్న, ఎందుకంటే ఇది పక్కపక్కనే ఉంది. మేము మైనారిటీలు అటువంటి విధానాన్ని అంగీకరించాము, మేము కూడా బాధ్యతాయుతమైన స్వపరిపాలన (ప్రావిన్షియల్ మరియు సెంట్రల్) కోరుకుంటున్నాము.

నవంబర్ 5 మధ్యాహ్నం రాజు ప్రతినిధులందరినీ టీకి ఆహ్వానించాడు. గాంధీజీతో సహా అన్ని హిందూ సంస్థానాలు మరియు యూరోపియన్ ప్రతినిధులు హాజరయ్యారు. రాజు గారు అప్పటికే మర్యాదగా ఏదో ఒకటి చెప్పాలని పది మందిని సెలెక్ట్ చేసారు, అందులో నేనూ ఒకడిని. రాజుగారితో మాట్లాడటం నా వంతు రాగానే నా బాల్యం గుర్తొచ్చింది. స్కూల్‌లో నా మొదటి రోజు గురూజీ ముందు నిలబడి ఇలా అనిపించింది. మహారాజుకి ఏం చెప్పాలి, ఏం చెప్పాలి?

నేను అర్థం చేసుకోలేకపోయాను. అప్పుడు అతను నా ఆందోళనలను తగ్గించాడు మరియు భారతదేశంలో అంటరాని సమాజం యొక్క పరిస్థితి ఏమిటి? అంటరాని వారి గురించి కొన్ని పదాలలో సమాచారం ఇచ్చాను. నేను పంచుకున్న సమాచారాన్ని బట్టి, రాజా సాహెబ్‌కి ఇప్పటికే చాలా విషయాలు తెలుసునని తెలుసుకున్నాను. మినహాయించబడిన తరగతి దుస్థితిపై ఆయన విచారం వ్యక్తం చేశారు. నిజం చెప్పినందుకు అతని పెదవులు, కాళ్లు వణికిపోతున్నాయి. నా చదువు ఏమిటి, నాన్న ఏం చేశారు? ఆప్యాయంగా చర్చించాడు.

నిన్నగాక మొన్న ప్రధాన్‌తో చాలాసేపు మాట్లాడాను. అంటరాని సమాజం కోసం ఏ విషయాలు ప్రయోజనకరంగా ఉంటాయి? ఈ అంశంపై చర్చ జరిగింది.

గత 10వ తేదీన 'ఇన్‌స్టిట్యూట్ ఆఫ్ ఇంటర్నేషనల్ అఫైర్స్' అనే సంస్థలో స్పీచ్ ఇచ్చాను. ఈ

మైనారిటీ వర్గాలే లక్ష్యంగా ఈ కార్యక్రమాన్ని నిర్వహించారు బ్రిటీష్ ప్రజల ముందు తమ అభిప్రాయాలను తెలియజేయడానికి ప్రతినిధులకు అవకాశం లభించింది. ఆయన తన ప్రసంగంలో అంటరానివారి డిమాండ్ల ఆవశ్యకతను ప్రస్తావించారు మరియు నేడు దాని ఉపయోగం ఎంత ముఖ్యమో చర్చించారు.

సర్ మహమ్మద్ షఫీ ముస్లింల పక్షం వహించాడు. సర్దార్ ఉజ్వల్ సింగ్ సిక్కుల అభిప్రాయాలను వెల్లడించారు. సర్ హెర్బర్ట్ కార్ యూరోపియన్ సమాజం యొక్క డిమాండ్లకు మద్దతు ఇచ్చాడు. ఈ కార్యక్రమం చాలా విజయవంతమైంది. కాంగ్రెస్ మరియు బహుజన్ హిందూ సమాజ్ తరపున గాంధీజీ మరియు ఇతర ప్రతినిధులు తమ పక్షాన్ని బ్రిటిష్ ప్రజలకు అందించారు మరియు మరొక వైపు కూడా ప్రదర్శించడం చాలా ముఖ్యం. ఒక నిర్దిష్ట కులానికి సంబంధించిన ప్రశ్నపై గాంధీజీ వైఖరి మరియు విధానం ఏమిటి? రాజ్యాంగ కమిటీ, ఫెడరల్ స్ట్రక్చర్ కమిటీలో ఆయన చేసిన ప్రసంగాలే ఇందుకు స్పష్టమైన ఆధారాలు. ఫెడరల్ లెజిస్లేచర్ యొక్క కూర్పు ఎలా ఉండాలి? ఆ సాక్ష్యాల ఆధారంగా సభ్యుడిని ఏ ప్రాతిపదికన ఎంపిక చేస్తారు? మేము ఈ ప్రశ్న గురించి చర్చించాము. ఆ సమయంలో కుల (ప్రత్యేక) ప్రశ్నపై గాంధీజీ విధానం స్పష్టమైంది. కాంగ్రెస్ ప్రతినిధిగా నేను ముస్లిం, సిక్కు వర్గాలకు మాత్రమే ఉచిత ప్రాతినిధ్యం ఇవ్వగలను.

ఇవ్వడానికి సిద్ధంగా ఉంది. అంటరానివారు మరియు మైనారిటీ వర్గాలకు ఓటింగ్ విధానంలో ప్రవేశం ఉంది.ఒక్క హామీపై మాత్రమే సంతృప్తి చెందాలి. వారికి మరే ఇతర సౌకర్యమూ లభించదు. అటువంటి గాంధీజీ తన ప్రసంగంలో ఈ విషయాన్ని వివరించారు. గాంధీజీ ప్రసంగం నా తర్వాత ఇచ్చినందున ఆయన విధానం ఎలా తప్పు? దానిని వివరించే అవకాశం నాకు లభించలేదు మరియు ప్రశ్న అలాగే ఉండిపోయింది.

మైనార్టీ సబ్‌కమిటీ సమావేశం సెప్టెంబర్ 26న జరగాల్సి ఉంది. ఈ రోజు ముగింపు దశకు వచ్చింది. ఒకరోజు శ్రీ దేవదాస్ గాంధీ (గాంధీజీ కొడుకు) వచ్చి, “మా నాన్నగారు నిన్ను కలవాలనుకుంటున్నారు” అన్నాను, “సరే” అన్నాను.

ముందుగా నిర్ణయించిన సమయం మరియు సంకేతం ప్రకారం, సరోజినీ నాయుడు నివాసంలో గాంధీజీని కలిశారు. ఎప్పటిలాగే అతను నన్ను అడిగాడు, “చెప్పండి, మీకు ఏమి కావాలి?”

"మనకేం కావాలి? ఇది ఇప్పటికే స్పష్టంగా చెప్పబడింది. అదే ప్రశ్నలను మళ్లీ మళ్లీ అడగాలని మరియు మళ్లీ మళ్లీ సమాధానం చెప్పాలని ప్రత్యేకంగా సంతృప్తికరంగా మరియు ఆశాజనకంగా లేదు." ఇప్పటికీ, అంటరానివారి తరపున, నేను వారి నుండి ఏమి అడుగుతాను మరియు నేను ఎందుకు అడుగుతాను? గాంధీజీకి సరైన ఆలోచన లేకుంటే (బహుశా) ఆయన మళ్లీ సమాధానం చెబితే అతనికి ఏమీ నష్టం జరగదు.

దీనిని పరిగణనలోకి తీసుకొని, నేను డిమాండ్లను వివరంగా మరియు ఆధారాలతో వివరించాను. రాత్రి 8 గంటల నుంచి 11 గంటల వరకు మూడు గంటల పాటు సమావేశం జరిగింది. గాంధీజీ నూలు వడకుతూ నా మాటలు శ్రద్ధగా వింటున్నారు. అతను నన్ను అప్పుడప్పుడు ప్రశ్నలు అడుగుతూనే ఉన్నాడు. అతను తన ఆలోచనల గురించి నాకు కనీసం ఆలోచన కూడా ఇవ్వలేదు. నిజానికి గాంధీజీ నాతో బహిరంగంగా చర్చించి ఉండాల్సింది. మీ నోటి నుండి వ్యతిరేకత యొక్క అభిప్రాయాలను అంగీకరించడం, కానీ మీ స్వంత అభిప్రాయాలను వ్యక్తీకరించడానికి అనుమతించకపోవడాన్ని చాణక్య అంటారు.

విధానం చెబుతుంది, కానీ ఈ సందర్భంలో అది అసంబద్ధం మరియు అనవసరం. నేను సరైన బుద్ధితో ఉంటే, నేను కూడా ఈ ట్రిక్ ప్లే చేయగలను, కానీ దాని నుండి ఏమి పొంది ఉండేది? కాంగ్రెస్ ఆదేశాల మేరకు గాంధీజీ నా డిమాండ్లను వ్యతిరేకించాల్సి వచ్చింది. ఇది అవసరమని భావించినప్పటికీ, ఓపెన్ మైండ్ మరియు నమ్మకంతో చర్చించడం ద్వారా మాత్రమే ఇది చేయవచ్చు.

నేను అతనిని వ్యతిరేకించను. నేను అతని నిరసనను సానుభూతితో అర్థం చేసుకున్నాను. కానీ బాధాకరమైన విషయమేమిటంటే గాంధీజీ నేను చూపిన నిష్కాపట్యతను చూపించలేకపోయాడు. నా మాట పూర్తిగా విన్న తర్వాత గాంధీజీ బహిరంగంగా మాట్లాడలేదు. నేను అలా బలవంతం చేసి ఉండవచ్చు. కానీ సరోజినీ నాయుడు ఏమీ మాట్లాడవద్దని సైగ చేసింది. వారు అన్నారు,

"అంతా నీ ఇష్టప్రకారమే జరుగుతుంది, ఓపిక పట్టండి." గాంధీజీని అడగాలనే ఆలోచన కూడా విరమించుకున్నాను. చాలా కాలం అయినదినాయుడుకి ఆకలి వేసింది. పదకొండు గంటలైంది. గాంధీజీ దగ్గర సెలవు తీసుకుని బయటకు వెళ్లాను. అతను నాకంటే ముందే జిన్నాను కలిశాడు. ముస్లింల హక్కుల విషయంలో గాంధీజీ, జిన్నా చేసుకున్న ఒప్పందం గురించి నాకు తర్వాత తెలిసింది.

మైనారిటీ ప్రశ్నలను పరిశీలించేందుకు నియమించిన కమిటీ రామ్‌సే మెక్‌డొనాల్డ్ అధ్యక్షతన సమావేశం ప్రారంభమైంది. ముస్లిం ప్రతినిధులతో గాంధీజీ

వ్యూహం ప్రకారం, ఈరోజు జరగాల్సిన సమావేశాన్ని వాయిదా వేయాలి మరియు మైనారిటీ సమస్యలపై పరస్పర అంగీకారానికి మరింత సమయం ఇవ్వాలి. గాంధీజీ ఈ మేరకు ఒక ప్రతిపాదన చేశారు. అగాఖాన్ అతనికి మద్దతు ఇచ్చాడు.

నిజానికి ఈ ప్రతిపాదన రాకముందే ముస్లిం, సిక్కు ప్రతినిధుల నుంచి అంగీకారం తీసుకుని విశ్వాసంలోకి తీసుకున్నారు. వాళ్ళు మనల్ని కూడా అలాగే చూసుకుని వుండాలి. నేను ఆ ప్రతిపాదనను చాలా కాలంగా వ్యతిరేకించడం లేదు, కానీ నియమించబడిన కమిటీ ముందు మైనారిటీల ప్రశ్నలను పరిగణనలోకి తీసుకుంటాను, అయితే మొదట వాటిని ముస్లిం మరియు సిక్కు ప్రతినిధులతో చర్చించిన తర్వాత మాత్రమే.

కానీ హిందూ ప్రతినిధులు మరియు ఇతర ప్రతినిధులతో చర్చించడం ఏమి సూచించదు? నాకు ఫోన్ చేసి మూడు గంటల పాటు నా డిమాండ్లను వినండి, కానీ మీరేమీ మాట్లాడకండి మరియు సమావేశాన్ని వాయిదా వేయడానికి తీర్మానం చేయకండి మరియు నా అభ్యంతరాలను స్వీకరించండి మరియు డాక్టర్ అంబేద్కర్ వ్యతిరేకిస్తున్నారని చెప్పండి. ఆయన తన అనుచరులకు, భక్తులకు నాపై తప్పుడు ప్రచారం చేయడానికి స్వేచ్ఛనిచ్చాడు మరియు నా స్పందనపై అహంకారం మరియు అహంకారంతో నన్ను నిందించాడు, ఇది గాంధీ విధానం? అయితే ఎన్ని ఆరోపణలు చేసినా గాంధీజీ ఈ విధానానికి సమాధానం చెప్పాల్సి ఉంటుంది. గాంధీజీ ప్రతిపాదనను వ్యతిరేకించడానికి నేను నిలబడి ఉన్నాను (గాంధీజీ అంటరానివారికి ఉచిత ఓటర్లు మరియు రిజర్వ్డ్ స్థానాలను ఇవ్వడానికి స్పష్టంగా నిరాకరించారు) మరియు ఇప్పుడు వారి తరపున అంటరానివారితో చర్చలు జరపాల్సిన అవసరం ఉందని నేను చెప్పాను.

ఒక్కటీ మిగల్లేదు. కాబట్టి కమిటీ మా డిమాండ్లను పరిగణనలోకి తీసుకోవాలి మరియు మాకు న్యాయం చేయాలి. నా నిరసన చూసి అందరూ ఆశ్చర్యపోయారు. మక్డోనాల్డ్, కమిటీ

రాష్ట్రపతి, చీఫ్ చీఫ్ గాంధీజీ వైపు చూసి గాంధీజీకి సమాధానం చెప్పారు.

ఇవ్వమని అడిగాడు, కానీ నా అభ్యంతరానికి సమాధానమిచ్చే బదులు, "నేను

కాంగ్రెస్ నిర్ణయానికి కట్టుబడి ఉన్నాను. అంటరానివారి కోసం కాంగ్రెస్ ఏమి వివరించింది మరియు మీరు ఏమి చేయాలని నిర్ణయించుకున్నారు?" అంత సుదీర్ఘ ప్రసంగం ఇచ్చారు, కానీ పరిష్కారం దొరకలేదు. అంతిమంగా, కాంగ్రెస్ ముస్లింల కోసం మాత్రమే అని గాంధీజీ చెప్పారు.

మరియు సిక్కు సమాజానికి ప్రాతినిధ్యం ఇవ్వడానికి సిద్ధంగా ఉంది. అంటరాని వారికి స్వతంత్ర ఓటర్లు లేదా రిజర్వు స్థానాలు వంటి కుల-నిర్దిష్ట సౌకర్యాలు కల్పించడానికి కాంగ్రెస్ సిద్ధంగా లేదు. ముస్లిం మైనారిటీ సంఘం ప్రతినిధులు మీ డిమాండ్లను అంగీకరిస్తే కాంగ్రెస్ తరపున గుర్తింపు ఇచ్చే హక్కు నా చేతుల్లో ఉంది. "గాంధీజీ ఇచ్చిన హామీ తరువాత, మోషన్ వాయిదాను వ్యతిరేకించడానికి కారణం లేదు. అందుకే నేను నా వ్యతిరేకతను ఉపసంహరించుకున్నాను."

దీని తర్వాత ప్రత్యేకంగా ఏమీ కనిపించలేదు. గాంధీజీ ముస్లిం ప్రతినిధులను రెండు మూడు సార్లు కలిశారు. అతను ఇతర మైనారిటీ కమ్యూనిటీలతో ఎలాంటి చర్చలు జరపలేదు, కానీ ఒక రోజు అకస్మాత్తుగా నన్ను, క్రైస్తవులను మరియు ఆంగ్లో ఇండియన్ కమ్యూనిటీ ప్రతినిధులను ఆహ్వానించాడు. ఈ క్రమంలోనే ఆయన్ను కలిశాం.

అతను "మీకు ఏమి కావాలి?" అందరితో పాటు నేను కూడా అంటరానివారి డిమాండ్ల పర్వతాన్ని చదివాను. ఈసారి అక్కడ పండిట్ మదన్మోహన్ మాలవ్య కూడా ఉన్నారు. మా మాటలు విన్న గాంధీజీ కోపంగా, "మీ డిమాండ్లు ఎలా నెరవేరతాయో మీకు అర్థం కాలేదా?" అత్యాశ, అత్యాశతో సంబంధం లేకుండా మా డిమాండ్లను ఉపసంహరించుకునేందుకు నిరాకరించాం. మేము అతని నుండి సెలవు తీసుకొని తిరిగి రావడం ప్రారంభించినప్పుడు, "మా విభేదాలు సమసిపోవని మరియు సయోధ్య కోసం చేసిన ప్రయత్నాలు విఫలమయ్యాయని నేను ఇప్పుడు చీఫ్ ప్రధాన్‌జీకి చెబుతాను. ఇప్పుడు వాయిదా వేయడానికి నాకు సమయం అవసరం లేదు." కానీ గాంధీజీ నుండి ఈ ముప్పు గురించి భయపడాల్సిన అవసరం లేదు. ఇప్పుడు నేరుగా కమిటీ ముందు మా అభిప్రాయాలను తెలియజేయాలని నిర్ణయించుకున్నాం.

కమిటీ సమావేశం తిరిగి ప్రారంభమైనప్పుడు, గాంధీజీ స్వయంగా వాయిదా తీర్మానాన్ని ప్రవేశపెట్టి వారిని ఆశ్చర్యపరిచారు. గాంధీజీ చెప్పేది ఒకటి, చేసేది మరొకటి. సరిగ్గా అంచనా వేయలేము, కానీ ఈసారి నేను అతని ప్రతిపాదనను వ్యతిరేకించలేదు. ఈసారి కుల-నిర్దిష్ట ప్రశ్నలను పరిష్కరించడానికి మూడు అంచెల కమిటీని ఏర్పాటు చేశారు మరియు గాంధీజీని అధ్యక్షుడిగా ఎన్నుకున్నారు. గాంధీజీ మూడు ముఖ్యమైన ప్రశ్నలు సంధించారు.

1. వ్యవస్థలో ఏ సమాజం లేదా కులానికి ప్రాతినిధ్యం అవసరం? 2. ఉమ్మడి లేదా స్వతంత్ర ఎన్నికల విధానం ద్వారా ఈ ప్రాతినిధ్యం వస్తుందా?

3. స్వతంత్ర ప్రాతినిధ్యం ఇవ్వడానికి వచ్చిన సొసైటీకి ఎన్ని సీట్లు ఇస్తారు? ఈ ప్రణాళిక ప్రకారం, అంటరానివారు, ముస్లింలు, సిక్కులు, హిందువులు, క్రైస్తవులు, ఆంగ్లో-ఇండియన్లు మరియు యూరోపియన్ల ప్రతినిధులను గాంధీజీ తమ అభిప్రాయాలను తెలియజేయాలని కోరారు. ప్రజాప్రతినిధులందరూ మా పక్షం వహించారు. తర్వాత గాంధీజీ

భిన్నమైన వైఖరిని తీసుకుని, "ఇదంతా అసాధ్యం." అతను ఈ ప్రశ్నను పరిష్కరించడానికి కూడా ప్రయత్నించలేదు. మైనారిటీల ప్రశ్న కష్టంగా ఉంది, కానీ అసాధ్యం కాదు. దీని తరువాత, గాంధీజీ అధ్యక్షతన రెండు సమావేశాలు జరిగాయి, కానీ అతని వైఖరి కారణంగా ఎవరూ చర్చలలో ఉత్సాహంగా పాల్గొనలేదు.

చివరికి ఈ కాలం కూడా ముగిసింది. మేము ఒప్పందం కుదుర్చుకోలేకపోయాము. రేపు మళ్లీ మైనారిటీ కమిటీ ముందు, మెక్డొనాల్డ్ ముందు కూడా అదే మాట చెప్పాలి. ఈ ఇబ్బందికర పరిస్థితిని నివారించడానికి, సరోజినీ నాయుడు ఒక వ్యూహాన్ని సూచించారు, "పంజాబ్ ప్రశ్నను మధ్యవర్తిత్వ కమిటీకి అప్పగించడానికి మనమందరం సిద్ధంగా ఉండాలి. ఇతర ప్రశ్నలు పరిష్కార మార్గంలో ఉన్నాయి. దానిని ప్రకటించడం ద్వారా ఇబ్బందికరమైన పరిస్థితిని నివారించాలి." కానీ సిక్కులు మరియు ముస్లింల మధ్య ప్రతిష్టంభన ఏర్పడింది. "మేము ఆలోచించి చెబుతాము."

ఈ చర్చలో రాత్రి ఎనిమిది గంటలైంది కాబట్టి మూడు గంటల తర్వాత అందరూ రాత్రి పదకొండు గంటలకు ఇక్కడకు చేరి ముస్లింలు, సిక్కులు ఓటు వేయాలని సరోజినీ నాయుడు సమాచారం.

నిర్ణయం చెప్పాలి. రాత్రి పదకొండు గంటలకు మళ్లీ సమావేశమయ్యాం. పంజాబ్‌కు సంబంధించి నేను సమాచారం ఇచ్చాను. అంటరానివారి సమస్యను దృష్టిలో ఉంచుకుని, పంజాబ్ సందర్భంలో నిర్ణయాలు ఇవ్వడానికి ఏర్పడే ట్రిబ్యునల్‌లో, హిందువులు, ముస్లింలు మరియు సిక్కులకు సంబంధించి నిర్ణయాలు ఇవ్వడం గురించి స్పష్టమైన సమాచారం ఇవ్వండి. లేకుంటే ట్రిబ్యునల్ నిర్ణయాన్ని వ్యతిరేకించాల్సి వస్తుందని, ఇతర ప్రజాప్రతినిధులు మాత్రం అలాంటి సమయం రానివ్వలేదన్నారు. పంజాబ్ ప్రశ్నతో నాయుడు అసలు ప్రణాళిక ఆగిపోయింది.

సిక్కుల ప్రతినిధులు మరియు హిందూ మహాసభ ప్రతినిధులు, డాక్టర్ ముంజే, పండిట్ మాలవ్య తదితరులు ట్రిబ్యునల్ సూచనను అంగీకరించారు, అయితే ఈ

మధ్యవర్తిత్వ బోర్డు సభ్యులను రౌండ్ టేబుల్ కౌన్సిల్ ఎన్నుకోవాలి - సిక్కులు మరియు హిందువులు దీనిని అంగీకరించారు. (గాంధీజీ మరియు నాయుడు) సూచన. ట్రిబ్యునల్ సభ్యులు రౌండ్‌టేబుల్ కౌన్సిల్ సభ్యుల్లోనే ఉండాలని, బయటి వ్యక్తులు కాదని ముస్లింలు అన్నారు. రౌండ్ టేబుల్ కౌన్సిల్ సభ్యుల ఎంపిక కోసం గాంధీ, సప్రు పేర్లు ముందుకు వస్తే ముస్లింల మధ్యవర్తిత్వాన్ని గుర్తిస్తామని సిక్కులు, ముంజే, మాలవ్య భయపడ్డారు. గాంధీ మరియు సప్రూ ముస్లింల వైపు మొగ్గు చూపుతారు. ఆయన నిర్ణయం సిక్కులకు, హిందువులకు ప్రయోజనకరం కాదు. ఈ భయం కారణంగా, సిక్కులు మరియు హిందువులు ఈ ప్రణాళికను అంగీకరించలేదు.

ఈ ఆలోచన గాంధీ భక్తులు మరియు కాంగ్రెస్ అనుకూల హిందూ ప్రతినిధులలో ప్రకంపనలు సృష్టించింది.పూర్తి చేసాము, కానీ మేము రాత్రి 1:30 గంటలకు నిరాశతో తిరిగి వచ్చాము. ఒప్పందం కుదరకపోతే రేపు కమిటీ ముందు వెళ్లాలని, ఇది అవమానకరమని మేము నిర్ణయించుకున్నాము. కానీ గాంధీ ఈ పరస్పర ఒప్పందాన్ని ఉల్లంఘించారు. మరుసటి రోజు, మక్డోనాల్డ్ అధ్యక్షతన జరిగిన మైనారిటీ సబ్‌కమిటీలో, గాంధీజీ అసంబద్ధమైన మరియు అనవసరమైన ప్రసంగం చేశారు. "నా ప్రయత్నం విఫలమైంది, నేను మళ్ళీ ప్రయత్నించను, కుల నిర్దిష్ట ప్రశ్నపై రాజీపడకపోవడం ప్రత్యేక విషయం కాదు" అని ఆయన అన్నారు. తాను రౌండ్‌టేబుల్ కౌన్సిల్‌కు వచ్చానని, అందుకే వారితో రాజీ కుదరలేదని చెప్పారు. మొత్తంమీద గాంధీజీ ప్రకటన బాధ్యతారాహిత్యంగా ఉంది.

సర్ షఫీ, సర్ పెట్రో వంటి ప్రతినిధులు గాంధీజీని విమర్శించారు. కానీ నా తీవ్ర విమర్శలు బాధించాయి. నేను అంత కఠినంగా విమర్శించను, కానీ అతని ప్రవర్తన ఖండించదగినది. అందుచేత అతనికి పరుష పదజాలంతో సమాధానం చెప్పకుండా నన్ను నేను ఆపుకోలేకపోయాను. నా బలమైన వ్యాఖ్యలను భారతదేశంలో తప్పుగా అర్థం చేసుకుంటారని నాకు తెలుసు. గాంధీజీ, సర్ షఫీ, నా మాటలు విన్న డొనాల్డ్ గాంధీజీకి మంచి క్లాస్ తీసుకున్నారు. దీంతో ఆయన కమిటీ పనులను ప్రస్తుతానికి వాయిదా వేశారు. ఆ తర్వాత భారత సెక్రటరీ నన్ను పిలిచారు. అంటరాని వారికి అవసరమైన హక్కులు కల్పించకపోతే రాజ్యాంగానికి గుర్తింపు లభించదని ఆయన నాతో అన్నారు.

నేను గాంధీజీకి వ్యతిరేకిని, అయినప్పటికీ నేను అతని సరళమైన మరియు ప్రామాణికమైన విధానాన్ని గౌరవిస్తాను, కానీ అతను ముస్లింలతో

కుమ్మక్కయ్యేందుకు చేసిన ప్రయత్నం మంచి వ్యక్తికి తగినది కాదు. ఈ విషయం తెలియగానే ఆయన పట్ల అగౌరవంగా భావించి ఆగ్రహం చెందాను. గాంధీజీ నేరుగా నన్ను ఎదిరించి ఉంటే, నాకు ఇంత బాధ ఉండేది కాదు, కానీ అతని చిల్లర విధానాన్ని చూసి నాకు చాలా కోపం వచ్చింది. అందుకే ఘాటుగా విమర్శించాను. గాంధీజీ చేసిన పనికిమాలిన పనిని చీల్చి చెండాడుతూ 'లండన్ టైమ్స్' అనే ఆంగ్ల దినపత్రికలో ఒక వ్యాసం రాశాను. నేను ఈ చేదు నిజాన్ని భారతదేశంలోని ప్రముఖ వార్తాపత్రికలకు పంపాను. అయితే, ఈ పని విజయవంతం కాలేదు. నిరసన తెలిపేందుకు నిరాకరించినందుకు శ్రీనివాసన్ మరియు నేను అంటరాని సమాజం తరపున ముస్లిం ప్రతినిధులకు కృతజ్ఞతలు తెలిపాము.

అంటరాని వారికి వ్యతిరేకంగా నేను ముస్లింలతో పొత్తు పెట్టుకోలేదు" అని గాంధీజీ ఒక సభలో చెప్పారు. గాంధీజీ ముస్లింల డిమాండ్లను అంగీకరించడానికి ముందు గాంధీజీ యొక్క ఏ షరతులను ముస్లింలు అంగీకరించాలి?

దీని జాబితాను ప్రచురించారు. ఇందులో ఇది కూడా ప్రధానమైన షరతు. ఒక రకంగా చెప్పాలంటే, మైనారిటీ వర్గం మీ డిమాండ్‌ను వ్యతిరేకించకపోయినా, కాంగ్రెస్ వ్యతిరేకించినా, నేను మీ డిమాండ్లను పరిగణలోకి తీసుకుంటానని గాంధీజీ హామీ ఇచ్చారు మరియు అదే సమయంలో ముస్లింలను వ్యతిరేకించమని బలవంతం చేయడం కృత్రిమమని ఆయన అన్నారు. ఇది మాత్రమే కాదు, అంటరానివారి పట్ల గాంధీజీ యొక్క అన్యాయమైన మరియు పక్షపాత విధానాన్ని చూసి గాంధీజీ స్వంత అనుచరులు కొందరు ఆశ్చర్యపోయారు.

దేశంలో ఇంత కల్లోలం సృష్టించిన గాంధీకి వ్యతిరేకంగా భారతదేశంలోని వివిధ ప్రాంతాల నుండి అంటరాని సమాజం నుండి ప్రతిరోజూ నాకు అనేక టెలిగ్రామ్‌లు అందుతున్నాయి. ఇది ఊహించవచ్చు. నా నిషేధానికి సంబంధించి కొన్ని పంక్తులు కూడా ఉన్నాయి, కానీ ఆ నిషేధం అగ్రవర్ణ హిందువులకు చెందినది, వారు దానిని 'జాతీయ నిషేధం' అని పిలిచి అంటరానివారి పేరు మీద కాయిన్ చేసి పంపారు. రాజులు, చక్రవర్తులు చెప్పేది ఇదే. దీని అర్థం ఏమిటంటే, ఫెడరేషన్ యొక్క రాజ్యాంగం ఏకపక్ష మరియు నిరవధిక కాలం పాటు నిలిపివేయబడుతుంది. ఈ కారణంగా, సర్ తేజ్ బహదూర్ సప్రూ రాజులు మరియు చక్రవర్తులపై కూడా కోపంగా ఉన్నట్లు తెలుస్తోంది.

రాచరిక రాష్ట్రాల నుండి ఒక ప్రతినిధి బృందం నన్ను కలిసింది. రాచరిక రాష్ట్రాల ప్రజల తరపున నేను రౌండ్ టేబుల్ కౌన్సిల్‌లో నా వాదనను

వాదిస్తున్నానని వారు తెలుసుకున్నారు. తన సమస్యను చెప్పకున్నాడు. అతను చెప్పే ముందు, అతని పరిస్థితి గురించి నాకు తగినంత సమాచారం ఉంది. ఈ కారణంగా, ప్రజల సంక్షేమం కోసం, వారితో విభేదాలు పెట్టడం ద్వారా స్వదేశీ రాష్ట్రాల కోపాన్ని నేను తీసుకున్నాను. సమయం వచ్చినప్పుడు తప్పకుండా ప్రజా ప్రయోజనాల కోసం పోరాడతాను కానీ నాకు ఎవరి మద్దతు లేదు. ఫెడరల్ స్ట్రక్చర్ కమిటీలో ప్రసంగం చేస్తున్నప్పుడు మరియు సంస్థానాల ప్రజలను రక్షించేటప్పుడు కనీసం గాంధీజీ మద్దతు ఇస్తారని నేను ఆశించాను. కానీ మరుసటి రోజు గాంధీజీ ప్రసంగం విన్న తర్వాత నేను చాలా నిరాశకు గురయ్యాను. 'ఎవరినీ అవమానించవద్దు' అని గాంధీజీ చేసిన ప్రకటన - రాజులు మరియు చక్రవర్తుల గురించి ఆ ప్రకటన ఖచ్చితంగా సరైనదని నిరూపించబడింది, అయితే అంటరానివారి పట్ల అతని ప్రవర్తన భిన్నంగా ఉంది, ఎందుకంటే ఈ ప్రజలు ముస్లింలంత బలంగా లేరు, ఎందుకంటే వారు రాజుల సేవకులు. అంత ధనవంతుడు కాదు. ఏ పేద నిస్సహాయ వ్యక్తి యొక్క మృతదేహంపై ఏ వైద్యుడైనా ప్రయోగాలు చేసినా, అతను తనకు కావలసినది చేస్తాడు. గాంధీజీ తన సత్యాన్ని మరియు సూత్రాలను పేద అంటరానివారి జీవితాలపై కూడా ప్రయోగించడం కనిపిస్తుంది. వారికి రిజర్వు స్థలం రాకూడదు, అందుకే గాంధీజీ తన జీవితాన్ని పణంగా పెట్టారు, రాజుల ముందు అతను మైనపు బొమ్మలా ఉన్నాడు.

గాంధీజీ ఒక అవినీతి యోగి, అతను మూర్ఖత్వ రాజ్యంలో తిరుగుతున్నాడు. రాజు-మహారాజుల పాలన రామరాజ్యం లాగా ఉంటుందని వారు అర్థం చేసుకున్నారు, అయితే అన్ని సంస్థానాధీశులు ఈ భద్రతా బంధానికి మరియు రిజర్వు హక్కులకు గట్టి మద్దతుదారులని అర్థం చేసుకోవాలి. బ్రిటిష్ సామ్రాజ్యంతో వారి సంబంధం అవినాభావమైనది మరియు అవినాభావమైనది. బ్రిటీష్ సామ్రాజ్యం నుండి విడిపోయి సంపూర్ణ స్వాతంత్ర్య తీర్మానాన్ని ఆమోదించిన కాంగ్రెస్‌కు ఇది పెద్దగా అర్థం కాలేదు, అయితే అంటరానివారికి సంబంధించి గాంధీజీ సూత్రాలకు ఇది ఒక అంచు. ఇంతకంటే గొప్ప కపటత్వం ఏముంటుంది? అతని భక్తజనులు మరియు దేశభక్తులు ఏమైనా చెప్పవచ్చు; రౌండ్ టేబుల్ సమావేశానికి గాంధీజీ అగ్ని పరీక్ష. నాలాంటి ఇతర స్వరకర్తలు కూడా అదే వ్యక్తపరిచారు. ఒక పెద్దమనిషి పశ్చాత్తాపంతో "మహాత్మజీని ఇక్కడి నుండి తీసుకెళ్ళాలి, లేకపోతే ఆయనే కాదు, ఆయన నాయకుడిగా భావించే దేశ ప్రజలు కూడా పాతాళంలోకి వెళ్లిపోతారు" అన్నాడు. మిస్టర్ విఠల్ భాయ్ పటేల్ మరియు నేను నిన్నటికి ముందు రోజు

కలిశాము. గాంధీజీ విధానాల పట్ల అసహనం వ్యక్తం చేశారు. బ్రహ్మో కుంభకోణాన్ని గాంధీజీ సృష్టించారు'' అన్నారు.

నవంబర్ 10 లేదా నవంబర్ 20 నాటికి రౌండ్ టేబుల్ సమావేశం ముగియనున్నట్లు తెలుస్తోంది. ఏదైనా సాధించిన తర్వాత ఈ మండలి ముగిసిందా లేదా ఈ కౌన్సిల్ నుండి ఏదైనా బయటకు వచ్చిందా? ఇలాంటి ప్రశ్న ప్రతిచోటా అడుగుతారు. రౌండ్ టేబుల్ కాన్ఫరెన్స్ చాలా విచారకరమైన స్థితిలో ముగుస్తుందని నేను భయపడుతున్నాను. ఇదే జరిగితే పూర్తి బాధ్యత గాంధీజీపైనే పడుతుంది. కౌన్సిల్‌ను మూసివేయడం భారతదేశానికి ప్రయోజనకరంగా ఉంటుంది, కానీ అలాంటి ప్రయత్నం గాంధీజీ చేయలేదు, ఇది అతని అర్ధహృదయ విధానం యొక్క ఫలితం. అంటరాని మైనారిటీ ప్రజాప్రతినిధులు సమర్పించే డిమాండ్లు ఎంత వాస్తవమైనవి, వాటి వెనుక సెంటిమెంట్ ఎంత తీవ్రంగా ఉంది? గాంధీజీ ఈ విషయాన్ని గుర్తించలేదు. అందుకే ఆ డిమాండ్లను గాంధీజీ పట్టించుకోలేదు. ఫలితంగా మైనారిటీల సమస్యను తెలివిగా పరిష్కరించకుండా నిర్లక్ష్యం చేశారు.

మహాత్ముడిని మరిచిపోండి, గాంధీజీ చేసిన ట్రిక్కులు సామాన్యులకు కూడా నచ్చవు. మైనారిటీల సమస్యల పరిష్కారం కోసం చాణక్య నీతిని ప్రయోగించినా ఈ మాయలో తానే ఇరుక్కుపోయాడు. కాంగ్రెస్ పేరుతో గాంధీజీ జాతీయ ప్రయోజనాల కోసం, దేశాభిమానం కోసం ఏం మాట్లాడినా గౌరవించాను. నేను కాంగ్రెస్ లేదా గాంధీజీ అనుచరుడిని కాకపోయినా, నేను ఆ డిమాండ్లను హృదయపూర్వకంగా సమర్థిస్తాను, కానీ వారు నాకు ఈ అవకాశం ఇవ్వలేదు.

కలిసేందుకు అనుమతించారు. "ఎవరైనా ప్రాణం పోయినా ఫర్వాలేదు, కానీ అంటరానివారికి స్వాతంత్ర్యం ఇవ్వవద్దు."

గాంధీజీ ఈ మతోన్మాదాన్ని ఎంత వరకు తీసుకువెళ్లారు అంటే దానిని ఆపడానికి నేను స్వర్గాన్ని మరియు భూమిని కదిలించవలసి వచ్చింది.

ప్రాంతీయ ప్రభుత్వం కేంద్ర ప్రభుత్వానికి జవాబుదారీగా ఉండాలి, ఎందుకంటే నేను కాంగ్రెస్‌కు మద్దతు ఇస్తాను, కానీ గాంధీజీ యొక్క విచిత్రమైన విధానం కారణంగా అతను నాకు ఈ అవకాశం ఇవ్వలేదు. ఫలితంగా ప్రశ్న పరిష్కారం అయ్యేంత వరకు ముస్లింలు, క్రైస్తవులు మరియు అంటరానివారి ప్రతినిధులు చర్చలో పాల్గొన్నారు. కానీ దానిని పెంచడంలో అర్థం లేదని లార్డ్ సాంకీ భావించాడు. అందువల్ల, అతను ఫెడరల్ స్ట్రక్చర్ కమిటీ పనిని వాయిదా వేసాడు.

కేంద్ర ప్రభుత్వం బాధ్యత లేదా? ఈ ముఖ్యమైన ప్రశ్న ఈ రోజు చర్చించబడాలి, కానీ అది జరగలేదు. ఈ ప్రశ్నకు పరిష్కారం కనుగొనబడలేదు, కానీ గాంధీజీ ఈ అంశంపై చర్చించలేదు. అలా గాంధీజీ పర్యటన ఫలించలేదు. ప్రపంచ విజేత జూలియస్ సీజర్ గౌడ్ ప్రావిన్స్‌పై చేసిన దాడిని చరిత్రకారుడు వివరించాడు, "సీజర్ వచ్చాడు, చూశాడు మరియు అతను జయించాడు", దీనిని వ్రాసిన తరువాత భవిష్యత్ చరిత్రకారుడు తన కలాన్ని అణిచివేసాడు. కానీ గాంధీజీ గెలిచినట్లు చరిత్రకారుడు రాయలేదు. గాంధీజీ వైఫల్యాన్ని చూసి చాలా మంది నిరాశ చెందారు. గాంధీజీ రాకపోయి ఉంటే కాంగ్రెస్ ఇరుకున పడి ఉండేది. ఇప్పుడు ఆయన స్నేహితులు, అనుచరులు కూడా ఇలాగే ఫీల్ అవుతున్నారని కొందరు బహిరంగంగానే మాట్లాడుతున్నారు.

మద్దతుదారు హెరాల్డ్ లాస్కీ వంటి కొంతమంది బ్రిటీష్ గాంధీ భక్తులు, గాంధీ ప్రజాస్వామ్యం యొక్క గౌరవప్రదమైన స్వభావాన్ని చూసి ఆశ్చర్యపోయారు. రౌండ్ టేబుల్ కౌన్సిల్ విఫలమైతే, దాని ఫలితం ఏమిటి? దీనికి సంబంధించి ప్రశ్నలు సంధిస్తున్నారు. నా అభిప్రాయం ప్రకారం, ఈ ప్రశ్న తప్పనిసరిగా గాంధీజీ దృష్టికి తీసుకురాబడింది. "నేను సహాయ నిరాకరణ ఉద్యమాన్ని పునఃప్రారంభిస్తాను" అని గాంధీజీ స్పష్టంగా చెప్పారు ఈ గాంధీజీ కాంగ్రెస్ సహాయ నిరాకరణ ఉద్యమాన్ని వ్యతిరేకించని మైనారిటీ సమాజం గురించి ఆలోచించవలసి ఉంటుంది, అయితే వారి న్యాయమైన డిమాండ్లకు కాంగ్రెస్ మద్దతు ఇస్తుంది

పనికిరాదని నిరూపించారు. మరోవైపు, కాంగ్రెస్ అన్యాయమైన, కుల ఆధారిత మరియు అశాస్త్రీయ విధానాన్ని ఆశ్రయించింది మరియు ఇప్పుడు అంటరాని సమాజం పట్ల కాంగ్రెస్ వైఖరి మారిపోయింది.

బొంబాయి ప్రావిన్స్ నుండి మాత్రమే కాకుండా పంజాబ్, బెంగాల్, మద్రాస్ మొదలైన ప్రాంతాల నుండి కూడా కాంగ్రెస్-గాంధీకి వ్యతిరేకంగా నాకు భారతదేశంలోని అన్ని ప్రాంతాల నుండి టెలిగ్రామ్‌లు వస్తున్నాయి. నిజానికి గాంధీజీ చాలా అయోమయంలో ఉన్నారు. ఇన్ని అంటరాని వారికి నేను రక్షకుడను అయినా నన్ను ఎందుకు వ్యతిరేకిస్తున్నారు? ఈ పజిల్‌ని పరిష్కరించడం గాంధీజీకి ఈ జన్మలో సాధ్యం కాదు. ఫలితంగా, గాంధీ వైపు మరియు అంటరాని సమాజం ఒకరినొకరు వ్యతిరేకిస్తారు, ఇది చాలా స్పష్టంగా ఉంది. నాకు గాంధీజీకి మధ్య ఈనాటికి కూడా తేడా ఉంది. గాంధీజీని నేను గౌరవంగా చూడలేదని అతని స్నేహితులు వాపోతున్నారు. వారికి నా సమాధానం

ఏమిటంటే నేను గాంధీజీకి భక్తుడిని లేదా అనుచరుడిని కాదు. అందువల్ల నా నుండి భక్తిని ఆశించడం వ్యర్థం. గాంధీజీతో నా ప్రవర్తన మర్యాదపూర్వకంగా ఉంటుందన్నది నిజం. వారి పోటీ ప్రవర్తన ఎలా ఉంటుందో నేనూ అలాగే ప్రవర్తిస్తాను చేస్తాను.

నేను గాంధీజీని చూసే విధానం వల్ల, నా వ్యతిరేకత ఆయనకు అన్యాయంగా కనిపిస్తోంది, ముఖ్యంగా ఆయన పట్ల అమితమైన భక్తి ఉన్న భక్తులకు. అంటరాని వర్గాల మనోభావాల గురించి నేను గాంధీజీకి స్పష్టంగా తెలియజేశాను, కానీ ఆయనలోని అయోమయం, పక్షపాతం మాత్రం పోలేదు. అంటరాని వారికి నేనే నిజమైన ప్రతినిధినని, అంటరాని వారికి స్వతంత్ర ఎలక్టోరల్ కాలేజీ అవసరం లేదని వారు అంటున్నారు. మీరు సిక్కులకు, ముస్లింలకు ఉచిత నియోజకవర్గాలు ఇవ్వడానికి సిద్ధంగా ఉన్నప్పుడు, అంటరాని వారికి అది రాదని ఎలా చెబుతారు. ఈ ప్రశ్నతో వారు పేలినప్పుడు, వారు చిరాకు పడతారు. ఈ ప్రశ్నకు సరైన సమాధానం చెప్పలేకపోవడమే కారణం. నేను మురియల్ అనే ఫ్రెంచ్ మహిళను కలిశాను. ఆయనకు సంస్కృత భాష పట్ల మక్కువ ఎక్కువ. గాంధీజీ కీర్తిని విన్న ఆ మహిళ ఆయన పట్ల ఎంతో గౌరవం కలిగింది. ఆ మహిళ, "ఈ రోజు ఉదయం నేను గాంధీజీని కలిశాను మరియు అంటరానివారి విషయంలో మీరు ఎందుకు అస్థిరమైన విధానాన్ని అవలంబించారు?" అంటరాని వారికి ఉచిత ఎన్నికలు ఇస్తే వారు అంటరానివారుగానే మిగిలిపోతారని గాంధీజీ అన్నారు, అందుకే అంటరాని వారికి ఉచిత ఎన్నికలు ఇవ్వడాన్ని నేను వ్యతిరేకిస్తున్నాను. దీనిపై ఆ ఫ్రెంచి మహిళ, "అలా అయితే, డాక్టర్ అంబేద్కర్ మరియు అంటరానివారి ప్రతినిధులు దీనిని అంగీకరించరు?" అని అన్నారు నేను అక్కడ నుండి వెళ్ళాలి అని చెప్పాను." నిన్నగాక మొన్న గాంధీజీ 'ఇనిస్టిట్యూట్ ఆఫ్ నేషనల్ అఫైర్స్' అనే సంస్థలో ప్రసంగించారు.

ఇచ్చేసారు. అంటరాని వారికి సంబంధించి అక్కడ అనుసరించిన విధానానికి కూడా ఆయన మద్దతు తెలిపారు. నేను నవంబర్ 10న ఈ ఇన్‌స్టిట్యూట్‌లో ప్రసంగించాను. మైనారిటీ వర్గాన్ని ఏకాకిని చేయడమే ఆయన వివక్ష విధానమని ఆయన ఆలోచనలను బట్టి ఒక విషయం స్పష్టమైంది. ఫలితం అతని కోరికలకు విరుద్ధంగా ఉంది. గాంధీజీ చాణక్య విధానం ఓడిపోయింది. అస్పృశ్య సమాజానికి స్వరాజ్యం అంటే వారి న్యాయమైన రాజ్యాధికారం అంటరానివారికి అనుకూలంగా ఉండదని నేను హామీ ఇవ్వాలనుకుంటున్నాను, కాబట్టి మనం అధికారాన్ని పొందితే తప్ప గాంధీజీకి కూడా స్వరాజ్యం లభించదు.

భారతదేశంలోని జాతీయ వార్తాపత్రికలు నాపై దుష్ప్రచారం మరియు తప్పడు సమాచారాన్ని వ్యాప్తి చేయడం ప్రారంభించాయి. ఆ సందర్భంలో నాకు చాలా వార్తలు వచ్చాయి, వాటిలో కొన్ని నేను చదివి చూశాను. ఈ వార్తలు చూసి నేను ఆశ్చర్యపోలేదు. అంటరాని సామాజికవర్గం కాంగ్రెస్ వ్యతిరేకతను గుర్తించకుండా ఉండిపోయిందనేది సంతృప్తిని కలిగించే అంశం. ఇప్పటి వరకు వారిలో మేలుకొలుపు రాలేదు, ఈ సమయంలో వచ్చింది. గాంధీజీ యొక్క న్యాయమైన విధానానికి వ్యతిరేకంగా భారతదేశంలోని దళిత సమాజంలో ఆత్మగౌరవం యొక్క మేల్కొలుపు ఉంది. మహారాష్ట్ర నుండే కాకుండా భారతదేశంలోని వివిధ ప్రాంతాల నుండి నా డిమాండ్లకు మద్దతుగా నాకు చాలా సందేశాలు వచ్చాయి. కాంగ్రెస్ తనతో పాటు కొంతమంది అంటరానివారిని తీసుకువెళ్లింది మరియు మా డిమాండ్‌లకు వ్యతిరేకంగా నిరసన తెలుపుతూ నాలుగు టెలిగ్రామ్‌లు పంపింది, కాని వారు మా ఉద్యమాన్ని తప్ప దిశలో తీసుకెళ్లలేరు.

భారతదేశంలోని అనేక వార్తాపత్రికల నుండి నాకు కొటేషన్లు పంపబడ్డాయి, 'జ్ఞాన్ ప్రకాష్' వార్తాపత్రిక నుండి కూడా కొటేషన్లు ఉన్నాయి. రౌండ్ టేబుల్ కౌన్సిల్ సందర్భంలో పూణేలో అంటరాని సమాజం యొక్క సమావేశం యొక్క వాస్తవికత ఆ లేఖలో ఇవ్వబడింది. ఈ సమావేశం సందర్భంగా 'జ్ఞాన్ ప్రకాష్'లో సంపాదకీయం రాసింది. 'జ్ఞాన్ ప్రకాష్' వార్తాపత్రిక కాంగ్రెస్ లేదా ఇతర హిందూ వార్తాపత్రికల వలె ఏకపక్ష వార్తాపత్రిక కాదు, కానీ 'జ్ఞాన్ ప్రకాష్' వంటి వార్తాపత్రిక ఈ వార్తాపత్రిక సంపాదకీయం చదివి గాంధీకి మరియు నాకు మధ్య తలెత్తిన వివాదాన్ని అంచనా వేయకపోవడం నాకు ఆశ్చర్యం కలిగిస్తుంది. చేసాడు. అంటరానివారికి ఉమ్మడి ఎన్నికల వ్యవస్థను, రిజర్వు స్థానాలను దానం చేయడానికి గాంధీజీ సిద్ధంగా ఉన్నారు, అయితే నేను దానిని అంగీకరించడానికి సిద్ధంగా లేను, అయితే నేను స్వతంత్ర ఎన్నికల వ్యవస్థ కోసం మొండిగా కూర్చున్నాను నాలాంటి అంటరానివాడు గాంధీజీ ఏమనుకుంటున్నాడో అర్థం చేసుకోవడం మంచిది, కానీ అతని రాక అతని పక్షపాతాన్ని బట్టబయలు చేసింది.

"బ్రిటీష్ ప్రభుత్వం భారతదేశానికి ప్రాంతీయ స్వపరిపాలన హక్కును మాత్రమే ఇవ్వడానికి సిద్ధంగా ఉంది, కానీ హిందూ ప్రజలు కేవలం ప్రాంతీయ స్వపరిపాలన హక్కును ఇవ్వడానికి సిద్ధంగా లేరు." ఈ లేఖపై మొదటి సంతకం గాంధీజీది. ఉత్తరంలోని నిజం ఏమిటంటే, సోమవారం నాడు శ్రీ గాంధీకి ప్రాంతీయ

స్వయంప్రతిపత్తి ఇవ్వడం పనికిరాదా అని అడిగారు, ఈ రహస్యం ఎవరికీ తెలియలేదు, గాంధీజీని శుక్రవారం చాలా విచారించారు, చివరికి గాంధీజీ సంతకం ముందుగా తీసుకున్నారు.

మైనారిటీలు తమలో తాము శాంతిని చేసుకున్నారు. దీనికి వ్యతిరేకంగా గాంధీజీ ఘాటుగా ప్రసంగించారు. అంటరాని సమాజం హిందూ సమాజంలో ఒక భాగమని, అందువల్ల అది మైనారిటీ కాదని ఆయన అన్నారు. యధావిధిగా నిరసిస్తూ, అంటరానివారి డిమాండ్లను తీవ్రంగా వ్యతిరేకించాడు. ఇప్పుడు గాంధీజీ తగిన సమాధానం చెప్పాలి. రౌండ్ టేబుల్ కాన్ఫరెన్స్‌లో నేను పోషించిన పాత్ర నా మనస్సాక్షికి అనుగుణంగా ఉంది. అంటరానివారు హిందూ సోదరులు, కాబట్టి వారి మధ్య సయోధ్యను సాధించాలి. ఇది గాంధీజీ వాదన. అదే సమయంలో ముస్లింల మధ్య రహస్య ఒప్పందం చేసుకుని, "కాంగ్రెస్ మీ పద్నాలుగు డిమాండ్లను అంగీకరిస్తుంది, అయితే మైనారిటీలు మరియు అంటరానివారు స్వతంత్ర ఓటర్లను డిమాండ్ చేయకూడదని మీరు ఈ పాత్ర పోషించాలి" అని అన్నారు గాంధీజీ శిష్యుడు దీనిని చూడాలనుకున్నాడు, అతను ముస్లింల మద్దతు పొందడానికి హోటల్‌లో ఖురాన్ పుస్తకాన్ని కలిశాడు మరియు గాంధీజీని ఒప్పించడం ప్రారంభించాడు, "అస్పృశ్య సమాజం చాలా బలహీనంగా ఉంది. వారికి అన్ని సహాయాలు, హక్కులు లభించాలి. ముస్లింల కంటే వారికి ఇది చాలా అవసరం. నేను ఇలాగే ప్రవర్తిస్తాను అని అనుకుంటున్నాను.'' గాంధీ నిరాశగా వెనుదిరిగారు.

అందరి సహకారం మరియు మద్దతు అంటరానివారి రాజకీయ హక్కుల కోసం పోరాడే శక్తిని ఇస్తుంది. నా ఉద్యమం మరియు నా పని మహర్లకు మాత్రమే పరిమితం కాదు. దేశ ప్రయోజనాలను దృష్టిలో పెట్టుకునే వార్తాపత్రికలు దేశద్రోహులుగా వ్యవహరిస్తాయి మరియు ఇతరులను దుర్వినియోగం చేస్తాయి. అంటరానివారు ఈ వార్తాపత్రికల నుండి ఎటువంటి భయం లేకుండా నాకు అత్యంత మద్దతు ఇచ్చారు, అందుకే నేను లండన్‌లో కొంత పని చేస్తున్నాను. మీరు సంస్థను బలోపేతం చేయండి, మేము ధైర్యం మరియు క్రమశిక్షణ యొక్క బలంతో ముందుకు సాగుతాము. ఈ రోజు భారతదేశంలో, ఎవరైనా దేశద్రోహిగా, దేశ విధ్వంసకుడిగా, హిందూ మతాన్ని నాశనం చేసే వ్యక్తిగా పరిగణిస్తే,

హిందువులను, హిందువులను నాశనం చేసేవాడిని, విభజించేవాడిని నేనే అని చెప్పాలనుకుంటే అది నేనే. గుండ్రని బల్ల

కౌన్సిల్ లోతుగా ఆలోచిస్తుంది, అప్పుడు వారు డాక్టర్ అంబేద్కర్ దేశానికి ఏదో చేశారని అంగీకరించాలి. వారు అంగీకరించకపోతే నేను వారికి ఎలాంటి

ఫీలింగ్స్ ఇవ్వను. నా పనిపై నా సంఘం నమ్మకం నాకు ముఖ్యం. నేను ఏ సమాజంలో పుట్టి జీవిస్తున్నానో అదే సమాజంలో చనిపోతాను. నేను అదే సమాజం కోసం పని చేస్తూనే ఉంటాను. నేను విమర్శకుల గురించి పట్టించుకోను.

నేను దేశం కోసం పనిచేయడం లేదని ఆరోపించారు. గత వందేళ్లుగా సంస్కర్తలు, మేధావులు, ప్రశాంతులు దేశం పేరుతో తమ కులానికి చెందిన వారిని పోషించేందుకు కృషి చేస్తున్నారు. ఇంతమంది నా సమాజానికి చేసిందేమీ లేదు. అలాంటప్పుడు ఇంతమంది నా నుండి జాతీయ పనిని ఎందుకు ఆశించాలి? మహద్, నాసిక్ మరియు ఇతర ప్రాంతాలలో జరిగిన సత్యాగ్రహం హిందూ ప్రజల హృదయం ఇటుక గోడలా నిర్జీవంగా ఉందని నన్ను ఒప్పించింది. ప్రతి మనిషిని మనిషి అని పిలవాలని, ఇతరులకు సమాన హక్కులు కల్పించాలనే కోరిక వారికి లేదు. రాతి గోడపై మీ తలను కొట్టండి, మీరు చివరికి రక్తస్రావం అవుతారు, కానీ గోడ యొక్క కాఠిన్యం తగ్గదు. ఈ రోజు వరకు, మనం హిందూ దేవుళ్ళను మరియు దేవతలను దర్శించుకోకపోతే, మనం చనిపోలేదు లేదా హిందూ దేవాలయాలను సందర్శించే కుక్కలు, పిల్లులు లేదా గాడిదలు మనుషులుగా మారలేదు. వాళ్ళు మనల్ని తాకలేకపోతే మనం కూడా తాకము. ఈ హిందూ మతం మనకు ఏ మహమ్మారి కంటే ఎక్కువ హాని కలిగించింది.

మాది చేయలేదు. మేము 2000 సంవత్సరాల నుండి హిందూమతంలో ఉన్నాము. దాన్ని కాపాడుకోవడానికి సర్వస్వం త్యాగం చేశాం కానీ హిందూ ధర్మంలో మన విలువ ఒక్క పైసా కూడా లేదు. మేం ప్రారంభించిన పోరాటం కేవలం గుడి తెరవాలన్నా, చెరువు మురికి నీరు తాగాలన్నా కాదు. మనం బ్రాహ్మణుల ఇంటికి వెళ్లనవసరం లేదు, ఒకరికొకరు ఆహారం పంచుకోవాల్సిన అవసరం లేదు. మాకు బ్రాహ్మణ అమ్మాయిలు వద్దు. మన సమాజంలో ఆడపిల్లలు లేరా? మనం బ్రాహ్మణ బాలికలను ఎందుకు ఆశించాలి? మన ఆడవాళ్ళకి పిల్లలు లేరా? నిజానికి ఈరోజు మన పోరాటం రాజకీయ అధికారం కోసమే. నాకు హిందుత్వం అంటే ఇష్టం లేదు. నాకు మతం మారాలని అనిపిస్తుంది. ఎక్కడికెళ్లినా నా ధైర్యంతోనే వెళ్లగలను. కానీ నేను నీలో మాత్రమే ఎందుకు జీవిస్తున్నాను? ఎందుకంటే నిన్ను వదిలి ఎక్కడికీ వెళ్లాలని లేదు. నేను చేపట్టిన పనిని పూర్తి చేయాలని నేను మీకు చెప్పాలనుకుంటున్నాను.

28

గాంధీ-అంబేద్కర్ చర్చ

ఆగష్టు 14, 1931 న, మధ్యాహ్న సమయంలో, మణి భవన్ మూడవ అంతస్తులో ఇద్దరి మధ్య ఈ క్రింది చర్చ జరిగింది:

గాంధీజీ: డాక్టర్ సాహెబ్, మీరు ఏమి చెప్పాలనుకుంటున్నారు?

బాబాసాహెబ్: మీ అభిప్రాయాలను వినడానికి మీరు నన్ను పిలిచారు. మీరు ఏదో ఒకటి చెప్పండి, లేకపోతే ప్రశ్నలు అడగండి, నేను సమాధానం ఇస్తాను.

గాంధీజీ: మీకు నా పట్ల, కాంగ్రెస్ పట్ల కొంత ద్వేషం ఉందని నాకు తెలిసింది.

ఉంది. నేను చదువుకునే రోజుల నుంచి అంటరానివారి ప్రశ్నల గురించి ఆలోచిస్తున్నాను. బహుశా మీరు ఆ సమయంలో పుట్టి ఉండకపోవచ్చు. ఈ ప్రశ్నలను కాంగ్రెస్ కార్యక్రమంలో చేర్చడానికి నేను ప్రయత్నాలు చేయాల్సి వచ్చింది. ఇది మీరు తప్పక తెలుసుకోవాలి. ఈ మతపరమైన మరియు సామాజిక ప్రశ్నలను రాజకీయ కార్యక్రమంలో కలపకూడదు. అని కాంగ్రెస్ నేతలు ప్రశ్నిస్తున్నారు. నేను ఈ ప్రశ్నను లేవనెత్తాను. ఇది మాత్రమే కాదు, అంటరానివారి కోసం కాంగ్రెస్ ఇరవై లక్షల రూపాయలు ఖర్చు చేసింది. ఇంత జరిగినా నన్ను, కాంగ్రెస్‌ను ఎందుకు వ్యతిరేకిస్తున్నారు? ఇది చాలా అద్భుతం. మీరు ఈ విషయంలో ఏదైనా చెప్పాలనుకుంటే దయచేసి చెప్పండి.

బాబాసాహెబ్: నా పుట్టుకకు ముందు నుండే మీరు అంటరానివారి సమస్యలను పరిశీలిస్తున్నారనేది నిజం. వయోభారం విషయంలో పెద్దగా దృష్టి పెట్టడం పెద్దలందరికీ అలవాటు. మీ వల్లే కాంగ్రెస్ ప్రత్యేకంగా చేసిందేమీ లేదు. అంటరానివారి కోసం కాంగ్రెస్ ఇరవై లక్షల రూపాయలు ఖర్చు చేసిందని మీరు అంటున్నారు, కానీ అదంతా వృథా అయింది. నేను ఇంత డబ్బు సంపాదించి ఉంటే, నేను నా సమాజంలో ఆర్థిక మరియు సామాజిక స్థితిలో అద్భుతమైన మార్పులు తీసుకువచ్చాను. నేను కాంగ్రెస్ అని అనుకుంటున్నాను

తన సొంత కార్యక్రమం పట్ల ఆయనకు విధేయత లేదని. ఇలాగైతే అంటరానితనాన్ని తొలగించేందుకు, కాంగ్రెస్ సభ్యత్వానికి ఖాదీ ధరించాల్సిన పరిస్థితి ఏర్పడి ఉండేది. అంటరాని వ్యక్తి లేదా స్త్రీ ఉద్యోగం లేని, అంటరాని విద్యార్థిని చూసుకోని లేదా అంటరాని విద్యార్థికి వారానికి ఒకసారి ఆహారం అందించని కుటుంబం. అలాంటి వారి సభ్యత్వాన్ని కాంగ్రెస్ నిషేధించి ఉంటే ఈరోజు ఇలాంటి హాస్యాస్పద దృశ్యాలు కనిపించి ఉండేవి కావు. అలాగే

అంటరానివారి ఆలయంలోకి ప్రవేశాన్ని వ్యతిరేకిస్తూ జిల్లా అధ్యక్షుడు కూడా ముందుకు రారు. కాంగ్రెస్ సంఖ్యాబలం పెంచుకోవాల్సి వస్తుందని, అలాంటి పరిస్థితి దీనికి సరికాదని కూడా మీరు చెబుతారు. అలాంటప్పుడు కాంగ్రెస్‌కు సంఖ్యాబలం ముందు నైతికత అవసరం లేదని, ఇది మీపైనా, కాంగ్రెస్‌పైనా నా ఆరోపణ అని చెప్పడం సముచితంగా ఉంటుంది.

మా విశ్వాసం హిందువులపైనా, కాంగ్రెస్‌పైనా లేదు. మన మరియు మన సమాజం యొక్క ఆత్మగౌరవంపై మేము దృఢంగా ఉన్నాము. మహాత్మునిపై మాకు నమ్మకం లేదు. నన్ను ద్రోహి అంటూ నా ఉద్యమాన్ని కాంగ్రెసోళ్లు ఎందుకు వ్యతిరేకించాలి? (ఈ సమయంలో బాబాసాహెబ్ ముఖం గంభీరంగా మారింది) అతను కొంతసేపు ఆగి ఇలా అన్నాడు - గాంధీజీ, నాకు మాతృభూమి లేదు.

గాంధీజీ: ఇది మీ మాతృభూమి. రౌండ్ టేబుల్ కౌన్సిల్ నివేదిక నా చేతిలో ఉంది. ఆ రిపోర్టు ద్వారా మీ పని ప్రాముఖ్యత నాకు తెలిసింది. నువ్వు దేశభక్తుడివి. ఇది నాకు తెలుసు.

బాబాసాహెబ్: మీరు అంటున్నారు, నాకు మాతృభూమి ఉంది, కానీ నాకు మాతృభూమి లేదని మళ్ళీ చెప్పాలనుకుంటున్నాను. మనకు తాగునీరు దొరకని దేశాన్ని, కుక్కలు పిల్లులకంటే హీనంగా భావించే దేశాన్ని నా దేశం, నా మతం అని ఎలా పిలుస్తాను? అంటరానివాడు ఈ దేశం గురించి ఎలా గర్వపడగలడు?

అన్యాయం, దౌర్జన్యాల వల్ల మనం దేశద్రోహానికి బలి అయితే దానికి పూర్తి బాధ్యత ఈ దేశమే అవుతుంది. నా చేతులు దేశానికి కొంత సేవ చేశాయని, అది దేశ కార్యకలాపానికి ఉపయోగపడుతుందని మీరు అంటున్నారు. అది జరిగితే నేను దేశభక్తితో చేయలేదు, కానీ నా దేవుడు నాకు చెప్పాడు కాబట్టి నేను చేసాను. నా ప్రజలు వేల సంవత్సరాల పాటు ఈ దేశంలో కాళ్ల కింద తొక్కించబడ్డారు. ఆ ప్రజలకు మానవత్వపు హక్కులు కల్పించాలని ప్రయత్నిస్తున్నప్పుడు, దేశం నా చేతిలో కొంత నష్టాన్ని చవిచూసిందంటే, అది పాపం కాదు. నా చేతిలో దేశానికి హాని కలిగించే ఒక్క చర్య కూడా లేదు, దీనికి కారణం నా విధేయతే. నా సోదరులకు మానవత్వంపై హక్కు ఉంది

ఇచ్చేటపుడు కలలో కూడా ఈ విషయం నష్టపోకూడదు. అలాంటప్పుడు దేశ ప్రయోజనాలను బలిపెట్టే మాటలు ఎలా వస్తాయి?

గాంధీజీ: హిందువుల నుండి అంటరానివారిని రాజకీయంగా వేరు చేయడాన్ని నేను అంగీకరించను. మీ స్పష్టమైన ప్రదర్శనకు ధన్యవాదాలు. మనం ఎక్కడ నిలబడతామో అది మారుతుంది, ఇది మంచిది. (బాబాసాహెబ్ వెళ్ళిపోయాడు)

29

పూనా ఒప్పందం

బ్రిటీష్ ప్రభుత్వం ప్రకటించిన కమ్యూనల్ అవార్డులో అంటరాని వర్గానికి స్వతంత్ర ఓటర్ల హక్కు కల్పించారు. దీనికి నిరసనగా మహాత్మా గాంధీ ఆమరణ నిరాహార దీక్ష చేయడం చూసి నేను చాలా ఆశ్చర్యపోయాను. స్వతంత్ర ఓటర్లు భారతదేశ స్వాతంత్ర్యానికి విఘాతం కలిగిస్తారని గాంధీజీ రౌండ్ టేబుల్ సమావేశంలో అన్నారు. స్వతంత్ర నియోజకవర్గం కోసం నిరాహార దీక్ష చేయకుండా స్వాతంత్ర్యం కోసం ఆమరణ నిరాహార దీక్ష ఎందుకు చేయలేదు? స్వతంత్ర నియోజకవర్గానికి అంటే అంటరాని వారికి వ్యతిరేకంగా మాత్రమే ఈ ఆమరణ నిరాహార దీక్ష ఎందుకు? ముస్లింలు, సిక్కులు మొదలైనవాటి గురించి ఎందుకు కాదు?

అంటరానివారు తమ స్థితిని మెరుగుపరచుకోవడానికి చేతులు మరియు కాళ్ళు కదిలించారు మరియు హిందువులందరూ విరిగిపోయారు. అంటరానివారు తమ పరిస్థితిని మెరుగుపరుచుకోవడానికి బహిరంగ మార్గం లేదు, ఎందుకంటే హిందువులు దానిని అడ్డుకున్నారు. అటువంటి పరిస్థితిలో, అంటరానివారికి ప్రత్యేక రాజకీయ హక్కులు ఇవ్వవలసి ఉంటుంది, అప్పుడే వారు తమ స్థితిని మెరుగుపర్చడానికి మార్గం కనుగొంటారు. హక్కులు ఇవ్వడానికి మహాత్ముడు ఏమీ చేయలేదు, దానికి విరుద్ధంగా అతను ఆ హక్కులను వ్యతిరేకిస్తాడు మరియు అర్థం చేసుకోలేడు.

నేను అంటరానివారి నిజమైన శ్రేయోభిలాషిని. అతని అభిప్రాయాల ప్రకారం, హిందువులు అంటరానివారిని బానిసలుగా భావించారు, అందువల్ల వారు అంటరానివారిని వారి హక్కులలో భాగస్వామ్యం చేయడానికి ఎప్పటికీ అనుమతించరు. రౌండ్ టేబుల్ సమావేశంలో అంటరాని వారికి ప్రత్యేక రాజకీయ హక్కులు కల్పించాలని డిమాండ్ చేశాను. గాంధీజీ ఈ డిమాండ్‌ను వ్యతిరేకించారు. ఇప్పుడు అంటరానివారు కమ్యూనల్ అవార్డు కింద ఆ రాజకీయ హక్కులను పొందారు, గాంధీ ఆ హక్కులకు వ్యతిరేకంగా ఆమరణ నిరాహార దీక్ష చేస్తున్నారు. అతని పని అంటరానివారి ప్రయోజనాలకు ఆటంకం కలిగిస్తుంది.

మహాత్మా గాంధీ లండన్‌లో నాకు ఒక ప్రణాళికను అందించారు, ఆ సమయంలో నేను అతని ప్రణాళికను అంగీకరించలేదు. కారణం మహాత్మా గాంధీ లేదా కాంగ్రెస్ అమరత్వం కాదు, ఇది భవిష్యత్తులో అంటరానివారి రాజకీయ

హక్కులను కాపాడటానికి వీలు కల్పిస్తుంది. అందువల్ల, మహాత్మునిపై విశ్వాసం ఉన్నప్పటికీ, నా సమాజం యొక్క జీవన్మరణ ప్రశ్నను నేను అతనికి అప్పగించలేను. కారణం ఏమిటంటే, ఈ రోజు భారతదేశంలో చాలా మంది మహాత్ములు ఉన్నారు, కాని వారు అంటరానివారి స్థితిని ఒక్క ముక్క కూడా మెరుగుపరచలేదు. నా ప్రజలు వేల సంవత్సరాలుగా అంటరానివారు మరియు నేటికీ అలాగే ఉన్నారు.

హిందూ సమాజంలో కొంతమంది సంస్కర్తలు ఉన్నారు, అయితే ఈ సంస్కర్తలు తమ ఆలోచనలను మరియు సూత్రాలను వారి కాళ్ళ క్రింద తొక్కడం మరియు అగ్రవర్ణ హిందువుల అనుచరులుగా మారతారని అగ్రవర్ణ హిందువుల నుండి వారిపై కొద్దిగా ఒత్తిడి వచ్చింది. మహాద్ మరియు నాసిక్ సత్యాగ్రహాలలో మాకు చేదు అనుభవం ఎదురైంది. మహాత్ముడి ఈ చర్య, ఉపవాసం చేయడం ద్వారా ప్రజలను భయపెట్టడం మరియు అతను సరైనది అని భావించడం ముప్పు వంటిది. ఎవరైనా అంటరానివారిని బెదిరించడం ద్వారా నిశ్శబ్దం చేయడానికి ప్రయత్నించినా లేదా ఎవరైనా వారిని తన వైపుకు వంచడానికి ప్రయత్నించినా, అది ఎప్పటికీ విజయవంతం కాదు. హిందూ-ముస్లిం ఐక్యత, అంటరానితనం ఐక్యత వంటి జాతీయ కారణాల కోసం వారు ఉపవాసం అనే ఆయుధాన్ని ఉపయోగించాలి. అంటరానివారి రాజకీయ హక్కులకు వ్యతిరేకంగా వారు దీనిని ఉపయోగించరని నేను ఆశిస్తున్నాను. అంటరానివారిని హిందూ సమాజం నుండి వేరు చేయడం మా ఉద్దేశం కాదు. వారు హిందువుల బానిసత్వం నుండి విముక్తి పొందాలని మా కోరిక. కమ్యూనల్ అవార్డు పథకం కంటే అంటరాని వారికి మరింత ప్రయోజనకరమైన పథకాన్ని వారు సూచించాలి.

అంటరానివారి రాజకీయ భవిష్యత్తును హిందువుల నుండి స్వతంత్రంగా తీర్చిదిద్దుతాను, గాంధీజీ నిరాహారదీక్ష లక్ష్యం ఇదే అయితే నేను దానిని తీవ్రంగా వ్యతిరేకిస్తాను. నేను నా ప్రజలకు ద్రోహం చేయలేను. ఒకవైపు మహాత్ముడి జీవితం, మరోవైపు నా ప్రజల రాజకీయ హక్కులు - నేను ఎవరిని ఎన్నుకోవాలి అనే మతపరమైన సంక్షోభాన్ని గాంధీజీ నాపైకి తీసుకురాకూడదని నేను ఆశిస్తున్నాను?

భారతదేశపు గొప్ప వ్యక్తి మహాత్మా గాంధీ! వారి జీవితాలు నాకు ప్రియమైనప్పటికీ, 6-7 కోట్ల అంటరానివారి హక్కులు నాకు తక్కువ కాదు! నేను ముందు వారిని రక్షించాలి. వారిని రక్షించే ప్రయత్నంలో, మీరందరూ నన్ను వీధి స్తంభానికి వేలాడదీసినా, నేను పట్టించుకోను. అంటరానివారి ప్రధాన సమస్య ప్రధాన ప్రధాన నిర్ణయం ద్వారా పరిష్కరించబడుతుంది. ఇది మీకు లేదా గాంధీజీకి ఆమోదయోగ్యం కాదు, అప్పుడు మీకు ఏమి కావాలి? ఈ విషయాన్ని ముందుగా గాంధీజీకి చెప్పాలి.

ఇందులో అంటరానివారి ప్రయోజనాలకు ఎంతవరకు రక్షణ ఉంది? అది చూసిన తర్వాతే సమాధానం చెబుతాను.ఈ కాంగ్రెసోళ్లు నా రాజకీయ జీవితాన్ని నాశనం చేయడానికి ఎంత ప్రయత్నిస్తున్నారు? నన్ను ఎలిమినేట్ చేసిన తర్వాత వీళ్ళే నీకు నాయకులు, మరి నా సొసైటీ ఏమవుతుంది? ఇలా ఏడవడం వల్ల ఏమవుతుంది? మన వారసులు యోధులు. పోరాడుతూ చనిపోతాం కానీ పోరాటం నుంచి వెనక్కి తగ్గబోం. రండి, రేపటి నుంచి బొంబాయికి, గ్రామాలకు వెళ్లి ఈ పరిస్థితిని మీ ప్రజలకు వివరించి, కాంగ్రెస్ వాళ్లను ఓడించండి.

నాలుగైదు రోజుల క్రితం నేను భయంకరమైన చిట్టడవిలో చిక్కుకున్నాను. ఒకవైపు అంటరానివారి రాజకీయ భవిష్యత్తు, మరోవైపు మహాత్మాగాంధీ ప్రాణ రక్షణ. కానీ ఇప్పుడు ఆ చిట్టడవి నుంచి బయటపడ్డాను. దీనికి చాలా ఘనత గాంధీజీకే దక్కాలి. నేను రౌండ్‌టేబుల్ కౌన్సిల్‌లో పని చేస్తున్నప్పుడు అందరికంటే గాంధీజీ నాకు సహాయం చేశారు, కానీ ఆ సమయంలో ఆయన భావజాలంపై సరిగ్గా దృష్టి సారించి ఉంటే, అతను ఆమరణ నిరాహార దీక్ష చేయవలసి వచ్చేది కాదు. అయితే ఇప్పుడు వాటి సంగతేంటి? అస్పృశ్యులమైన మా ముందున్న ప్రశ్న ఏమిటంటే, మీరు హిందూ రాజీకి పాల్పడితే, మీరు దానిని సరిగ్గా పాటిస్తారా? మీరందరూ (హిందువులందరూ) ఈ ఒప్పందాన్ని పవిత్రమైన ఒప్పందంగా భావించి దాని ప్రకారం నడుచుకుంటారని ఆశిస్తున్నాను.

సర్ తేజ్ బహదూర్ సప్రూ మరియు శ్రీ రాజగోపాలాచారి ఈ ఒప్పందాన్ని రూపుమాపడానికి కృషి చేశారు. మరికొందరు కూడా తీవ్రంగా ప్రయత్నించారు. నేను అందరికీ నా కృతజ్ఞతలు తెలియజేస్తున్నాను, అయితే స్వతంత్ర ఎన్నికల కళాశాల దేశానికి మరియు హిందూ సమాజానికి హాని కలిగిస్తుందని మరియు ఉమ్మడి ఎన్నికలు లాభపడతాయని నేను రాజీని అంగీకరించను. అంటరానివారి సమస్య ఏ రాజకీయ వ్యవస్థతోనూ పరిష్కరించబడదు. ఈ ఒప్పందం ఆ సమస్యను పరిష్కరించదు. అంటరాని వర్గం అజ్ఞానంగా ఉన్నంత కాలం, ఆత్మగౌరవం శూన్యం అయినంత కాలం, అది మీరు చెప్పినట్లుగా పని చేస్తుంది మరియు వారికి ఇచ్చిన భూమిపై శాశ్వతంగా జీవిస్తుంది. ఇప్పుడు బాగా చదువుకుని తనలో ఆత్మగౌరవపు వెలుగు వెలిగింది. ఇప్పుడు వారు మీ బానిసత్వంలో ఉండరు. అంతే కాదు, మీరు మతపరమైన మరియు సామాజిక ఔన్నత్యం గురించి మీ ఊహను వదులుకోకుండా మరియు అంటరాని వారితో అహంకారంగా ప్రవర్తించడం ప్రారంభించినట్లయితే, అంటరానివారు మీకు దూరంగా ఉంటారు. దీన్ని గుర్తుంచుకోండి. ఈ భయంకరమైన సమస్యను మీ కళ్ల ముందు ఉంచుకుని, అంటరానివారి కోసం మీరు ఏమైనా చేస్తారు. అదే నేను ఆశిస్తున్నాను

30

కళ్ళు నీళ్లతో నిండిపోయాయి

బారిస్టర్‌గా హబ్ వచ్చాక రమాబాయి ఆరోగ్యం బాగా పాడైంది. చీర. ఎన్. పగర్ రమాబాయిని కలిశాడు. కాబట్టి బాల కనవర్ బనాయ ఏమి చేస్తాడు? ఇది నా పరిస్థితి, నా పరిస్థితి గురించి కూడా అడగరు. మెట్లు దిగుతున్నప్పుడు కూడా, నా వైపు చూసే సమయం లేదు." ఇది విన్న పగారే బాబాసాహెబ్ అంబేద్కర్ చదువుకునే గదికి వెళ్లి, "సార్, మీకు ఏమి జరుగుతోంది? ఏయ్ సాహెబ్ ఆరోగ్యం బాగా లేదు, మీరు అతని గురించి అస్సలు విచారించరు, దిగేటప్పుడు కూడా మీరు అతని వైపు చూడరు. అప్పుడు నేను నీకు ఏమి చెప్పాలి?"

దానికి బాబాసాహెబ్ నవ్వుతూ, "ఏమైంది ఈ నాసిక్ మహర్‌కి కోపం వచ్చింది. రా కూర్చో. నువ్వు ఏం చెప్పినా నీకు అర్థం కాలేదా? అసలే నేను ఒంటరిగా ఉన్నాను. అప్పుడు నేనేం చేయాలి? నేనేం చేయాలి? నేను లా ప్రాక్టీస్ చేయడం మర్చిపోయానా, సార్ తిన్నాడా లేదా అన్నదానిపై శ్రద్ధ పెట్టకుండా నేను డాక్టర్ దగ్గరికి వెళ్లాలా?ఇది పూర్తి కాకముందే సాహెబ్ కళ్లలో నీళ్లు తిరిగాయి.

31

నా లక్ష్యం

నేను బహిష్కృత సమాజంలో పుట్టాను. అంటరాని వర్గాల అభ్యున్నతికి నా జీవితాన్ని అంకితం చేస్తాను. నా చిన్నతనంలోనే అలాంటి ప్రతిజ్ఞ చేశాను. ఈ వ్రతాన్ని పాటించే అవకాశాలు నా జీవితంలో వచ్చి చేరాయి.నాకు మేలు చేయాలనే ఆలోచన ఉండి ఉంటే ఎన్నో ప్రతిష్టాత్మకమైన పదవులు చేపట్టే అవకాశం వచ్చేది.

నేను కాంగ్రెస్‌లోకి వెళ్లి ఉంటే, అక్కడ నాకు ఉత్తమ స్థానం లభించేది, కానీ అంటరాని వర్గాల అభ్యున్నతి కోసం నా జీవితాన్ని త్యాగం చేయాలని నిర్ణయించుకున్నాను. ఒక్క లక్ష్యంతో ముందుకు సాగుతున్నాను. ఏ పని అయినా విజయవంతం కావాలంటే ఉత్సాహంతో పనిచేయాలి. నేను కూడా నా లక్ష్యాన్ని సాధించాలనే పట్టుదలతో ఉన్నాను. నేను ఆ పనిని సాధించడానికి సంకుచిత ఆలోచనలు మరియు చర్యలను ఆశ్రయిస్తే అది అన్యాయం. దళితుల సంక్షేమ పనులను ప్రభుత్వం చాలా కాలంగా నిలుపుదల చేసింది. ఇది చూసి నా మనసులో చాలా బాధ కలిగింది. మీరు ఊహించి ఉండవచ్చు.

32

దయగల స్వభావం

డిన్నర్ టైం అయింది. అయిదు గంటలైంది. పరేల్‌లోని మా పాఠశాల తలుపు నుండి ఎవరో 'ఆహో దొండే, ఆహో దొండే' అని అరుస్తున్నారు. నేను బయటకు వచ్చి, "డాక్టర్ సాహిబ్, ఇక్కడ ఎలా ఉంది?" అని అడిగాను, "హే ఫ్రెండ్స్, నేను టీ తాగడానికి వచ్చాను." మరియు డాక్టర్ లోపల కూర్చున్నాడు "ఈ రోజు ఎలా వచ్చావు?" అని అడిగాడు డాక్టర్, "మా హిందూ కాలనీలో పనిచేసే పనిమనిషి రాత్రి రెండు గంటలకు నన్ను పికప్ చేయడానికి వచ్చింది. సాయంత్రం నుంచి తన భర్త విరేచనాలు, వాంతులతో బాధపడుతున్నాడని చెప్పింది.

ఆమె అతన్ని ఆసుపత్రికి తీసుకెళ్లింది, కానీ ఆసుపత్రిలో ఉన్న అనారోగ్యం గురించి ఎవరూ పట్టించుకోలేదు. బయట పడుకుని ఉన్నాడు. డాక్టర్ జీవరాజ్‌ని పిలవమని అడగడానికి ఆమె వచ్చింది. నేను కారు తీసి ఆ మహిళను ఆసుపత్రికి తీసుకెళ్లాను. దీని తర్వాత మాత్రమే వ్యాధిగ్రస్తులకు చికిత్స ప్రారంభమైంది. ఉదయం కావడంతో ఆచార్య దొండేని కలవాలని అనుకున్నాను. అందుకే నిన్ను బయటకు పిలిచాను."

33

మహారాజా సాయాజీరావు మరణం: వ్యక్తిగత నష్టం

హారజా సాయాజీరావు గైక్వాడ్ మరణం నాకు వ్యక్తిగతంగా తీరని లోటు. ఆయన కృతజ్ఞతను ఎప్పటికీ మర్చిపోలేను. అతను నన్ను ఉన్నత విద్య కోసం అమెరికాకు పంపాడు, కాబట్టి నేను ఈ రోజు ఉన్నత విద్యను పొందాను. అంటరాని సమాజానికి వారు చాలా రుణపడి ఉన్నారు. అంటరాని కులానికి ఆయన చేసినంత పని మరెవరూ చేయలేదు.

ఆయన గొప్ప సంఘ సంస్కర్త. బరోడా సంస్థానంలో సంఘ సంస్కరణ కోసం ఆయన చేసిన చట్టాలు ఐరోపా, అమెరికా వంటి ప్రగతిశీల దేశాల చట్టాల కంటే చాలా ముందున్నాయి. అతను సామాజిక ఆచారాలను అధ్యయనం చేశాడు మరియు వాటి లోపాలను తొలగించడానికి కృషి చేశాడు. నిత్యం ప్రజల సంక్షేమం కోసం పాటుపడేవాడు. అనేక విధాలుగా బ్రిటిష్ వారికి ఆదర్శంగా నిలిచాడు. అతను పుట్టుకతో మహారాష్ట్రీయుడు, కానీ అతను ఎల్లప్పుడూ తన గుజరాతీ ప్రజల పట్ల శ్రద్ధ వహించాడు. దీనిని అందరూ అంగీకరిస్తారు.

సాయాజీరావు మహరాజ్ మరణంతో భారతదేశం ఒక గొప్ప వ్యక్తిత్వాన్ని కోల్పోయింది. అదే సమయంలో, బరోడా రాచరిక రాష్ట్ర ప్రజలు గొప్ప పాలకుడిని కోల్పోయారు. మహారాష్ట్ర కూడా గొప్ప వ్యక్తిత్వాన్ని, కొడుకును కోల్పోయింది. సంఘ సంస్కరణల మార్గదర్శకుడు ఇప్పుడు నాయకుడు కాదు, అంటరానివారి శ్రేయోభిలాషి ఒక్కడే లేడు

34

రెండో పెళ్లికి 'నో'

బాబాసాహెబ్ ఆఫీసులో అపస్మారక స్థితిలో కూర్చున్నాడు. పగారే పట్టించుకోకపోవడానికి కారణం అడిగారు. అప్పుడు అతను, "కొడుకు, నేను ఏమి చేయాలి? పిల్లలకు విచారంగా, అనారోగ్యంతో ఉన్న తల్లి ఉంది, ఆమె కూడా మరణించింది." పగారే అడిగాడు, "ఇప్పుడు ఎవరు మరణించారు?" సాహెబ్, "ముకుంద్ తల్లి! ఇప్పుడు వృద్ధురాలిని పిలవడానికి ఇంట్లో ఎవరూ లేరు.

"మీకు సోదరీమణులు ఉన్నారు, మీరు వారిలో ఒకరిని తీసుకురావచ్చు."

బాబాసాహెబ్ - "వారు ఇప్పుడు ఎక్కడ ఉన్నారు? అందరూ చనిపోయారు."

"అయితే అబ్బాయిలిద్దరికీ పెళ్ళిళ్ళు చేయండి."

సాహెబ్, "సరే కానీ వాళ్ళని చూసుకునే అత్తగారు ఎక్కడున్నారు? అత్తగారు లేకపోవడంతో ఇంట్లో ఇద్దరూ గొడవ పడుతుంటారు.

"నువ్వు ఆమెను పెళ్ళి చేసుకుంటే బాగుంటుంది. ఆమె ఇంటిని చూసుకుంటుంది, నువ్వు కూడా అలాగే చూసుకుంటావు."

బాబా సాహెబ్ నవ్వుతూ, "ఏమంటారు పగారే! నీకు నా స్వభావం బాగా తెలుసు. కొత్తగా వస్తున్న భార్య బాగా చదువుకుని, సంస్కర్త. చేతిలో పుస్తకాలు పెట్టుకుని మెట్లు ఎక్కి - రండి, వెళ్దాం. డాక్టర్‌తో, మనం పార్టీకి వెళ్దాం, ఆమె కోపంగా ఉంటుంది మరియు అతను తన తలని పుస్తకంలో ఉంచుకుంటాడు, అయితే నేను పెళ్లి చేసుకోను ."

35

కార్మిక మంత్రి

దళిత వర్గం అధోగతిలో ఉంటుంది, అలాంటి రాజకీయ పరిస్థితి దళిత వర్గానికి ఉండదు. హిందువుల సామాజిక, ఆర్థిక మరియు మతపరమైన ఆధిపత్యాన్ని అంగీకరించడంతో పాటు, అంటరానివారిపై రాజకీయ ఆధిపత్య భారం కూడా పెరుగుతుంది. నేను అతనిని సహించను. చాలా మంది ప్రజలు అంటరానివారి అభ్యున్నతి మరియు స్వేచ్ఛ, సమానత్వం మరియు సౌభ్రాతృత్వాన్ని తిరస్కరించారు. 100 మంది తహసీల్దార్లలో ఒకరు దళిత తహసీల్దార్ అని మరియు ముప్పై నాలుగు మంది పట్వారీలలో ఒకరు దళిత పట్వారీ కాదని, ముప్పై ముగ్గురు సబ్ డిస్ట్రిక్ట్ మేజిస్ట్రేట్‌లలో ఒకరు దళితుడని ఆధారాలు ఉన్నాయి.

నా పాత్ర ఏమిటి? ఆమెకు ఈ దేశం అర్థం కాలేదు. నా పాత్రను ఆయనకు వివరించేందుకు ఈ అవకాశాన్ని ఉపయోగించుకుంటాను. స్పీకర్ సార్, నా వ్యక్తిగత ప్రయోజనాలకు, దేశ ప్రయోజనాలకు మధ్య విభేదాలు వచ్చినప్పుడల్లా దేశ ప్రయోజనాలకే ప్రాధాన్యత ఇస్తానని గంభీరంగా చెబుతున్నాను. నేను నా స్వంత ప్రయోజనాలను ద్వితీయంగా పరిగణించాను. నా అధికారాన్ని, పదవిని నా కోసం ఉపయోగించుకుని ఉంటే నేను వేరే చోట ఉండేవాడిని. దేశ డిమాండ్ల ప్రశ్న తలెత్తినప్పుడల్లా నేను ఇతరుల వెనుక నిలబడలేదు. రౌండ్ టేబుల్ సమావేశంలో నా సహచరులు దీనికి సాక్ష్యమిస్తారు. నేను దానిని నమ్ముతాను. రౌండ్ టేబుల్ కాన్ఫరెన్స్‌లో నా పాత్రను చూసి బ్రిటిష్ దౌత్యవేత్తలు చలించిపోయారు. అతని ప్రకారం, నేను మాత్రమే అలాంటి ప్రశ్నలు అడిగాను.

రౌండ్ టేబుల్ కౌన్సిల్ లో ఎవరూ అడగని ప్రశ్నలు అడిగారు. కానీ నేను ఈ దేశ ప్రజల మనస్సులలో ఎటువంటి సందేహాన్ని ఉంచను. నేను కొన్ని ఇతర విధేయతలకు కట్టుబడి ఉన్నాను, అందులో ఎలాంటి తేడాను నేను అనుమతించను. ఆ విధేయత అంటే నా అంటరాని తరగతి! అందులో నేను పుట్టాను. నేను బ్రతికి ఉన్నంత కాలం దానిలో ఎలాంటి మార్పు రానివ్వను. అంటరానివారి ప్రయోజనాలను ఎప్పుడొస్తుందో నేను శాసనసభకు గట్టిగా చెప్పాలనుకుంటున్నాను

పరస్పర విరుద్ధ ప్రయోజనాలేమైనా ఉంటే అంటరానివారి ప్రయోజనాలకే ప్రాధాన్యత ఇస్తాను. మెజారిటీ కులాలను మోసం చేయడానికి నేను మద్దతు

ఇవ్వను. నా ఈ పాత్రను అందరూ అర్థం చేసుకోవాలి. అలాంటి ప్రశ్న తలెత్తినప్పుడు, దేశ ఆసక్తి లేదా నా ఆసక్తి, నేను మొదట దేశ ప్రయోజనాలను చూస్తాను. ముందు సమాజ ప్రయోజనాలా లేక దేశ ప్రయోజనాలా? అలాంటి సమయంలో అంటరాని వర్గానికి అండగా నిలుస్తాను.

నేను రేపటి నుండి నా కొత్త కార్యాలయానికి బాధ్యత వహించబోతున్నాను, కాబట్టి నేను నా గత ఇరవై సంవత్సరాల ఖాతాను సమర్పించాను. ముస్లింలు మరియు అంటరానివారు మైనారిటీలుగా పరిగణించబడుతున్నారు, అయినప్పటికీ వారి పరిస్థితికి మరియు మన పరిస్థితికి చాలా తేడా ఉంది. దీనిపై స్పష్టత రావాల్సి ఉంది. మన కులం కంటే ముస్లిం కులం గొప్పది. బ్రిటిష్ వారు రాకముందు ఈ దేశానికి పాలకుడు. వాళ్ళు మనకంటే బాగా అభివృద్ధి చెందారు. వందల ఏళ్లుగా దోపిడీకి గురవుతున్నాం. మన సమాజం పరిస్థితి చాలా దయనీయం. జనాభా ప్రాతిపదికన మాత్రమే మనం ముస్లింలతో పోల్చుకోలేము. మనపై ఆధారపడి మన పని మనం చేసుకోవాలి. మన కులాన్ని మనం కాపాడుకోవాలి. ఇది నా కొత్త నియామకం కాబట్టి నా బాధ్యతను ఇతరులకు అప్పగిస్తున్నాను. నాకు హక్కుల (కార్యాలయం) అంటే ఇష్టం లేదు. నేను చెప్పింది నిజమే, నా నియామకం కంటే ముఖ్యమైనది గవర్నర్ జనరల్ ఎగ్జిక్యూటివ్ కౌన్సిల్‌లో అణగారిన వర్గాల ప్రతినిధికి స్థానం కల్పించడం. ఈ సంప్రదాయం ఇప్పుడు సంప్రదాయంగా మారింది. ఇది బ్రాహ్మణషాహికి గట్టి దెబ్బ. నా అపాయింట్‌మెంట్ ముఖ్యం. ఈ సంప్రదాయం బ్రాహ్మణవాదానికి అనుకూలం కాదు. అంటరాని వారికి ఇది పెద్ద విజయంగా భావిస్తున్నాను.

నా గురించి చాలా మంది అభిప్రాయం మంచిది కాదు. ఒంటరి జీవితం గడపడం, చదువుల్లోనే గడపడం నా స్వభావం. చాలా మంది నా స్వభావం గురించి ఆలోచిస్తారు, నేను వ్యక్తులతో మంచిగా ప్రవర్తించను, నేను వారితో సహేతుకంగా వ్యవహరిస్తాను, కానీ ఎవరినీ అగౌరవపరిచే ఉద్దేశ్యం నాకు లేదని నేను మీకు నమ్మకంగా చెప్పాలనుకుంటున్నాను. నా సమయం పరిమితంగా ఉంది మరియు నేను చాలా పని చేయాల్సి ఉంటుంది, అయితే నాకు సహాయకులు ఎవరూ లేరు.

చాలా మంది హిందువులు నన్ను శత్రుభావంతో చూస్తున్నారు. నేను వారి మనోభావాలను దెబ్బతీసే భాష మాట్లాడుతున్నాను అని వారు ఫిర్యాదు చేస్తారు, కానీ నేను చాలా మృదువైన హృదయం కలిగి ఉంటాను. నాకు చాలా మంది బ్రాహ్మణ స్నేహితులు ఉన్నారు. విషయమేమిటంటే నేను నిజం మాట్లాడతాను.

మమ్మల్ని కుక్క కంటే హీనంగా చూస్తారు, మా పురోగతికి అన్ని దారులు మూసుకుపోయాయి. అలాంటప్పుడు నేను హిందువులతో మృదువుగా ప్రవర్తించాలని ఎందుకు భావిస్తున్నారు?

ఇప్పటి హిందూ తరం ఈ విషయంలో ఏమీ చేయలేదని కూడా నేను భావిస్తున్నాను. కాబట్టి నేను నా భావోద్వేగాలను నియంత్రించుకుంటాను మరియు నా ప్రత్యర్థులను గౌరవంగా చూసేందుకు ప్రయత్నిస్తాను. నా ప్రత్యర్థులతో నా వ్యవహారాలు రెట్టింపు కాదు, కానీ వారి అపరాధ మనస్సు వారిని తింటూనే ఉంటుంది.

వైస్రాయ్ ఎగ్జిక్యూటివ్ కౌన్సిల్ సభ్యునిగా, నేను అధికారిక పని మీద కలకత్తా వెళ్ళాను. నా స్నేహితుడు జాదవ్ అప్పర్ సెక్యులర్ రోడ్‌లో నివసించాడు. అక్కడ నేను అతని అతిథిని. పని ముగించుకుని స్నేహితుడి దగ్గర డిన్నర్ చేసి, రైల్వే సెలూన్‌కి తిరిగి వచ్చాను. మరుసటి రోజు సెలూన్ ఢిల్లీకి వెళ్లాల్సి ఉంది. మరుసటి రోజు ఉదయం, మిత్రా జాదవ్, అతని భార్య మరియు పిల్లలు తమ సామానుతో సెలూన్ ముందు నిలబడి కనిపించారు, ఇది నన్ను చాలా ఆశ్చర్యపరిచింది. రాత్రిలోనే వారు నాకు వీడ్కోలు పలికారు, అయితే జాదవ్ కుటుంబం ఉదయం వీడ్కోలు చెప్పడానికి ఇక్కడకు ఎలా వచ్చారు? నేను దాని రహస్యాన్ని అర్థం చేసుకోలేకపోయాను. అప్పుడు జాదవ్ ఇలా చెప్పడం ప్రారంభించాడు, "మా సేవకుడు తిరుగుబాటు చేసాడు. అతను డాక్టర్ అంబేద్కర్ భంగి అని చెప్పాడు. అతను మీ ఇంట్లోనే ఉన్నాడు, భోజనం చేసాడు, మీరు కూడా భంగి కులానికి చెందినవారే, నాకు ఇప్పుడు నమ్మకం ఉంది. నా కులం భ్రష్టుపట్టిపోయింది. ఇప్పుడు రెండేళ్ళ క్రితం జరిగిన ఈ సంఘటన హిందువులు మనల్ని మహార్ లేదా భాంగీ అని పిలవడం ప్రారంభించారా లేదా అనే సందేహం ఉంది. "

36

సమతా సైనిక్ దళ్

మధ్యప్రదేశ్‌లో ఏర్పాటు చేసిన వాలంటీర్ల బృందాన్ని చూసి నేను చాలా సంతోషంగా ఉన్నాను. 1926లో బొంబాయి నగరంలో వాలంటీర్ల మొదటి బృందం స్థాపించబడింది. సమతా సైనిక్ దళ్ మా ఉద్యమంలో భాగం. నిజానికి ఇది మన ఉద్యమానికి శక్తివంతమైన మాధ్యమం.

ఈ సంస్థ స్థాపన వెనుక ఉన్న ప్రాథమిక కారణం హిందూ సమాజంలో సమానత్వం సాధించడానికి దళిత తరగతి డిమాండ్లను ప్రోత్సహించడమే. హిందూ సమాజంలో దళితులకు సమానత్వాన్ని సాధించే లక్ష్యంతో ఈ సంస్థ స్థాపించబడిందని దీని పేరు సూచిస్తుంది. ఈ రోజు దాని లక్ష్యం హిందువుల నుండి పూర్తిగా విడిపోయి హిందువులతో సమానమైన సామాజిక సమానత్వాన్ని సాధించడం.

దళిత వర్గానికి తమ రాజకీయ డిమాండ్లను నొక్కి చెప్పేందుకు సభా వేదిక లేదు. బొంబాయిలో ఏ రాజకీయ పార్టీ సమావేశాన్ని అనుమతించకుండా కాంగ్రెస్ సంస్థ అహంకారంతో వ్యవహరించింది. ఈ ముప్పును ఎదుర్కొనేందుకు మా వాలంటీర్లు సిద్ధంగా ఉన్నారు. రాజకీయాల్లో పాల్గొనడం ద్వారా, అతను మా సమావేశాలను కాంగ్రెస్ వాలంటీర్ల దౌర్జన్యాల నుండి రక్షించాడు.

రౌండ్ టేబుల్ కాన్ఫరెన్స్‌కి వెళ్లేందుకు సిద్ధమవుతున్నాను. అప్పుడు నా నివాసానికి సమీపంలోని రౌండ్‌టేబుల్ కౌన్సిల్‌కు నేను వెళ్లే అంశంపై అంటరానివారి పేరుతో కాంగ్రెస్ బహిరంగ సభ నిర్వహించింది. నేను అణగారిన వర్గాలకు నిజమైన ప్రతినిధిని కానని ఈ సమావేశంలో ఆయన ప్రకటించనున్నారు. దళితుల నిజమైన సభ జరిగితే అక్కడ తీర్మానం చేస్తానని ఈ సభ నిర్వాహకులకు చెప్పాను. అయితే ఈ సభ దళిత వర్గానికి చెందినది కాదు. సాయంత్రం వారు సమావేశం అయ్యారు. చివరి నిమిషంలో మా వాలంటీర్ల బృందం

వచ్చి కాంగ్రెస్ వాలంటీర్లను తిడుతూ సభను టేకోవర్ చేశారు. కుర్చీ, బల్ల, గంట వదిలేసి ప్రాణాలను కాపాడుకునేందుకు కాంగ్రెసోళ్లు పరుగులు తీశారు. మా వాలంటీర్లు విజయ చిహ్నాలుగా కుర్చీలు, బల్లలు మరియు గంటలు తెచ్చారు. బొంబాయిలో మా స్వయంసేవక్ సంఘ్ చాలా బలమైనది. ఇప్పటి వరకు మా వాలంటీర్లను సవాలు చేయడానికి ఎవరూ సాహసించలేదు.

అలాంటి వాలంటీర్ల సంస్థను వ్యతిరేకించే కొందరు వ్యక్తులు ఉన్నారు, వారు అహింసను విశ్వసిస్తారు, అయినప్పటికీ వారు సంస్థను మరియు శక్తి ప్రదర్శనను వ్యతిరేకిస్తారు. నేను కూడా అహింస సూత్రాన్ని అనుసరించేవాడిని, కానీ అహింస మరియు వినయానికి మధ్య ఉన్న వ్యత్యాసాన్ని నేను గుర్తించాను. సౌమ్యత అంటే బలహీనత మరియు బలహీనతను కప్పిపుచ్చుకోవడం ధర్మం కాదు. నేను అహింసను విశ్వసిస్తాను, కాని సెయింట్ తుకారాం మహారాజ్ అహింసను వివరిస్తూ రెండు విషయాలు చెప్పారు - 1. అన్ని జీవుల పట్ల ప్రేమ మరియు దయ కలిగి ఉండండి మరియు 2. దుష్టులను నాశనం చేయండి. అహింస సందర్భంలో, రెండవ భాగం విస్మరించబడుతుంది, దీని కారణంగా అహింస సూత్రం అపహాస్యం స్థాయికి చేరుకుంటుంది. చెడును నాశనం చేయడం అహింసలో ముఖ్యమైన భాగం, అది లేకుండా అహింస అర్థరహితం. వినయం ద్వారా నిగ్రహించబడిన శక్తి మనకు ఆదర్శం. ఎలాంటి అభ్యంతరాలకు భయపడాల్సిన పనిలేదు. ఆలోచించకుండా ఎవరినీ బాధపెట్టవద్దు. మీ సహాయం అవసరమైన వారికి మీకు చేతనైన రీతిలో సహాయం చేయండి. ఫలితంగా, మీరు ప్రజలకు బాగా సేవ చేసారు, ఇది గుర్తించబడుతుంది.ప్రస్తుతం నేను మంత్రిగా ఉన్నాను. మించి-

మరింత శ్రద్ధ చూపుతారు. 1930లో ఈ ప్రశ్నలపై రాయల్ కమిషన్ స్థాపించబడింది. ఆ కమిషన్ అనేక సమాచారం ఇచ్చింది. 1930 నుండి 1942 వరకు చరిత్రను పరిశీలిస్తే ఈ విషయంలో ఏమీ చేయలేదు. కానీ నేను 1942లో

మంత్రి పదవిని స్వీకరించారు, అప్పటి నుండి 1946 వరకు పురోగతి కనిపిస్తుంది. 20 సంవత్సరాలుగా నేటి వరకు సెంట్రల్ అసెంబ్లీలో కార్మికులకు ఒక ప్రతినిధి మాత్రమే ఉన్నారు, కానీ కొత్త అసెంబ్లీలో మీరు ముగ్గురు కార్మికుల ప్రతినిధులను చూస్తారు. రాష్ట్ర కౌన్సిల్‌లో ఒక్క కార్మిక ప్రతినిధి కూడా లేరని, ఇప్పుడు ఒక కార్మిక ప్రతినిధిని తీసుకోనున్నారు.

కార్మికుల సంక్షేమం కోసం రానున్న కేంద్ర అసెంబ్లీలో పది బిల్లులు ప్రవేశపెట్టబోతున్నారు. నేను వాటిని రూపొందించాను. ఈ దేశం నుండి సామాజిక మరియు ఆర్థిక పేదరికాన్ని తొలగించడానికి ఎలా ప్రయత్నాలు జరుగుతున్నాయో మీరు చూస్తారు.

రాజకీయ అధికారం చేతిలో ఉన్నప్పుడు మనిషి ఏమి చేయలేడు? దీనికి ఒక ఉదాహరణ చెబుతాను. నేను సభ్యుడిగా ఉన్న వైస్రాయ్ ఎగ్జిక్యూటివ్ బోర్డులో 15 మంది సభ్యులు ఉన్నారు.

ఉన్నారు. నేను ఒంటరిగా ఉండి రెండు సంవత్సరాలు గడిచాయి. ఆ కాలంలో నేను ఏం చేశాను? ఇలా చెప్పడం ద్వారా రాజ్యాధికారం ఎంత శక్తిమంతమైనదో

తెలుస్తుంది. నేను అక్కడికి వెళ్లకముందు, అంటరానివారి విద్యపై కేంద్ర ప్రభుత్వం ఎలాంటి బాధ్యత తీసుకోలేదు. కానీ అలీఘర్ ముస్లిం యూనివర్సిటీకి రూ.20 లక్షలు, బనారస్ హిందూ యూనివర్సిటీకి రూ.10 లక్షల సాయం లభించింది. అంతే కాకుండా ఈ రెండు సంస్థలకు ఒక్కొక్కరికి రూ.3 లక్షల చొప్పున వార్షిక సాయం అందజేస్తున్నారు.

అక్కడికి వెళ్లాక గతేడాది నుంచి దళిత తరగతికి రూ.3 లక్షల సాయం చేయడం మొదలుపెట్టాను. వీటితోపాటు 300 కాలేజీ స్కాలర్‌షిప్‌లు (ఒక్కొక్కటి రూ. 60) మంజూరయ్యాయి. ఈ ఏడాది 30 మంది విద్యార్థులు ఉన్నత విద్య కోసం ఇంగ్లండ్ వెళ్లనున్నారు. ఈ రకమైన ఏర్పాటు గతంలో ఎన్నడూ లేదు, ఇది నేడు అమలులో ఉంది. ఇప్పుడు ఉద్యోగం చూద్దాం. ముస్లింలకు 20 శాతం, క్రిస్టియన్లకు 8.5 శాతం, అయితే దళితులకు ఇంతకు ముందు అలాంటి ఆధారాలు లేవు. 'వాటిపై శ్రద్ధ వహించండి' అని మాత్రమే సిఫార్సు చేయబడింది. అంటే మా వాటా సున్నా శాతం. నేను కొంతకాలం క్రితం ప్రభుత్వం ముందు ఈ డిమాండ్‌ను ఉంచాను, అప్పుడు ప్రభుత్వం 8.33 శాతం ఉద్యోగాలకు ఏర్పాట్లు చేసింది.

నేను కేంద్ర ప్రభుత్వంలో మంత్రి అయ్యాక మా శాఖలో హమాలీల వరకు అంటరానివారు లేరని, ఇప్పుడు అలాంటి అంటరానివారి నుంచి ఇద్దరు డిప్యూటీ సెక్రటరీలు, ఒక అండర్ సెక్రటరీ, ముగ్గురు ఎగ్జిక్యూటివ్ ఇంజనీర్లను నియమించారు. “నేను మహర్షుల ప్రయోజనాలను మాత్రమే చూసుకుంటాను” అని కొందరు అంటారు. నేను మహర్ కులంలో పుట్టాను, దానికి నేనేం చేయగలను?

కానీ నాపై చేసిన ఫిర్యాదు పూర్తిగా తప్పు. నేను త్వరలో ప్రావిన్స్ ప్రకారం కుల స్థితి గురించి సమాచారం ఇవ్వబోతున్నాను. దాన్ని బట్టి ఏ కేటగిరీ ఉద్యోగంలో ఎంత మంది ఉన్నారో తెలుస్తుంది. ఎవరికి ఎంత స్కాలర్‌షిప్ ఇచ్చారు? నా డిపార్ట్‌మెంట్‌లోని 28 మంది సిమ్లా సేవకుల్లో 18 మంది భంగీలు. ఇంగ్లండ్‌కు వెళ్లేవారిలో ఒక ముఠా, ఒక భాంగీ మరియు అనేక మంది చెప్పులు కుట్టేవారు ఉన్నారు. చెప్పే ఉద్దేశ్యం ఏమిటంటే, రాజకీయ అధికారం చేతిలో ఉన్నప్పుడు, మనిషి ఏమి చేయలేడు? ఒంటరిగా ఉండడం వల్ల చాలా సాధించగలిగాను. నాతో 2-3 మంది ఉంటే ఇంకేమైనా పని ఉండదు కదా. కాబట్టి రాజకీయ అధికారం కోసం పగలు రాత్రి పోరాడడం మన ప్రథమ కర్తవ్యమని నేను కోరుతున్నాను.

నాకు వ్రాయడానికి బద్ధకం అనిపిస్తుంది, కానీ అది అలా కాదు. దానికి విరుద్ధంగా, ఇప్పుడు నేను మునుపటి కంటే ఎక్కువగా వ్రాస్తాను, కాని నాకు ఆఫీసు పని తప్ప మరేమీ వ్రాయడానికి సమయం లేదు. ఇదీ పరిస్థితి. ప్రజా జీవితానికి దూరంగా ఉన్నా

దూరంగా ఉండండి, కానీ ఈ పరిస్థితిలో నా ఉద్యమం సజీవంగా ఉండాలని నేను ఎప్పటికీ మరచిపోలేను. నేను లేనప్పుడు, మీకు (భౌరావ్ గైక్వాడ్) సామాజిక సేవలో పెద్ద బాధ్యత ఉంది. అందులో మీరు విజయం సాధిస్తారనడంలో సందేహం లేదు. నేను కార్మిక మంత్రిగా ఉన్న సమయంలో, నా సొసైటీతో పాటు ఇతరులకు అన్ని విధాలుగా సహాయం చేయాలని నిర్ణయించుకున్నాను.

ఢిల్లీలో నా అధ్యక్షతన లేబర్ కౌన్సిల్ నిర్వహించబడింది. ఆ సభకు శ్రీ దొండే మరియు ఆర్. ఆర్. భోలేను ప్రతినిధిగా ఆహ్వానించారు. ఇది నా పనికి నాంది. ఇలాంటి ఘటన గతంలో ఎన్నడూ జరగలేదు. ఒక వారంలో, నేను సామాజికంగా చాలా ఉపయోగకరమైన పనులు చేసాను. శ్రీ ఆర్.ఎమ్. డోయిఫోడ్‌కు సంబంధించి మీ (భౌరావ్) సిఫార్సు లేఖను స్వీకరించారు. నాకు గురించి తెలియదు. కొన్ని నేను చేయగలను మరియు కొన్ని చేయలేను. ఈ విషయంలో నేనెంత కఠినంగా ఉంటానో నా స్వభావాన్ని బట్టి మీకు తెలుసు. విషయం ఏమిటంటే నేను దాని గురించి ఏమీ చేయలేను. అతని కేసు పబ్లిక్ సర్వీస్ కమిషన్ పరిధిలోకి వస్తుంది. ఇందులో జోక్యం చేసుకోవడం సరికాదన్నారు. అలాంటి విషయంలో నేను అస్సలు జోక్యం చేసుకోలేను.

మన సమాజంలోని యువతకు అవకాశాలను కల్పించాను. అటువంటి పరిస్థితిలో, వ్యక్తిగత అభ్యర్థుల వ్యవహారాల బాధ్యత స్వయంగా ఉండదు. అలా చేయడం వల్ల అర్హత ఉన్న ఇతర అభ్యర్థులకు అన్యాయం జరుగుతుంది, కాబట్టి నేను ఇందులో అస్సలు జోక్యం చేసుకోను. మీరు దీన్ని బాగా తెలుసుకోవాలి.

మన ఔత్సాహిక యువతలో కొందరు 'జంట' వారపత్రికను నడపడానికి సిద్ధం కావడం చూసి నేను చాలా సంతోషిస్తున్నాను. నేను నా స్వంత వారపత్రికను నడుపుతున్న అనేక అనుభవాలను కలిగి ఉన్నాను, కాబట్టి నేను చాలా జాగ్రత్తగా ముందుకు సాగుతున్నాను. మితిమీరిన ఉత్సాహం మంచిది కాదు. వార్తాపత్రికను నడపడం అంత తేలికైన పని కాదు. ఆర్థిక ప్రశ్న అక్కడ పెద్దది. రెండవది, వార్తాపత్రిక యొక్క ప్రమాణాన్ని కొనసాగిస్తూ పాఠకుల దృక్కోణం నుండి ఆకర్షణను సృష్టించడం ముఖ్యం. నేను ఆర్థిక అంశాన్ని పరిగణించను, ఎందుకంటే ఇది నా బాధ్యత కాదు, కానీ రెండవ ప్రశ్న ముఖ్యమైనది. మీ వారపత్రికకు సంపాదకులు ఎవరు? అతని అర్హతలు ఏమిటి? ఇవన్నీ ముఖ్యమైన ప్రశ్నలు. నేను ఈ సమాచారాన్ని పొందే వరకు, నేను ఈ ప్లాన్‌కు సమ్మతించలేను. నేను పేరు గురించి ఆలోచించలేదు. నేను కైవారి (రక్షకుడు) వంటి పేర్లను లేదా అలాంటి పేర్లను అంగీకరించలేను.

37

వేద మరియు గీత

నేను ఈరోజు ప్రసంగం చేయడం నిజంగా ఇష్టం లేదు. ఒక వ్యక్తి 'సర్ తేజ్ బహదూర్ సప్రూ ప్రణాళికపై నా అభిప్రాయాలను తెలియజేయాలి, కానీ ఇక్కడ నేను ఆ విషయంలో మాట్లాడదలుచుకోలేదు. గీతకు సంబంధించి మద్రాసులో నేను మాట్లాడిన దానికి పూనా బ్రాహ్మణులు అసహనం వ్యక్తం చేశారు. ఇక్కడ సమాధానం చెప్పడం సముచితమని నేను భావిస్తున్నాను. పూణెలో నా సంగతి తెలుసుకునేందుకు ఓ బహిరంగ సభ ఏర్పాటు చేసి ఉంటే.. అక్కడ నా పక్షాన ప్రజెంట్ చేసి ఉండేవాడిని కానీ అలాంటి అవకాశం రాలేదు. అందుకే ఈరోజు సందర్భంగా నా అభిప్రాయాలు తెలియజేస్తున్నాను.

వేదాలు దేవుడు సృష్టించినవి, నాశనం చేయలేనివి, వాటిని అనుసరించాలి, ఇవన్నీ చెప్పబడ్డాయి, కానీ దీనికి చారిత్రక రుజువు లేదు. బ్రాహ్మణులు తప్ప, ఎవరూ వారికి ప్రత్యేక ప్రాముఖ్యత ఇవ్వలేదు లేదా వారి గ్రంథాలుగా పరిగణించలేదు. వేదాల సాక్ష్యాల సిద్ధాంతం చాలా కాలం తరువాత బ్రాహ్మణులచే ప్రవేశపెట్టబడింది.

దీనికి నిదర్శనం అశ్వలాయన గృహ్యసూత్రం. ఆ సమయంలో బ్రాహ్మణులు వేదాలను రుజువుగా పరిగణించరని స్పష్టంగా పేర్కొన్నారు. సామాజిక విలువలను సృష్టించే ముందు, పంచాయతీ నిర్ణయాన్ని ప్రజలు అంగీకరించేవారు. అప్పట్లో వేదాలు నాలుగో లేదా ఐదో స్థానంలో ఉండేవి. శబర్ స్వామి జనమేజయ మూలాల ద్వారా వ్యాఖ్యానించారు. ఇందులో పూర్వపక్షం, ఉత్తరపక్షం పక్షం ప్రదర్శించారు. బ్రాహ్మణులకు వేదాలపై నమ్మకం లేదని శబర్ స్వామి అన్నారు. వేదాల సృష్టి ఒక మూర్ఖుడు మరియు పిచ్చివాడి పని. అలాంటి వాదన అక్కడ జరిగింది. బుద్ధుడు ఎప్పుడూ వేదాలను సాక్ష్యంగా అంగీకరించలేదు. వేద ప్రేరేపిత మతానికి బుద్ధుడు గట్టి దెబ్బ తీశాడు. బౌద్ధమతం శూద్రుల మతం, అది వేదాలను సాక్ష్యంగా అంగీకరించలేదు చేసాడు.

గీత చదవకుండా వ్యాఖ్యానించినందుకు నాపై ఆరోపణలు, కానీ ఈ ఆరోపణ

పూర్తిగా అబద్ధం. నేను గత పదిహేనేళ్లుగా గీతను చదివాను, అందుకే నా అభిప్రాయాలు తెలియజేస్తున్నాను. గీతలో ప్రత్యేకంగా ఏమీ లేదు, అందులో మూడు విషయాలు ప్రస్తావించబడ్డాయి-

1. చనిపోవడం, చంపడం మరియు హింస చేయడం పాపమా?,

2. వర్ణాశ్రమ ధర్మ స్తుతి మరియు

3. భక్తి మోక్షానికి దారి తీస్తుంది, ఇవి మూడు విషయాలు. గీతాధ్యయనం చేస్తుండగా కేవలం గీతపైనే ఆధారపడటం వల్ల గీత అర్థం రాదు. దీని కోసం సమకాలీన (ఇతర) సాహిత్యాన్ని అధ్యయనం చేయాలి మరియు గీతను అర్థం చేసుకోవాలి. ఈ దేశపు ప్రాచీన చరిత్రను పరిశీలిస్తే, బ్రాహ్మణ వర్గానికి, బౌద్ధమతానికి మధ్య దాదాపు రెండు వేల సంవత్సరాల పాటు వివాదం కొనసాగిందని స్పష్టమవుతుంది. ఈ వివాదంలో సృష్టించబడిన సాహిత్యం మతపరమైనది కాదు, రాజకీయ స్వభావం. 'గీత' అనే పుస్తకం దేశ అధికార కేంద్రాన్ని నియంత్రించడానికి మాత్రమే పుట్టింది.

గీతలో కొన్ని వేదాలు మాత్రమే అనువదించబడ్డాయి. అన్నింటికంటే, వేదాలలో ఎలాంటి జ్ఞానం ఉంది? నిజానికి రెండు వేదాలు మాత్రమే ఉన్నాయి. ఒకటి ఋగ్వేదం, రెండోది అథర్వవేదం. వేదాలను చాలాసార్లు చదివాను. ఇది నైతికత గురించి మరియు సమాజం మరియు మానవుల పురోగతి గురించి ఏమీ చెప్పదు. అథర్వవేదంలో భార్య ప్రేమించనప్పుడు ఏం చేయాలి? వేరొకరి భార్యను ఎలా నియంత్రించాలి? డబ్బు దోచుకోవడం ఎలా? మంత్ర-తంత్ర ప్రస్తావన కూడా ఉంది. నిజానికి, వేదాల వంటి గ్రంథాలలో దీని అవసరం ఏమిటి? బ్రాహ్మణులు శూద్రులతో ఎలా ప్రవర్తించాలో దాని పురుష సూక్తం పేర్కొంది. చంపడం క్షత్రియుల విధి అని చెప్పబడింది. ఒక వ్యక్తి మరొకరిని చంపడం అవసరం కావచ్చు కానీ విధి కాదు. గీత రెండవ అధ్యాయంలో (18 నుండి 39 శ్లోకాలు), వేదాంత ఆధారంగా ఆత్మ నాశనం చేయలేనిది. ఏ కారణం చేతనైనా శరీరం నాశనం అవుతుంది. మేము చూసే అన్ని వివరాలు, కానీ పరిగణించండి. ఒక హత్య కేసులో న్యాయవాది న్యాయమూర్తితో ఇలా అన్నాడు, "సార్! ఆత్మ నాశనం చేయలేనిది, అప్పుడు మీరు దోషులను ఎందుకు శిక్షిస్తారు? "అసలు, లాయర్ యొక్క ఈ ప్రకటన ఎలా ఉంటుంది?

వేదాల తర్కం బౌద్ధం యొక్క తత్వానికి వ్యతిరేకంగా నిలబడదు. బుద్ధుని తత్వశాస్త్రం సామాజిక, మానసిక మరియు రాజకీయ విప్లవం ద్వారా శూద్రులను ఉన్నత స్థానానికి పునరుద్ధరించింది. ఆ కాలంలో చాలా మంది శూద్ర రాజులు ఉన్నారని ఆధారాలు ఉన్నాయి. బ్రాహ్మణుల చేతిలో అధికారం పోయిన తరువాత, అతను మళ్ళీ చాతుర్వర్ణ్య వ్యవస్థను బలోపేతం చేశాడు. భగవద్గీత ఈ పని చేసింది

మరియు అతని చేతిలో నుండి పోయిన శక్తి తిరిగి అతని చేతుల్లోకి ఇవ్వబడింది. గీత కంటే ముందు వర్ణాశ్రమ మతానికి ఆధారం ఏమిటి?

ఈ విషయాన్ని జైమిని తన 'పూర్వమీమాంస' గ్రంథంలో పేర్కొన్నాడు. బుద్ధుడు మాత్రమే కాదు, చార్వాకుడు మొదలైన పండితులు వేదాలపై వ్యాఖ్యానం చేశారు. వేదాలను విడిచిపెట్టి, బుద్ధుని ద్వారా మతాన్ని సేవిస్తూ పాలకునిగా అవ్వండి. శ్రీ కృష్ణుడు సాంఖ్య తత్వశాస్త్రం ఆధారంగా మాతృవర్ణ నిర్మాణాన్ని సిద్ధం చేశాడు. సాంఖ్యులు త్రిగుణాన్ని గుర్తించారు, గీతా తండ్రి నాలుగు వర్ణాలను సమన్వయం చేస్తూ నాలుగు గుణాలను గుర్తించారు. సాంఖ్య తత్వానికి, గీతా తత్వానికి మధ్య ఉన్న దూరాన్ని ఇప్పటి వరకు ఒక్క పండితుడు కూడా పరిష్కరించలేకపోయాడు.

భగవద్గీతను చారిత్రక దృక్కోణంలో చదువుతున్నప్పుడు, ఈ పుస్తకంలోని నాలుగు అంశాలను గమనించాను. నా అభిప్రాయం ప్రకారం, ముదురు రంగు యాదవ్ 'కృష్ణ' అర్జున్ నిరాశకు గురైనప్పుడు పోరాడమని ప్రోత్సహించాడు. అంతిమంగా కృష్ణుడిని స్తుతిస్తూ ఒక ఇతిహాసం వ్రాయబడింది. ఇందులో మతపరమైన జ్ఞానం లేదా జ్ఞానం లేదు. అప్పట్లో ఇందులో 60 పద్యాలు మాత్రమే ఉండేవి. తరువాత, ప్రజలు కృష్ణుడిని హీరోగా భావించడం ప్రారంభించినప్పుడు, పాడిన స్తుతులు భక్తి మార్గంగా మారాయి. అలా కృష్ణుడిని దేవతగా అభివర్ణించారు. తర్వాత గీత రూపాంతరం చెంది ఇప్పుడున్న రూపానికి వచ్చింది.

దీనికి నేను ఎవరినీ నిందించదలచుకోలేదు, కానీ మీరు ఈ గ్రంథాన్ని రుజువుగా అంగీకరించకపోతే, మీకు ఈ ప్రపంచంలో ఎటువంటి ప్రయోజనం ఉండదు. ఈ పుస్తకం ద్వారా శూద్రులను తీవ్రంగా ఖండించారు మరియు నిర్లక్ష్యం చేశారు. వారిపై అనేక రకాల ఆరోపణలు చేశారు, వారిలో న్యూనతాభావం ఏర్పడుతుంది, వారు ఎప్పుడూ దళితులుగానే ఉంటారు, అలాంటి ఏర్పాట్లు అక్కడ జరిగాయి. మీరు ఆ పుస్తకాన్ని మత గ్రంథం అని పిలిచినా, దానిని రుజువుగా అంగీకరించమని బలవంతంగా పట్టుబట్టినా, నేను దానిని ఎప్పటికీ అంగీకరించను. ఇది నా జీవితపు పని. మొదట నేను అర్థం చేసుకోవాలి, తరువాత నేను సోదరులకు వివరించాలి. అట్టడుగు వర్గాల వారిని సంతానం లేనివారిగా మార్చడం, వారిని ఎప్పుడూ దళితులుగానే ఉంచడం, క్రమపద్ధతిలో నాశనం చేయడం వంటి ప్రత్యేక వర్గం ప్రపంచంలో ఎక్కడా కనిపించదు.

38

అంటరాని వారికి సందేశం

నా 55వ పుట్టినరోజు సందర్భంగా టిపి ప్రజలు ప్రత్యేక సంచికను తెస్తున్నారు. అందుకోసం ప్రజలకు నా సందేశం అవసరం. మన దేశంలో రాజకీయ నాయకులను మనిషి అవతారంలా గౌరవించడం చాలా బాధాకరం. భారతదేశం వెలుపల, గొప్ప వ్యక్తుల జన్మదినోత్సవాలు మాత్రమే జరుపుకుంటారు, కానీ ఇక్కడ అవతార పురుషులు మరియు రాజ పురుషుల జన్మదినోత్సవాలు జరుపుకుంటారు.

నా పుట్టినరోజు జరుపుకోవడం నాకు అస్సలు ఇష్టం లేదు. నేను సామాన్యత యొక్క గట్టి ప్రతిపాదకుడిని. నేను విభూతి పూజను ఎలా ఇష్టపడతాను? విభూతి పూజ ప్రజాస్వామ్య విరుద్ధం. ఒక నాయకుడు అర్హుడైతే అతని పట్ల గర్వం, గౌరవం మరియు ప్రేమ అనుచితం కాదు, కానీ నాయకుడిని దేవుడిలా పూజించడాన్ని నేను అంగీకరించను. ఫలితంగా నాయకుడితో పాటు ఆయన అనుచరులు కూడా పడిపోతే ఇక్కడ ఏమైనా ప్రయోజనం ఉండబోతోందా? రాజకీయ నాయకుడిని అవతార పురుషుని సింహాసనంపై కూర్చోబెట్టి, ఆపై బాగా ప్రదర్శించి, అతని అనుచరులకు సందేశాన్ని అందించాలి. అంతెందుకు, అంటరాని సోదరులకు నేను ఏమి సందేశం ఇవ్వాలి? సందేశాన్ని అందించడానికి బదులుగా, నేను గ్రీకు పురాణాల నుండి కథను చెప్పాలనుకుంటున్నాను. హోమర్ గ్రీకు దేవుడైన డిమీటర్‌పై ప్రశంసలు రాశాడు- కథ వ్రాయబడింది, ఇది క్రింది విధంగా ఉంది-

డిమీటర్ దేవత తన కూతురిని వెతుక్కుంటూ కెలియోస్ రాజ్యానికి వచ్చింది. ఆమె మంత్రసానిగా దుస్తులు ధరించింది, కాబట్టి ఎవరూ ఆమెను గుర్తించలేకపోయారు. క్వీన్ మెటో నైరా మాపున్ అనే తన చిన్న బిడ్డను చూసుకోవడానికి డిమీటర్‌ను కేటాయించింది. ప్రతి రాత్రి రాజభవనంలో అందరూ నిద్రపోతున్నప్పుడు, దేవత డిమీటర్ తలుపు మూసివేసి, పిల్లవాడిని ఊయల నుండి బయటకు తీసుకువెళుతుంది. అతని బట్టలు తీసివేసి, ఆమె బిడ్డను మండుతున్న బొగ్గుపై ఉంచింది. ఇతరులు దీనిని క్రూరంగా కనుగొంటారు. కాని అది

బిడ్డను దేవుడిగా చేయాలని ఎంతో శ్రమపడి ఇదంతా ప్రేమగా చేస్తూ, క్రమంగా ఆ బిడ్డకు నిప్పుల వేడిని తట్టుకునే శక్తి వచ్చింది. అతను పెద్దవాడవడం

ప్రారంభించాడు, కానీ ఒక రాత్రి అకస్మాత్తుగా అతని తల్లి గదిలోకి వచ్చి తన బిడ్డపై జరుగుతున్న క్రూరమైన ప్రయోగాలను చూసి, ఆమె డిమీటర్ను తోసి తన బిడ్డను బొగ్గు నుండి పైకి లేపింది. ఆమె తన బిడ్డను పొందినప్పటికీ, ఆమెకు సాధారణ కొడుకు, దేవుడు లేకుండా పోయింది. అన్ని తరువాత, ఇది ఏమి చెబుతుంది? నిప్పుల గుండా వెళ్ళకుండా పురుషత్వం లేదా దైవత్వం పొందలేరు. అగ్ని నుండి బయటకు వచ్చిన తరువాత, మనిషి పవిత్రుడు అవుతాడు మరియు దైవత్వాన్ని పొందుతాడు.

కావున దళితులు శ్రమ, త్యాగాల అగ్ని గుండా వెళ్ళవలసి ఉంటుంది, అప్పుడే మీరు మీ లక్ష్యాన్ని సాధించగలరు. బైబిల్ మనకు చెబుతుంది, "ప్రతి ఒక్కరికీ జీవిత పరుగు పందెం వేయడానికి అవకాశం ఉంది, అందులో చాలా మంది రాణిస్తారు. ఇది ఎందుకు? కారణం ఏమిటంటే, భవిష్యత్తు కోసం గౌరవ విలాసాలను వదులుకోవడానికి సహనం మరియు సంకల్పం సరిపోతుంది. "అణగారిన మనిషికి అది లేదు. ఈ గ్రీకు కథ కంటే గొప్ప సందేశం ఏముంటుంది?"

నేను మీకు ఇవ్వాలనుకుంటున్న సందేశం పోరాడండి మరియు పోరాడండి. వదులుకో మరియు వదులుకో. త్యాగాలు మరియు అడ్డంకులు పట్టించుకోకుండా పోరాటాన్ని కొనసాగించండి, అప్పుడే మీకు విముక్తి లభిస్తుంది. మన పని పవిత్రమైనది, దానిపై మనకు బలమైన విశ్వాసం ఉండాలి. మీ లక్ష్యాన్ని సాధించడానికి వ్యవస్థీకృత ప్రయత్నం ఉండాలి.

అంటరానివారి పని చాలా గొప్పది మరియు లక్ష్యం చాలా పెద్దది. అందుచేత వారు ఒకే స్వరంతో ఇలా ప్రార్థించాలి, "మనం పుట్టిన సమాజాన్ని రక్షించడం మన కర్తవ్యం, దీనిని అర్థం చేసుకున్నవారు ధన్యులు, బానిసత్వంపై దాడి చేయడానికి తమ శరీరాన్ని, మనస్సును, సంపదను మరియు యవ్వనాన్ని ఇచ్చే వారు ధన్యులు." మరణం, బాధ, అవమానం, తుఫాను మరియు సంతోషంతో సంబంధం లేకుండా అంటరానివారు సంపూర్ణ మానవత్వం పొందే వరకు పోరాడుతూనే ఉంటారు.

39

నా జీవితంలో మూడు లక్ష్యాలు

25 ఏళ్ల క్రితం రాజకీయాల్లోకి వచ్చినప్పుడు జీవితంలో మూడు లక్ష్యాలు ఉండేవి. మొదటి లక్ష్యం జ్ఞాన గంగ ప్రవాహాన్ని అంటరానివారి ప్రతి ఇంటికి తీసుకెళ్లడం. ఈ లక్ష్యంలో నేను చాలా వరకు విజయం సాధించాను. అంటరానివారు చదువులో ముందంజలో ఉండకపోవచ్చు, కానీ వారు ఖచ్చితంగా కొద్ది రోజుల్లో పురోగమిస్తారు. దీనిపై నాకు పూర్తి నమ్మకం ఉంది. ప్రభుత్వ ఉద్యోగాల్లో అంటరాని వర్గాల ప్రజలకు విస్తృత ప్రాతినిధ్యం కల్పించడం నా జీవితంలో రెండో లక్ష్యం. ఈ ప్రయత్నంలో సాధించిన కీర్తిని మీరు తప్పక చూస్తారు. గ్రామాల్లో నివసించే నా అంటరాని సోదరుల స్థితిగతులను మెరుగుపరచడం నా జీవితంలో మూడవ లక్ష్యం, కానీ ఈ మూడవ లక్ష్యంలో నేను కోరుకున్నంత విజయం సాధించలేకపోయాను. అందుకే గ్రామాల్లో ఉండే అంటరాని సోదరులు గ్రామాలను వదిలి పట్టణాలకు వెళితే తప్ప వారి జీవితాల్లో ఎలాంటి అభివృద్ధి ఉండదు. అంటరాని తలిదండ్రులు పల్లెటూళ్లలో బతకాలన్న ఆకర్షణ వీడదు. తమకు తిండి, నీళ్లు ఉన్నాయని అనుకుంటారు కానీ రొట్టె కంటే ఆత్మగౌరవం ముఖ్యం.

పల్లెటూళ్లలో కుక్కల్లాగా, అడుగడుగునా అవమానాలు ఎదురైనా, అవమానాలు, ఆత్మగౌరవంతో బతకాలి. ఆ గ్రామం వల్ల ఉపయోగం ఏమిటి?

గ్రామాల్లో నివసించే అంటరానివారు బయటికి వచ్చి బంజరు భూమి ఎక్కడ ఉంటే దానిని స్వాధీనం చేసుకోవాలి. అక్కడ కొత్త గ్రామాలను స్థాపించి ఆత్మగౌరవ జీవనం గడపాలి. అక్కడ కొత్త సమాజాన్ని నిర్మించాలి. అక్కడ పనులన్నీ వారే చేయాలి. అలాంటి గ్రామాల్లో వారిని ఎవరూ అంటరాని వారిగా పిలవరు లేదా వారితో అసభ్యంగా ప్రవర్తించరు

40

పుస్తక ప్రేమ

సిద్ధార్థ్ మహావిద్యాలయానికి తన సంపద పుస్తకాన్ని అందజేస్తూ, బాబాసాహెబ్ మాట్లాడుతూ, సమాజం బహిష్కరించిన హట్కో వంటి వ్యక్తిని నా దగ్గరికి రావడానికి అనుమతించినందుకు నా ప్రాణ స్నేహితుడా, మీకు ధన్యవాదాలు. ఈ లోకంలో ఆయనంత ప్రేమగల వారు మరొకరు లేరు. అందుకే ఒక్క పుస్తకాన్ని కూడా ఇతరులకు ఇవ్వడానికి నాకు చాలా బాధగా ఉంది."

సమాజం నన్ను శాసించింది, నేను అందరికీ దూరమయ్యాను, నేను ప్రపంచానికి దూరమయ్యాను, కానీ గ్రంథాలు నాకు మద్దతు ఇచ్చాయి, కాబట్టి ఇతరులకు పుస్తకాలు ఇవ్వడం జీవన్మరణ సమస్య అవుతుంది. నా లైబ్రరీని కొనడం అంటే నా జీవితాన్ని అడగడం.

ఒకసారి నేను చదవడానికి లేదా వ్రాయడానికి కూర్చుంటే, నా శక్తి అంతా కలిసి వస్తుంది. నేను రాత్రంతా చదువుతూ, రాస్తూనే ఉన్నాను, అయినా కొంచెం కూడా అలసిపోలేదు. నిరంతర పఠనం వల్ల జ్ఞాపకశక్తి పదునుగా, పదునుగా మారింది. పుస్తకం యొక్క ముఖ్యమైన రచన ఏ పేజీలో మరియు ఏ లైన్‌లో ఉందో నేను చెప్పగలను. విద్య నా పూజా దేవత. 24 గంటలూ ఆయన్ను పూజిస్తూనే ఉంటాను. పుస్తకాల సాంగత్యంలో ప్రశాంత జీవితాన్ని గడపడం వంటి ఆనందం మరొకటి లేదు.

పుస్తకాలు నాకు బోధిస్తాయి, కొత్త మార్గాలను చూపుతాయి, అందుకే అవి నాకు ఆనందాన్ని ఇస్తాయి. ప్రేమికుడిని పొందే కళ నాకు లేదు. నా ముఖకవళికలు చాలా కఠినంగా మరియు భయంకరంగా ఉన్నాయి. దీనివల్ల నా దగ్గరికి రావాలంటేనే జనాలు భయపడుతున్నారు, ఇలా అంటారు కానీ ఫర్వాలేదు కానీ, మనుషుల కంటే పుస్తకాల సాంగత్యమే నాకు చాలా ఇష్టం.

41

ప్రొఫెసర్ల పరిశోధన పని

పౌరాణిక చారిత్రక వస్తువు పునర్విమర్శ మరియు పౌరాణిక చరిత్ర పండితుడు, ప్రొ. రెవరెండ్ 'ఫాదర్ హెరాస్' సిద్ధార్థ్ కళాశాలలో 'మొహెంజొదారోపై కథనాలు చదవడం' అనే అంశంపై ఆకట్టుకునే ప్రసంగం చేశారు. అదే రోజు డాక్టర్ బాబాసాహెబ్ అంబేద్కర్ 'ప్రొఫెసర్ల రివిజన్ వర్క్' అనే అంశంపై లైట్ విసిరారు.

అతను చెప్పాడు- ఫాదర్ హెరాస్ 'మొహెంజొదారోలో దొరికిన నాణేలు మరియు ఇటుకలు' కథనాన్ని చాలా శ్రద్ధగా చదివారు. దీనికి అందరూ సంతోషిస్తారు, గర్విస్తారు మరియు ఆశ్చర్యపోతారు. కానీ ఫాదర్ హెరాస్ చాలా ముఖ్యమైన సబ్జెక్ట్‌ని ఒక ఉద్దేశ్యంతో సవరించిన తీరు మన హిందీ ప్రొఫెసర్లలో కనిపించడం లేదని నేను భావిస్తున్నాను. వారికి జ్ఞానం లేదా వనరులు లేవా? దీనికి కారణం ఏమిటి? దీని గురించి మనం లోతుగా ఆలోచించాలి.

నేను అనుకుంటున్నాను - మనకు కొంత డబ్బు వస్తుంది మరియు మన జీవితం సుఖంగా గడిచిపోతుంది. ఇది తప్ప మన ప్రొఫెసర్లకు జీవితంలో ఆశయం లేదు. ఆశయం లేకపోవడం వల్ల వారి చేతులతో కాంక్రీటు పనులు జరగడం లేదు. పాఠ్యపుస్తకంపై ఎప్పటికప్పుడు వ్యాఖ్యలు రాస్తూనే ఉన్నాడు. కామెంట్స్ కాకుండా ఇంకొన్ని ముఖ్యమైన టాస్క్ లు, ఎవరికి తెలిసో తెలియకో!

ఇంతకు ముందు ఒక ప్రొఫెసర్ అన్నారు - మనం ప్రొఫెసర్‌లమంటే ప్రస్తుతం యూనివర్సిటీలో ఇస్తున్న విద్యావిధానం వల్లే తయారైంది కాబట్టి మమ్మల్ని నిందించకుండా యూనివర్సిటీ విద్యావ్యవస్థను నిందించాల్సిందే.అప్పుడు బాబాసాహెబ్ ఇలా అన్నారు – మన యూనివర్సిటీ విద్యా విధానం వల్ల అద్భుతమైన ప్రొఫెసర్లను తయారు చేయడం కష్టంగా మారింది. దీనిని నేను కూడా అంగీకరిస్తున్నాను. మన ప్రొఫెసర్లు చాలా మంది కాలేజీలో షేక్స్పియర్ నాటకాలు లేదా కవిత్వం నేర్పించవలసి ఉంటుంది. మా యువత

తర్వాతి తరానికి వీటిని నేర్పడం వల్ల భారతదేశం ఎలాంటి ప్రయోజనం పొందుతుంది? కొన్నిసార్లు నాకు నిద్ర పట్టనప్పుడు నేను షేక్స్పియర్ లేదా కవిత్వం చదువుతాను, కానీ అది సమయం గడపడానికి మాత్రమే. మా కాలేజీల్లో సాధారణ స్థాయి విద్యను అందిస్తారు. బా. యొక్క పరిశీలన

ఇప్పటి వరకు పాంటోజీ పద్ధతి ప్రకారం విద్యను అందించారు, కానీ అతను తనను తాను మెరుగుపరచుకోలేదని అర్థం కాదు. ఇప్పుడు బొంబాయి నగరంలో

ఆర్ట్స్ అండ్ సైన్సెస్‌లో విద్యను అందించే ఆరు పెద్ద కళాశాలలు ఉన్నాయి. ప్రతి కళాశాల ప్రస్తుత వ్యవస్థ ప్రకారం విశ్వవిద్యాలయానికి అనుబంధంగా ఉంది, అయినప్పటికీ ఇది స్వతంత్ర సంస్థగా ఉంది. ఫలితంగా, ఈ ఆరు కళాశాలల్లోని వేర్వేరు ప్రొఫెసర్లు ఒకే సబ్జెక్టులను పదే పదే బోధిస్తున్నారు, ఇది పని యొక్క వృధా నకిలీకి దారి తీస్తుంది. ఈ పద్ధతి కాకుండా ఎల్ఫిన్‌స్టోన్ కాలేజీలో హిస్టరీ, ఎకనామిక్స్ సబ్జెక్టులు మాత్రమే బోధించేలా ఏర్పాట్లు చేసి, ఈ సబ్జెక్టులు బోధించాల్సిన ప్రొఫెసర్లు ఎల్ఫిన్‌స్టోన్ కాలేజీకి వెళ్లి ఆ సబ్జెక్ట్ బోధించాలని అనుకుందాం.

ఒకే సబ్జెక్టుకు చెందిన 7-8 మంది ప్రొఫెసర్లు ఎక్కడ కలిసిపోతారు. ఆ తర్వాత పనుల పంపిణీ జరగాలి. ఒక ప్రొఫెసర్ ప్రాచీన భారతదేశం గురించి, రెండవ ప్రొఫెసర్ బౌద్ధ కాలం మరియు క్రైస్తవ కాలం గురించి, మూడవ ప్రొఫెసర్ మొఘల్ కాలం గురించి, నాల్గవ ప్రొఫెసర్ మరాఠా కాలం గురించి, ఐదవ ప్రొఫెసర్ ఇంగ్లీషు కాలం గురించి ఉపన్యాసాలు ఇస్తారు. ఈ విధంగా అంశం ఉత్తమ మార్గంలో కవర్ చేయబడుతుంది. ప్రతి ప్రొఫెసర్‌కు అతని/ఆమె సబ్జెక్టును అధ్యయనం చేయడానికి పూర్తి అవకాశం లభిస్తుంది. ఫలితంగా, మీరు మీ సంబంధిత సబ్జెక్టులపై రివిజన్ కోసం తగినంత సమయం పొందుతారు.

బాంబే యూనివర్సిటీలో ఇతర సంస్కరణల కోసం ఎదురుచూడకుండా, ముందుగా మనం సాధారణ సంస్కరణలు చేపట్టాలి. ప్రతి కళాశాల ఒకటి లేదా రెండు సబ్జెక్టులను ఎంచుకోవాలి, తద్వారా ఆ సబ్జెక్టులోని అన్ని పాఠాలు ఆ కళాశాలలోనే ఉంటాయి. అన్ని కాలేజీల ప్రొఫెసర్లకు వేర్వేరుగా వేతనాలు చెల్లించే బదులు అందరికీ ఒకే వేతనాన్ని చెల్లించాల్సి ఉంటుంది. అంటే ప్రభుత్వ కళాశాలలో వేతనానికి, ప్రైవేట్ కళాశాలలో వేతనానికి తేడా ఉండదు. జీతాల ఫిర్యాదులు పరిష్కరించబడి, మెరుగైన పని విభజన జరిగినప్పుడు, విద్యను అందించడం మరియు పునర్విమర్శ చేసే పని ప్రారంభమవుతుంది.

నా అభిప్రాయం ప్రకారం, ఒక ప్రొఫెసర్ తనను తాను అధ్యయనం మరియు బోధనకు అంకితం చేయాలి. ఆచార్యుడు తన భార్యకు ఇంటి పని అప్పగించాలి. ఆచార్యులు చాలా పనులు చేపట్టకూడదు మరియు వాటి నుండి విముక్తి కలిగి ఉండాలి. అధ్యయనంలో పునర్విమర్శ ఉంటుంది. ఈ మూడు పనులు తప్ప ఆచార్యులు మరే ఇతర పనులు చేయకూడదు.

42

రాజ్యాంగ అసెంబ్లీలో ప్రవేశం

-నా దేశ రాజ్యాంగాన్ని రూపొందించే బాధ్యత నాపై పడింది, ఇది ఒక ప్రత్యేకమైన సంఘటన. భారత రాజ్యాంగాన్ని రూపొందించడానికి రాజ్యాంగ సభ ఏర్పడింది. ఆ సమయంలో నా పరిస్థితి ఏమిటో మీకే తెలియాలి. 1946-47 ఎన్నికలలో షెడ్యూల్డ్ కులాల సమాఖ్య ఓడిపోయింది. ఈ ఓటమికి సిగ్గుపడాల్సిన పనిలేదు. కారణం ఆ ఎన్నికల సమయంలో దేశం మొత్తం ఒకవైపు, మా పార్టీ మరోవైపు. ఒకవైపు బలమైన రాజకీయ సంస్థ, మరోవైపు మైనారిటీ సంస్థ అంటరానివారిని ఎదుర్కొంటోంది, అంటే దాని ఓటమి ఖాయమైంది.

కానీ ఓడిపోయాక ఆగడం సరికాదన్నారు. మనం ఎక్కడి నుండైనా రాజ్యాంగ పరిషత్‌లోకి ప్రవేశించడం తప్పనిసరి. అంటరాని సమాజం ఈ దేశంలో స్వతంత్ర కులం. దీనిని బ్రిటీష్ ప్రజలు ప్రకటించారు, అయితే క్యాబినెట్ మిషన్ తన ప్రణాళికలో అంటరాని సమాజాన్ని కూడా ప్రస్తావించలేదు, అంటరాని సమాజాన్ని పూర్తిగా వేరు చేసింది. అప్పుడు నేను రాజ్యాంగ పరిషత్తుకు వెళ్లాలని నిర్ణయించుకున్నాను. అంటరాని వర్గాల సంక్షేమం కోసం రాజ్యాంగ సభలో పాల్గొనడం నాకు చాలా ముఖ్యం. నన్ను రాజ్యాంగ పరిషత్తుకు వెళ్లకుండా అడ్డుకునేందుకు కాంగ్రెస్ అన్ని చోట్లా లాక్కెళ్లింది.

మహారాష్ట్రలో నామినేట్ చేయబడిన అతికొద్ది మంది వ్యక్తులలో నేను కూడా ఉన్నాను అని చెప్పే వ్యక్తి మూర్ఖుడే.రాజ్యాంగ పరిషత్ ఎన్నికల కోసం, కాంగ్రెస్ శ్రీ జయకర్‌కి లేఖ పంపింది, శ్రీ మున్షీని పిలిచారు మరియు చాలా మందికి ఆహ్వానాలు పంపారు, కాని నన్ను పిలవలేదు. నన్ను దూరం చేసేందుకు ఎన్నో ప్రయత్నాలు చేశాడు. దాంతో బొంబాయి వదిలి బెంగాల్ వెళ్లాల్సి వచ్చింది. అక్కడ మహర్షులు ఎవరూ లేరు, అయినా నేను అక్కడి నుండి ఎంచుకున్నాను.

వచ్చింది. నా శత్రువులు దీనిని గుర్తుంచుకోవాలి. రాజ్యాంగ పరిషత్‌లో అంటరానివారి రాజకీయ హక్కులను కాపాడుకోవడానికి ఒక అవకాశం అవసరం. ఇది చాలా తీవ్రమైన సంఘటన. కాంగ్రెస్ మరియు షెడ్యూల్డ్ క్యాస్ట్ ఫెడరేషన్ మధ్య తీవ్ర వివాదం కారణంగా, షెడ్యూల్డ్ కులాల సమాఖ్య రాజ్యాంగ పరిషత్‌లోకి

ప్రవేశించకూడదని కాంగ్రెస్ నిర్ణయించింది. నేను రాజ్యాంగ పరిషత్‌కు హాజరు కాలేని పరిస్థితిని కాంగ్రెస్ కల్పించింది. చివరికి నేను ఆ దారిని కనుగొని బెంగాల్ నుండి రాజ్యాంగ పరిషత్తుకు వెళ్ళాను. నా ఏకైక లక్ష్యం రాజ్యాంగ సభలో దళిత వర్గానికి సంబంధించిన హక్కులను అందించడం మరియు వారు హిందూ రాజ్యంలో కొన్ని సౌకర్యాలను పొందడం.

అంటరానివారు

దేశానికి రాజ్యాంగాన్ని రూపొందించడం నా ఆశయం కాదు. రాజ్యాంగ పరిషత్‌లో సభ్యత్వం పొందడం కష్టమైనప్పటికీ, కొన్ని హక్కులను ఊహించడం కూడా అసాధ్యం. ఎవరినైనా లోపలికి అనుమతించమని, డాక్టర్ అంబేద్కర్ ను మాత్రం లోపలికి అనుమతించబోమని తేల్చిచెప్పారు. రాజ్యాంగ పరిషత్ తలుపులు నా కోసం మూసివేయబడ్డాయి మరియు కిటికీలు కూడా మూసివేయబడ్డాయి. పక్క గుంతలు కూడా మూసుకుపోయినా ప్రజాసంక్షేమ పనుల వల్ల లోపలికి అడుగు పెడుతూనే ఉన్నాను. ఆశ్చర్యం చూడండి, లోపలికి రాకూడదని సంకల్పించిన అతని తలపై భారీ బాధ్యత పెట్టారు. మనిషికి ఇంత గొప్ప పని చేసే అవకాశం చాలా అరుదు. ఇది నాకు గర్వకారణం అయినట్లే, మీకు కూడా గర్వకారణం.

నేను ప్రత్యేకంగా ఏమీ చేయనప్పటికీ, ఈ పని ద్వారా హిందూ ప్రజానీకానికి ఒక విషయం చాలా స్పష్టంగా అర్థమైంది. గత ఇరవై ఏళ్లుగా నాపై రకరకాల ఆరోపణలు వస్తున్నాయి. నేను మరియు నా పార్టీ జాతీయం కాదు, నేను బ్రిటిష్ వారికి మిత్రుడిని మరియు ముస్లింలకు తొత్తుని. నిజానికి ఈ ఆరోపణలు అవాస్తవం. ఇప్పుడు నేను అలాంటివాడిని కాను అని ఇంతమంది నమ్ముతున్నారు. ఇది చాలా ముఖ్యమైనది. గత ఇరవై ఏళ్లుగా మా పార్టీపై ఉన్న కళంకం కొట్టుకుపోయింది, అందుకే ఈ దేశ స్వాతంత్ర్యాన్ని కాపాడుకోవడం ప్రతి ఒక్కరూ తమ పరమ కర్తవ్యంగా భావించాలి.

ఈ దేశ సామాజిక, రాజకీయ, మతపరమైన అభివృద్ధి ఈరోజే కాకపోయినా కచ్చితంగా జరుగుతుంది, అందులో నాకు ఎలాంటి సందేహం లేదు. నేడు మనం రాజకీయంగా, సామాజికంగా, ఆర్థికంగా ఒకరికొకరు విడిపోయాం. మనలో మనం పోట్లాడుకుంటున్నాం. నేను కంటోన్మెంట్ నాయకుడిని. అయినప్పటికీ, సరైన సమయం మరియు సరైన పరిస్థితి వచ్చినప్పుడు, ఈ దేశం ఐక్యంగానే ఉంటుంది. ఈ ఐక్యత మధ్య ప్రపంచంలో ఏ శక్తి కూడా రాకపోవచ్చు. ఈ దేశంలో ఎన్నో కులాలు, ఎన్నో మతాలు ఉన్నా మనం మాత్రం ఐక్యంగా ఉంటాం అనడంలో

సందేహం లేదు. దేశ విభజన ముస్లిం లీగ్ డిమాండ్. అయినప్పటికీ, అఖండ భారతదేశం అందరికీ సంక్షేమాన్ని అందించే రోజు వస్తుంది.

దేశం యొక్క అంతిమ లక్ష్యం గురించి నాకు ఎటువంటి సందేహం లేదు, అయితే దేశంలోని వివిధ కులాల మిశ్రమ సమాజాన్ని సంకల్పం మరియు సహకారంతో ఐక్యత మార్గంలో ఎలా నడిపించాలి? ఇది నిజమైన ప్రశ్న. దేశంలోని అన్ని పార్టీలు, కులాల వారు ఇందులో పాల్గొనేందుకు ఉవ్విళ్లూరుతున్నారు కాబట్టి వారిని ప్రసన్నం చేసుకునేందుకు చాలా పార్టీలు తమ డిమాండ్లను అంగీకరిస్తే అది గొప్ప ఘనకార్యం. ప్రజల ప్రధాన అవసరాలను పక్కన పెట్టి ప్రత్యర్థులకు కొన్ని సౌకర్యాలు కల్పిస్తాం. మేము మరింత కృషి చేస్తాము మరియు ఈ ఫ్రంట్‌లో ప్రతి ఒక్కరినీ కలుపుతాము.

ఒక్కసారి ఫ్రంట్ మొదలైతే ఏకతాటిపైకి వెళ్తుంది. తమతో పాటు రావడానికి ఇష్టపడని వారిని కూడా నడిపిస్తారు. మీరు అలాంటి అవకాశాన్ని సృష్టించాలి. నా అభిప్రాయం తెలుసుకోవాలంటే నాకు ఫ్యాక్షనిజం నచ్చదు. 1935 నాటి చట్టం ప్రకారం దేశంలోని ఇంటర్మీడియట్ కేంద్రం కేంద్రం కంటే శక్తివంతంగా ఉండాలి, ఇది నా అభిప్రాయం. గత 150 ఏళ్లుగా దేశంలోని కేంద్ర ప్రభుత్వాన్ని నిర్వీర్యం చేసేందుకు కాంగ్రెస్ అంగీకరించిందనేది నా అవగాహనకు మించినది. కాంగ్రెస్ మరియు ముస్లిం లీగ్ మధ్య సయోధ్య కోసం కొత్త ప్రయత్నాలు జరగాలి.

ప్రజల భవిష్యత్తును నిర్ణయించే సమయంలో పార్టీలకు, నాయకులకు ఎందుకు ప్రాధాన్యత ఇవ్వాలి? ఇప్పుడు మూడు మార్గాలు తెరిచి ఉన్నాయి - శరణం, యుద్ధం లేదా రాజీ! ప్రస్తుత కాలంలో, చాలా మంది ప్రజలు యుద్ధ భాష మాట్లాడటం మొదలుపెట్టారు, కాని పోరాటం ద్వారా దేశ రాజకీయ సమస్యలను పరిష్కరించాలనే ఆలోచన నన్ను వణుకుతుంది. ఈ యుద్ధం బ్రిటీష్ వారికి వ్యతిరేకంగా పోరాడవలసి ఉంటుందని చాలామంది భావిస్తున్నారు.

అయితే యుద్ధం జరిగితే అది ముస్లింలకు వ్యతిరేకంగా జరుగుతుందని, బ్రిటిష్ వారికి వ్యతిరేకంగా కాదని నేను మీకు నమ్మకంగా చెప్పాలనుకుంటున్నాను. ముస్లింలను జయించడం వల్లనో, మీరు తయారు చేసిన రాజ్యాంగాన్ని వారిపై విధించడం వల్లనో ఈ సమస్య పరిష్కారం కాదు, అలా చేస్తే మీరు వారితో శాశ్వతంగా పోరాడవలసి ఉంటుంది. బర్కే ప్రకటన - "అధికారం ఇవ్వడం చాలా సులభం, కానీ జ్ఞానాన్ని ఇవ్వడం చాలా కష్టం" అని అన్ని శాఖలను తీసుకొని ఐక్యత మార్గంలో ముందుండి నడిచే శక్తి మనకు ఉందని మన ప్రవర్తన ద్వారా చూపించాలి. కలిసి దేశం.

43

యశ్వంత్ వివాహ ధృవీకరణ పత్రం

ప్రియమైన భౌరావు,

యశ్వంత్ పెళ్లికి సంబంధించి నేను వ్రాసిన నా ఉత్తరం మీకు అందాలి. మీరు ఇక్కడికి వస్తే బాగుంటుంది. మనమందరం కలిసి ఆ అంశంపై చర్చించుకోవచ్చు. నేను బాగా అలసిపోయాను. నేను విశ్రాంతి కోసం సిమ్లా లేదా ముస్సోరీకి వెళ్తున్నాను కాబట్టి మీరు త్వరగా రండి.

మిస్టర్ కవాడే ఇక్కడికి వచ్చారు. నాగ్పూర్లో ముగ్గురు అమ్మాయిలు ఉన్నారని చెప్పాడు. వాటిలో దేనినైనా యశ్వంత్ ఎంచుకోవచ్చు. కాబట్టి మీరు కవాడే మరియు యశ్వంత్లను కలుస్తారు. జనవరి మొదటి వారంలో బొంబాయి వస్తాను.

యశ్వంత్ కోరిక మేరకు పెళ్లికి సంబంధించి మీ ఉత్తరం వచ్చింది. యశ్వంత్ ఖాళీగా ఉన్నాడు. అతనికి నాగ్పూర్కు చెందిన అమ్మాయిలు అంటే ఇష్టం ఉండదు. అమ్మాయిలు ఎలా ఉంటారో నాకు తెలియదు. కానీ ఆమె చదువుకుంది. చదువుకున్న అమ్మాయిని పెళ్లి చేసుకోవడం యశ్వంత్ కు ఇష్టం లేదని, అందుకే చదువుకోని అమ్మాయికే ప్రాధాన్యం ఇస్తున్నాడని తెలుస్తోంది.

ఆయన అభిప్రాయాలతో నేను ఏకీభవించను. నేను మిస్టర్ రాజభోజ్ కుమార్తెను చూడలేదు. వాళ్ల కులం వేరు కాబట్టి పెళ్లికి నిరాకరించను. నిజానికి నేను అలాంటి వాటిని నమ్మను.

భీమ్ రావ్ అంబేద్కర్

118

44

రాజ్యాంగ సభలో చివరి ప్రసంగం

రాజ్యాంగ శాసన సభ మొదటి సమావేశం 1946 డిసెంబర్ 9న జరిగింది. ఆ తేదీని పరిశీలిస్తే, ఈరోజుతో రాజ్యాంగ పరిషత్ పని 2 సంవత్సరాల 11 నెలల 18 రోజులు పూర్తయింది. ఈ కాలంలో మొత్తం పదకొండు రాజ్యాంగ సభ సమావేశాలు జరిగాయి.

ఆగష్టు 29, 1947న, రాజ్యాంగ సభ ముసాయిదా కమిటీని ఎంపిక చేసింది మరియు ముసాయిదా కమిటీ మొదటి సమావేశం మరుసటి రోజున అంటే ఆగస్టు 30, 1947న జరిగింది. అప్పటి నుంచి 141 రోజుల పాటు ముసాయిదా కమిటీ పని కొనసాగింది. అసలు రాజ్యాంగంలో 243 ఆర్టికల్స్ మరియు 13 అనుబంధాలు ఉన్నాయి. ఇప్పుడు రాజ్యాంగం తుది రూపంలో 395 ఆర్టికల్స్ మరియు 8 అనుబంధాలను కలిగి ఉంది.

నిజం చెప్పాలంటే, మరిన్ని మంచి విషయాలను కనుగొని ఎంచుకోవడం ప్రశంసనీయం. ఇందుకు ముసాయిదా కమిటీ గర్వంగా భావిస్తున్నది. డ్రాఫ్టింగ్ కమిటీ తన లోపభూయిష్ట సూచనలను ఉపసంహరించుకుని, వాటి స్థానంలో మరిన్ని మంచి సూచనలను ఆమోదించే ధైర్యం ప్రదర్శించకపోతే, ముసాయిదా కమిటీని తొలగించి, దురహంకారంతో ఆరోపిస్తూ ఉండేది.

ఒక వ్యక్తి మినహా మొత్తం సభ ముసాయిదా కమిటీ పనిని మెచ్చుకుంది మరియు నేను చాలా సంతోషంగా ఉన్నాను. ముసాయిదా కమిటీని కూడా ఆశీర్వదించక తప్పదు, ఎందుకంటే మొత్తం అసెంబ్లీలో వారి పని చాలా ఉదారంగా ప్రశంసించబడింది. రాజ్యాంగ సభ సభ్యులు మరియు ముసాయిదా కమిటీలోని నా సహచరులు వ్యక్తిగతంగా నాపై కురిపించిన అభినందనలు, నా కృతజ్ఞతలు తెలియజేయడానికి పదాలు లేనంతగా గర్వించాను.

రాజ్యాంగ పరిషత్‌లోకి అడుగుపెడుతున్నప్పుడు, అంటరాని వర్గాల సంక్షేమం తప్ప మరే ఇతర లక్ష్యం నా మనసులో లేదు. రాజ్యాంగ పరిషత్‌లో చాలా ముఖ్యమైన పని చేయడానికి నేను ఎన్నుకోబడతానని కలలో కూడా ఊహించలేదు. నేను ముసాయిదా కమిటీకి ఛైర్మన్‌గా ఎంపికైనప్పుడు, నా ఆశ్చర్యానికి అవధులు లేవు.

ముసాయిదా కమిటీలో వయసులో నాకంటే ఎక్కువ అర్హతలు, అనుభవం ఉన్నవారు ఉన్నారు. నేను సర్ అల్లాడి కృష్ణస్వామి అయ్యర్ గారిని ప్రస్తావించాలనుకుంటున్నాను. అయినప్పటికీ, రాజ్యాంగ సభ నాపై నమ్మకం ఉంచి, నన్ను తన ప్రతినిధిగా ఎన్నుకుని, దేశానికి సేవ చేసే అవకాశాన్ని కల్పించింది. ఇందుకు నేను రాజ్యాంగ పరిషత్‌కు ఎంతో రుణపడి ఉంటాను. రాజ్యాంగాన్ని రూపొందించినందుకు నాకు లభించిన గౌరవంలో నేను మాత్రమే భాగస్థుడిని కాదు. భారత ప్రభుత్వానికి రాజ్యాంగ సలహాదారు, సర్ బి.ఎన్. రాజ్యాంగాన్ని రూపొందించిన ఘనత కూడా రావుకే దక్కాలి. అదేవిధంగా ముసాయిదా కమిటీ సభ్యులకు కూడా రాజ్యాంగాన్ని రూపొందించిన ఘనత ఇవ్వాలి.

అయినప్పటికీ, మరింత ఘనత ప్రభుత్వ ప్రధాన డ్రాఫ్ట్స్‌మన్ శ్రీ ఎస్.ఎన్. ముఖర్జీ ఇవ్వాలి. అతను సరళమైన మరియు చట్టపరమైన భాషలో సంక్లిష్ట సమాచారాన్ని అందించాడు. ముఖర్జీ ఆధ్వర్యంలో పనిచేసిన వ్యక్తుల ప్రాముఖ్యతను తప్పించలేము. ఎందుకంటే కొన్నిసార్లు అర్ధరాత్రి వరకు పని చేయాల్సి వచ్చేది. ఇదంతా నాకు బాగా తెలుసు.

ఒక పార్టీ పాలన ఒత్తిడిలో మొత్తం ప్రజానీకం మౌనంగా ఉండి ఉంటే, రాజ్యాంగ సభ పని నిష్ఫలంగా ఉండేది, కానీ రాజ్యాంగ సభలో కొంతమంది తిరుగుబాటు సభ్యులు ఉన్నారు. ఆయనకు కూడా కృతజ్ఞతలు తెలుపుతున్నాను. ఈ తిరుగుబాటు సభ్యుల వ్యతిరేకత కారణంగానే భారత రాజ్యాంగంలోని ప్రాథమిక సూత్రాలను వివరంగా వివరించే అవకాశం నాకు లభించింది.

చివరగా చైర్మన్ గారికి నా కృతజ్ఞతలు తెలియజేస్తున్నాను. రాజ్యాంగ పరిషత్ సభ్యుల పట్ల మీరు చూపిన మర్యాద మరువలేనిది. చట్టం పేరుతో రాజ్యాంగాన్ని రూపొందించే పనిలో ఎలాంటి అడ్డంకులు సృష్టించడానికి ఎవరినీ అనుమతించనందుకు మీకు ప్రత్యేకంగా కృతజ్ఞతలు తెలియజేస్తున్నాను.

రాజ్యాంగంలోని మెరిట్‌లలోకి వెళ్లడం నాకు ఇష్టం లేదు. రాజ్యాంగం ఎంత మంచిదైనా దాన్ని అమలు చేసేవారు అసమర్థులైతే అది విలువలేని నాణెం లాంటిది. అదేవిధంగా, రాజ్యాంగాన్ని అమలు చేసేవాడు సమర్థుడైతే, చెడ్డ రాజ్యాంగం కూడా ప్రయోజనకరంగా ఉంటుంది.

ముఖ్యంగా కమ్యూనిస్టు, సోషలిస్టు పార్టీల వల్ల రాజ్యాంగం శాపమైంది. ఆయన రాజ్యాంగాన్ని ఎందుకు తిట్టాలి? రాజ్యాంగం చెడ్డదా? అందుకే తిట్టారు.

అది అస్సలు అలాంటిది కాదు. ఇక్కడ కమ్యూనిస్టు పార్టీకి నియంతృత్వ సూత్రం ఆధారంగా రాజ్యాంగం అవసరం. ఈ రాజ్యాంగం పార్లమెంటరీ రిపబ్లిక్ సూత్రంపై ఆధారపడి ఉంది, అందుకే వారు దీనిని నిషేధించారు. అదే సోషలిస్టులు రెండు విషయాలు కోరుకున్నారు. మొదటిది, వారు అధికారంలోకి వస్తే జాతీయీకరణ స్వేచ్ఛ కావాలి మరియు రెండవది, వారికి వ్యక్తిగత స్వేచ్ఛ హక్కు కావాలి.

రాజ్యాంగంలో సవరణకు నిబంధన ఉంది, ఇదే అంతిమ రాజ్యాంగం, దానిపై ఎలాంటి ముద్ర వేయలేదు. దీనికి విరుద్ధంగా, మెరుగుదలలు చేయడానికి సులభమైన, సహజమైన నిబంధనలు చేయబడ్డాయి. ఈ పరిస్థితులలో ఏదైనా దేశ రాజ్యాంగ సభ సంస్కరణల కోసం అందుబాటులో ఉన్న రాజ్యాంగాన్ని సిద్ధం చేసి ఉంటుందని నేను సవాలు చేస్తున్నాను? ఇలా జరిగితే ఎవరైనా నిరూపించి చెప్పాలి.

శాంతి సమయంలో కేంద్ర ప్రభుత్వ అధికారాన్ని ఉపయోగించరు. ఇది అత్యవసర పరిస్థితుల్లో మాత్రమే ఉపయోగించబడుతుంది అని స్పష్టంగా పేర్కొంది. రెండవది, అత్యవసర పరిస్థితి ఉన్నప్పుడు, పౌరుల విధేయత రాజ్యాంగ రాష్ట్రాల కంటే యూనియన్ పట్ల ఉండాలి, ఇది చాలా మంది ప్రజల అభిప్రాయం. సమిష్టి ప్రయోజనం కోసం మరియు జాతి రక్షణ కోసం యూనియన్ రాష్ట్రం స్వయంగా పనిచేయడమే దీనికి కారణం. అందువల్ల ఎమర్జెన్సీ సమయంలో కేంద్ర ప్రభుత్వానికి మరిన్ని అధికారాలు ఇవ్వడం సముచితం.

నేను ఇక్కడ నా ప్రసంగాన్ని ముగించాను, అయితే దేశ భవిష్యత్తు గురించి నా అభిప్రాయాలను ఇక్కడ తెలియజేయడం అవసరమని నేను భావిస్తున్నాను. జనవరి 26, 1950న భారతదేశం రిపబ్లిక్ అవుతుంది. అప్పుడు స్వేచ్ఛ ఏమవుతుంది? దేశం తనను తాను రక్షించుకుంటుందా లేదా మళ్లీ కోల్పోతుందా? ఇది నా మదిలో మెదిలే మొదటి ప్రశ్న. భారతదేశం ఇప్పటికే ఒకసారి స్వాతంత్ర్యం కోల్పోయినందున నేను దేశ భవిష్యత్తు గురించి ఆందోళన చెందుతున్నాను. భారతదేశంలోని కొంతమంది కపటత్వం వల్ల అది పోయింది. ఈ సత్యం గుండెను పిండేస్తుంది.

బ్రిటిష్ వారు సిక్కు రాజులను ఓడించడంలో నిమగ్నమై ఉండగా, సిక్కుల ప్రధాన కమాండర్ గులాబ్ చంద్ నిశ్శబ్దంగా కూర్చున్నాడు. బ్రిటిష్ వారి బారి నుండి రాజపుత్ర రాజులను విడిపించడానికి అతను ఎటువంటి ప్రయత్నం చేయలేదు. 1857లో, బ్రిటీష్ పాలనకు వ్యతిరేకంగా భారతదేశంలోని అనేక ప్రాంతాల్లో

తిరుగుబాటు జెండా ఎగురవేయబడినప్పుడు, ఇతర ప్రేక్షకుల్లాగే సిక్కు ప్రజలు కూడా తిరుగుబాటును నిష్క్రియంగా చూస్తున్నారు.

భారతదేశ చరిత్రలో ఏం జరిగిందో, అదే పునరావృతం అవుతుందా? ఈ ప్రశ్నకి మనసు భయపడుతుంది. కుల వివక్ష, మత వివక్ష మనకు పాత శత్రువులు. కొత్త లక్ష్యాలతో పుట్టుకొచ్చిన, ఏర్పాటవుతున్న కొత్త రాజకీయ పార్టీలకు శత్రువులు కూడా పెరగబోతున్నారు. ఇది చాలా నిజం, వివిధ పార్టీలు తమ దేశం కంటే వారి భావజాలానికి ప్రాధాన్యత ఇస్తే, వారి స్వాతంత్ర్యం మళ్లీ ప్రమాదంలో పడవచ్చు లేదా శాశ్వతంగా నాశనం కావచ్చు. అలాంటి సంక్షోభం మనకు రాకుండా మనందరం జాగ్రత్తపడాలి. మన శరీరం యొక్క రక్తం

మన స్వేచ్ఛను చివరి చుక్క వరకు కాపాడుకోవడానికి మనం దృఢ సంకల్పంతో పోరాడాలి.జనవరి 26, 1950న భారతదేశం గణతంత్ర దేశంగా అవతరిస్తుంది. అంటే రాష్ట్రాన్ని ప్రజలచేత, ప్రజలచేత మరియు ప్రజల కోసం నడిపించిన రోజు నుండి భారతదేశానికి ఇవన్నీ లభిస్తాయి. అప్పుడు భారత గణతంత్ర రాజ్యాంగం ఏమవుతుంది? భారతదేశం ఈ రాజ్యాంగాన్ని రక్షించగలదా లేదా మళ్లీ నాశనం చేయగలదా?

ప్రజాస్వామ్యాన్ని పెద్దగా ఉపయోగించని దేశంలో ప్రజాస్వామ్యాన్ని కొత్త అంశంగా పరిగణిస్తారు. అలాంటి దేశాల్లో భారత్ కూడా ఒకటి. అటువంటి దేశంలో ప్రజాస్వామ్యం, దాని రాజ్య వ్యాపారం గురించి, దాని స్థానంలో తనను తాను స్థాపించుకోవడానికి నియంతృత్వాన్ని ఆహ్వానించే అవకాశం ఉంది. అభివృద్ధి చెందుతున్న ప్రజాస్వామ్యంలో, భారతదేశం తన బాహ్య కోర్ని కాపాడుకోగలదు, కానీ ఆచరణలో నియంతృత్వం వ్యాప్తి చెందే అవకాశం ఉంది మరియు ఇది జరిగే అవకాశం కూడా ఉంది. ఇక్కడ ప్రజాస్వామ్యం మనుగడ సాగించాలంటే, నా దృష్టిలో మనం చేయవలసిన మొదటి పని ఏమిటంటే, మన సామాజిక మరియు ఆర్థిక లక్ష్యాలను సాధించడానికి రాజ్యాంగ మార్గాన్ని అనుసరించడం. అంటే చట్టాన్ని ఉల్లంఘించడం, సహాయనిరాకరణ, సత్యాగ్రహం అనే విధ్వంసకర మార్గాన్ని మనం విడనాడాలి.

ప్రజాస్వామ్య మనుగడ కోసం మనం చెప్పకోవాల్సిన రెండో విషయం ఏమిటంటే.. ప్రజాస్వామ్య పతాకాన్ని ఎల్లవేళలా ఉన్నతంగా ఉంచాలని తహతహలాడే వారికి జాన్ స్టువర్ట్ ప్రమాద సందేశాన్ని అందించాడు, ఇది చాలా ముఖ్యం. అతను ఇలా అంటాడు, “మన మధ్య ఎంత గొప్ప వ్యక్తి అయినా సరే?

అయినా స్వాతంత్ర్యపు పువ్వులను ఆయన పాదాల చెంత ఉంచకూడదు." తన మాతృభూమికి జీవితాంతం సేవ చేసిన అటువంటి మహానుభావుడికి కృతజ్ఞతలు తెలియజేయడంలో తప్పు లేదు, కానీ కృతజ్ఞతలు తెలియజేయడానికి ఒక హద్దు ఉంటుంది. ఐరిష్ దేశభక్తుడు డేనియల్ ఓ కానెల్ ఈ విషయంలో తన హృదయపూర్వక ఆలోచనలను వ్యక్తం చేశారు - "ఏ పురుషుడు ఆత్మగౌరవాన్ని త్యాగం చేయడం ద్వారా కృతజ్ఞత వ్యక్తం చేయలేడు. ఏ స్త్రీ కూడా వినయాన్ని త్యాగం చేయడం ద్వారా కృతజ్ఞతతో ఉండకూడదు మరియు స్వేచ్ఛను పణంగా పెట్టి ఏ దేశం కృతజ్ఞత వ్యక్తం చేయదు." "

ఇతర దేశాల కంటే భారతదేశానికి ఈ భయంకరమైన హెచ్చరిక అవసరం. దీనికి కారణం, భక్తి భావన లేదా వ్యక్తిత్వ ఆరాధన ఇతర దేశాల కంటే భారత రాజకీయాల్లో తుఫాను సృష్టించింది. చెయ్యలేదు. రాజకీయాల్లో, గొప్పతనానికి భక్తి లేదా వ్యక్తిత్వ ఆరాధన నియంతృత్వాన్ని స్థాపించింది.ప్రజాస్వామ్యం ఉనికిని కాపాడుకోవడానికి, మనం చేయవలసిన మూడవ విషయం ఏమిటంటే,

రాజకీయ ప్రజాస్వామ్యం నుండి సామాజిక ప్రజాస్వామ్యాన్ని సృష్టించడానికి ప్రయత్నించాలి. రాజకీయ ప్రజాస్వామ్యం వల్లనే సామాజిక ప్రజాస్వామ్యం ఉనికిలో ఉంటుంది, లేకపోతే కాదు. అసలు సామాజిక ప్రజాస్వామ్యం అంటే ఏమిటి? సామాజిక ప్రజాస్వామ్యం అంటే స్వేచ్ఛ, సమానత్వం మరియు సౌభ్రాతృత్వం ప్రతి వ్యక్తి జీవితంలో కీలకమైన అంశాలు. ఈ మూలకం ఐక్యతను ప్రారంభిస్తుంది. ఒకదానికొకటి విడిపోయినప్పుడు, ప్రజాస్వామ్యం యొక్క జీవిత సారాంశం నాశనం అవుతుంది.

భారతదేశ సామాజిక స్థితిగతులలో ఈ రెండు అంశాలూ లోపించాయి. దీనిని అంగీకరించి మనం సామాజిక ప్రజాస్వామ్యాన్ని నిర్మించడం ప్రారంభించాలి. ఈ రెండు అంశాల మధ్య సారూప్యత ఉంది. సామాజిక సందర్భంలో చూస్తే, భారతీయ సామాజిక నిర్మాణం ఆరోహణ క్రమం మరియు అవరోహణ సూత్రంపై ఆధారపడి ఉంటుంది, దీని ఫలితంగా కొన్ని కులాలకు ఉన్నత హోదా ఇవ్వబడింది.

1950 జనవరి 26వ తేదీ నుంచి రాజకీయ పరంగా సమానత్వాన్ని పొందబోతున్నాం కానీ సామాజిక, ఆర్థిక అంశాల్లో అసమానంగానే ఉంటాం. సామాజిక మరియు ఆర్థిక ప్రాతిపదికన సమానత్వాన్ని నెలకొల్పడంలో మనం ఇంకా ఎంతకాలం జాప్యం చేస్తాము? ఈ జాప్యాన్ని మనం చాలా కాలం కొనసాగిస్తే, మన రాజకీయ ప్రజాస్వామ్యాన్ని ప్రమాదంలో పడేస్తూ కాలయాపన

చేస్తూనే ఉంటాం. ఈ పరస్పర విభేదాలను వీలైనంత త్వరగా ముగించాలి. లేకపోతే, ఈ దోపిడీ బాధితులు రాజ్యాంగ సభ చాలా శ్రమతో నిర్మించిన రాజకీయ ప్రజాస్వామ్యాన్ని విసిరివేస్తారు.

సోదరభావాన్ని మనం ఆచరణలో పెట్టడం లేదు. ఇది మన రెండవ బలహీనత. భారతీయులందరూ ఒకరికొకరు నిజమైన సోదరులు, అలాంటి భావనను మనస్సులో కలిగి ఉండటాన్ని 'సోదరత్వం' అంటారు. సామాజిక జీవితంలో ఐక్యత అనే మకరందాన్ని అందించే అంశం ఏదైనా ఉందంటే అది సోదరభావమే. దేశం అనే స్థానాన్ని సాధించాలనే నిజమైన కోరిక మనకు ఉంటే, మన మార్గంలో ఉన్న అన్ని అడ్డంకులను మనం తొలగించుకోవాలి, ఎందుకంటే దేశం ఉన్న చోట సోదరభావం మాత్రమే పుడుతుంది. సౌభ్రాతృత్వం లేకపోతే సమానత్వం మరియు స్వేచ్ఛ ఉనికికి అర్థం ఉండదు.

భారతీయులమైన మన ముందు ఒక పెద్ద కర్తవ్యం ఉంది. అతని గురించి నా ఆలోచన కొందరికి నచ్చదు. భారతదేశంలో, కొంత మంది ప్రజలు ఎక్కువ కాలం రాజకీయ అధికారాన్ని అనుభవిస్తున్నారు. మిగిలినవి బహుజన పాలకుల ఆధీనంలో ఉన్నాయి.

ఈ దళితులు తమకు తోచిన రీతిలో తమ జీవితాలను గడుపుతున్నారు. రాజకీయ అధికారం కొందరికే దక్కడం వల్ల బహుజన సమాజం సర్వతోముఖంగా పురోగమించే అవకాశం ఎప్పుడూ రాలేదు. దీన్ని బట్టి బహుజన సమాజం కూడా మానవ జీవిత ప్రాముఖ్యతను అర్థం చేసుకోలేకపోయింది.

అతను ఇప్పుడు తాను ప్రవర్తించాలని మరియు దాని కోసం తనకు హక్కులు కావాలని భావిస్తున్నాడు మరియు అతను ఇప్పుడు ఆ హక్కులను పొందడానికి సిద్ధంగా ఉన్నాడు. బహుజనుల ఆత్మగౌరవం ఇప్పుడు మేల్కొంది. వారు స్వయంగా ఏదైనా చేయాలనే ప్రేరణ కలిగి ఉంటారు. ఇది వర్గ విభేదాలు లేదా వర్గ యుద్ధంగా మారకూడదు. ఇదే జరిగితే దేశంలో అనైక్యత, చీలిక, విభజన వాతావరణం ఏర్పడుతుంది. ఈ పరిస్థితి దేశానికి ప్రాణాంతకం కానుందని, అందుకే ప్రతి ఒక్కరూ ప్రజాస్వామ్య సూత్రాలను పాటించాలన్నారు.

స్వాతంత్ర్యం ఒక ఆహ్లాదకరమైన విషయం, దాని గురించి ఎటువంటి సందేహం లేదు, కానీ స్వేచ్ఛ మనపై గొప్ప బాధ్యతను ఉంచింది. దీనిని మనం మరచిపోకూడదు. దీని తర్వాత భవిష్యత్తులో కొన్ని పొరపాట్లు జరిగితే ఆ బాధ్యత ఇతరులపై పడదు. వాటిని మనమే అంగీకరించాలి.

ప్రజల కోసం ప్రభుత్వాన్ని నడిపేందుకు సిద్ధంగా ఉన్నామన్నారు. రాష్ట్రాన్ని ప్రజలే నడపాలని, రాజ్యాంగంలోని దేవాలయం ప్రజల కోసమే నడపాలనే సూత్రాన్ని ఏర్పరచుకున్నాం. మనం ఆ ఆలయాన్ని పవిత్రమైన వాతావరణంలో భద్రంగా ఉంచుకోవాలంటే, దారిలో అడ్డంకులుగా నిలుస్తున్న ప్రతికూల విషయాలను అర్థం చేసుకోవడంలో ఆలస్యం చేయకూడదు. ప్రజల కోసం నడిచే రాష్ట్రం కంటే ప్రజల కోసం నడిచే రాష్ట్రం మంచిది. ఇలాంటి చైతన్యం ప్రజల్లో రావాలి. మార్గం నుండి ఈ అడ్డంకిని తొలగించడంలో మనం అజాగ్రత్తగా ఉండకూడదు. దేశానికి సేవ చేయడానికి ఇదొక్కటే మార్గం. నాకు వేరే దారి కనిపించడం లేదు.

నేను భారత రాజ్యాంగ రూపశిల్పిని. నేను రూపొందించిన రాజ్యాంగంలో పాళీ భాష తన ఉనికిని చాటుకుంది. రెండవది, గౌతమ బుద్ధుని బోధనలలో మొదటి మెట్టు, ధమ్మ చక్ర ప్రవర్తన, రాష్ట్రపతి భవన్‌లో వ్రాయబడింది. ఈ విషయాన్ని బ్రహ్మదేశం అధ్యక్షుడు డా.జి.పి.కి సమర్పిస్తున్నాను. ఈ విషయాన్ని మల్సేకర్ దృష్టికి తీసుకెళ్లగా, అది చూసి చాలా ఆశ్చర్యపోయాడు. మూడవది, భారత పార్లమెంటు చిహ్నంగా అశోక చక్రం, భారత ప్రభుత్వ చిహ్నంగా రాజ్యాంగంలో ఆమోదించబడింది. ఇదంతా చేస్తున్నప్పుడు నాకు హిందూ, ముస్లిం, క్రిస్టియన్, ఇతర ఎంపీల నుంచి ఎలాంటి ప్రత్యేక వ్యతిరేకత ఎదురుకాలేదని, పార్లమెంటులో ఇంత స్పష్టమైన వివరణ ఇచ్చాను.

45

న్యాయ మంత్రి రాజీనామా

1946 డిసెంబర్ 21 వరకు కాంగ్రెస్ వైపు నుంచి ఏమీ మాట్లాడలేదు. నేను లండన్ వెళ్లేముందు నాకు వల్లభాయ్ పటేల్ కు మధ్య జరిగిన చర్చలు విఫలమయ్యాయి. నేను తాత్కాలిక మంత్రివర్గంలో చేరుతానన్న వార్తల్లో నిజం లేదు. కాంగ్రెస్ నుంచి ఎలాంటి సంకేతాలు రాలేదు. కాంగ్రెస్ అలాంటి చర్య తీసుకుంటే, నా పార్టీని సంప్రదించకుండా, నా వర్గానికి సరైన భద్రత కల్పించకుండా నేను ఏ చర్య తీసుకోను.

"స్వతంత్ర భారత క్యాబినెట్‌లో న్యాయమంత్రి పదవిని స్వీకరిస్తారా?" అని నన్ను సెక్రటేరియట్‌కు పిలిచి, నేను మంత్రివర్గంలో చేరడానికి నా సమ్మతిని ఇచ్చాను ఇదిలావుండగా, చెరువులోని ఏ నీరు కూడా మునగలేని నా దారి నుంచి నేను తప్పుకోవడం లేదు, కాంగ్రెస్‌లో చేరితే మట్టి ముద్దలా కరిగిపోతుంది. కాబట్టి మీ సంస్థను బలంగా మరియు ఐక్యంగా ఉంచండి.

ఆగస్ట్ 10, 1951న పండిట్ నెహ్రూకి లేఖ

డాక్టర్ మరియు నేను నా ఆరోగ్యం గురించి ఆందోళన చెందుతున్నాము. అయితే, వైద్యులు స్వతంత్రంగా మారకముందే, నేను హిందూ కోడ్ బిల్లుకు సంబంధించిన పనిని పూర్తి చేయాలనుకుంటున్నాను. కాబట్టి, ఈ పనికి ప్రాధాన్యతనిస్తూ, ఈ బిల్లును ఆగస్టు 16న లోక్‌సభ ముందు ఉంచడానికి ఏర్పాట్లు చేయండి, తద్వారా సెప్టెంబర్ నాటికి చర్చ పూర్తవుతుంది. ఈ బిల్లుకు లోక్‌సభలో ఆమోదం పొందేందుకు నేను ఎంత ప్రాధాన్యత ఇస్తాను? శారీరక కష్టాలను భరించేందుకు తాను ఎంత వరకు సిద్ధంగా ఉన్నానో ప్రధానికి బాగా తెలుసు.

సెప్టెంబర్ 27, 1951న లోక్ సభకు రాజీనామా

లా మంత్రి పదవికి రాజీనామా చేయాలని చాలా రోజులుగా ఆలోచిస్తున్నాను, కానీ లోక్‌సభ చివరి సెషన్ ముగిసేలోపు హిందూ కోడ్ బిల్లుకు సంబంధించిన పని పూర్తి కాగలదనే ఆశతో అది అమలు కాలేదు. నేను ఆ బిల్లును భాగాలుగా (ముక్కలుగా) విభజించడాన్ని కూడా గుర్తించాను మరియు వివాహం మరియు

విడాకుల గౌరవాన్ని ఈ భాగాలకు విస్తరించాను. నా కష్టానికి ఫలితం దక్కుతుందని నేను ఆశించాను, కానీ బిల్లులోని ఆ భాగం కూడా విచారకరమైన ముగింపును కలిగి ఉంది, అప్పుడు నేను మీ మంత్రివర్గంలో మంత్రిగా కొనసాగవలసిన అవసరం లేదు.

రాజీనామ లేఖ

పండిట్ నెహ్రూ నాకు న్యాయమంత్రి పదవిని ఇచ్చినప్పుడు, భవిష్యత్తులో మీకు ప్రణాళికా శాఖ ఇస్తానని హామీ ఇచ్చారు, కానీ అతను నన్ను ఒక్క క్యాబినెట్ కమిటీలో కూడా తీసుకోలేదు. రాజీనామా చేయడం ఇదే మొదటి కేసు. దళిత వర్గం పట్ల ప్రభుత్వం ఉదాసీనంగా వ్యవహరించడం రెండో అంశం. మూడో అంశం కాశ్మీర్ విధానానికి సంబంధించినది. కాశ్మీర్‌ను విభజించడం ద్వారా హిందూ, బౌద్ధ జనాభా ఉన్న ప్రాంతాన్ని భారత్‌లో చేర్చి ముస్లింలు అధికంగా ఉన్న భాగాన్ని పాకిస్థాన్‌కు ఇవ్వాలి. నాల్గవ వ్యత్యాసం భారతదేశ విదేశాంగ విధానానికి సంబంధించినది.

భారత్ అనుసరిస్తున్న తప్పడు విదేశాంగ విధానం వల్ల భారత్‌కు స్నేహితుల కంటే శత్రువులే ఎక్కువ. ఈ తప్పడు విధానం వల్ల భారత ఆదాయంలో 350 కోట్లలో 108 కోట్లు సైన్యానికి వెచ్చించాల్సి వస్తోంది. ఎమర్జెన్సీ సమయంలో భారతదేశానికి సహాయం చేసే ఒక్క స్నేహితుడు కూడా లేడు మరియు రాజీనామా యొక్క ఐదవ అంశం హిందూ కోడ్ బిల్లు. నెహ్రూ చాలా ప్రామాణికుడు, అయినప్పటికీ హిందూ కోడ్ బిల్లును ఖరారు చేసే ధైర్యాన్ని చూపించాల్సి ఉంది, కానీ అలా చేయలేదు. నేను అనారోగ్యంతో ఉన్నాను, అందుకే నేను మంత్రివర్గం నుండి వైదొలగలేదు, కానీ నిరాశ కారణంగా రాజీనామా చేసాను. అనారోగ్యానికి కారణమని చెప్పి తన కర్తవ్యాన్ని దూరం చేసుకునే వ్యక్తిని నేను కాదు.

46

అనారోగ్యం మరియు రెండవ వివాహం

నా విషయానికొస్తే, నేను అనారోగ్యంతో తిరిగి వచ్చాను మరియు ఈ రోజు నా ఆరోగ్యం క్షీణించింది అని వారు అనుమానించారు నా సమాజానికి నాకు అవసరమైనంత కాలం, ఈ బలమైన ఆశావాదం నన్ను నిరాశ నుండి దూరంగా ఉంచుతుంది, కానీ తప్పనిసరిగా అవసరమైన వయస్సును సాధించాలి.నా గురించి రెండవ విషయం ఏమిటంటే, నాకు మధుమేహం నయమయ్యే అవకాశాలు చాలా ఎక్కువ అని నా స్నేహితులు మరియు వైద్య సలహాదారులు ఖచ్చితంగా చెప్పారు, కానీ వ్యాధి నయం కాకపోతే పరిస్థితి గందరగోళంగా ఉంది. మధుమేహం అనేది ఆహారం మీద ఆధారపడిన వ్యాధి. నా రోజువారీ ఆహారం మరియు ఇన్సులిన్ ఇంజెక్షన్ల గురించి ఆందోళన చెందుతున్న ఎవరైనా ఉన్నారు, ఈ వ్యాధి నయమవుతుందని ఎవరూ చెప్పలేరు.

నేను పెళ్లికి సిద్ధంగా లేకుంటే నా ఇంటిని చూసుకోవడానికి ఒక నర్సు లేదా మహిళను ఏర్పాటు చేయాలని నా స్నేహితుడు చెప్పాడు. నేను దీని గురించి చాలా కాలంగా ఆలోచిస్తున్నాను. ఇంటిని చూసుకోవడానికి నర్సు లేదా మహిళను తీసుకుంటే ప్రజల మదిలో సందేహం వస్తుంది. దీనికి, వివాహం మరింత సరైన మార్గం. యశ్వంత్ తల్లి చనిపోయిన తర్వాత, నేను పెళ్లి చేసుకోకూడదని నిర్ణయించుకున్నాను, కానీ ప్రస్తుత పరిస్థితుల కారణంగా ఆ తీర్మానాన్ని విచ్ఛిన్నం చేయాల్సిన సమయం వచ్చింది. దీని కోసం, మీకు నచ్చిన స్త్రీని కనుగొనడం అసాధ్యం కాదు, కానీ ఇది ఖచ్చితంగా కష్టం. నా జీవిత భాగస్వామి చదువుకోవాలి. అదేవిధంగా, అతను ఒక వైద్యుడు మరియు వంటలో కూడా తెలివిగా ఉండాలి. మన సమాజంలో ఈ విషయాలను దృష్టిలో ఉంచుకోవడం

మూడు గుణాలు ఉన్న స్త్రీని కనుగొనడం అసాధ్యం. అదేవిధంగా, ఇతర సమాజాలలో, నాకు ప్రత్యేక సంబంధాలు లేనందున అలాంటి స్త్రీని వివాహం కోసం కనుగొనడం కష్టం. పెళ్లి ఆలస్యమైతే ప్రజల్లో చర్చనీయాంశంగా మారడంతో పాటు దుర్మార్గులు నా పరువు తీసే అవకాశం వస్తుంది. ఇదే నాకు భయంగా ఉంది.

ఇలా చేయడం వల్ల నేను ఎలాంటి నైతిక నేరం చేయనని భావిస్తున్నాను. యశ్వంత్‌కి కూడా నేను ఫిర్యాదులకు ఆస్కారం ఇవ్వలేదు. ఇప్పటి వరకు అతనికి

ముప్పై వేల రూపాయలు ఇచ్చాను. అదేవిధంగా సుమారు రూ.80 వేలు విలువైన ఇంటిని అందజేశారు. నా కొడుకు కోసం నేను చేసినంతగా ఏ తండ్రి తన కొడుకు కోసం చేయలేదని నేను నమ్ముతున్నాను.

నా ఆరోగ్యం రోజురోజుకూ క్షీణిస్తోంది. నొప్పుల వల్ల నాలుగు రోజులుగా నిద్ర పట్టడం లేదు. కాళ్లలో భరించలేని నొప్పి ఉంది. సేవకులు రాత్రంతా మేల్కొని నాకు సేవ చేస్తారు. ఢిల్లీకి చెందిన ఇద్దరు ప్రముఖ వైద్యులు నన్ను పరీక్షించారు. కాళ్ల నొప్పులు ఆగకపోతే ఎప్పటికీ ఇలాగే ఉండి తీరుతుందని నమ్ముతారు. నా ఆరోగ్యాన్ని జాగ్రత్తగా చూసుకోవడానికి నాకు ఎవరైనా కావాలి. నేను ఈ వైద్యుని సమాచారాన్ని మునుపటి కంటే తీవ్రంగా పరిగణిస్తున్నాను.

అంటరాని హిందూ మరియు తాకదగిన హిందూ స్త్రీలతో నాకు ఎలాంటి సంబంధం లేదు, కానీ అదృష్టవశాత్తూ నేను స్త్రీని ఇష్టపడుతున్నాను. ఆమె సారస్వత్ బ్రాహ్మణ కులానికి చెందినది మరియు నేను ఆమెను ఏప్రిల్ 15న వివాహం చేసుకోబోతున్నాను.

11వ తేదీన ఢిల్లీకి వచ్చాను. నేను కొంచెం మెరుగ్గా ఉన్నాను, కానీ బలహీనత ఉంది. అంతకుముందు నా ఆరోగ్యంలో ఎలాంటి మెరుగుదల లేదు. నేను ఢిల్లీలో చాలా అనారోగ్యంతో ఉన్నాను. ఆదివారం, ఏప్రిల్ 3, నా పరిస్థితి చాలా విషమంగా ఉంది. ప్రస్తుతానికి బాగానే ఉంది. ప్రస్తుతం నేను ఏ పనీ చేయలేను, బయటకు కూడా వెళ్లలేను

47

నా వ్యక్తిగత తత్వశాస్త్రం

ప్రతి మనిషికి జీవిత తత్వశాస్త్రం ఉండాలి, దానికి కారణం ప్రతి మనిషికి తన ప్రవర్తనను అంచనా వేయడానికి కొన్ని కొలిచే పరికరం ఉండాలి. తత్వశాస్త్రం అతని జీవితాన్ని కొలిచే సాధనం తప్ప మరొకటి కాదు. భగవద్గీతలోని ప్రతికూల హిందూ సామాజిక తత్వాన్ని నేను ఖండిస్తున్నాను. ఈ తత్వశాస్త్రం శంకరాచార్యుల త్రిగుణ తత్వశాస్త్రంపై ఆధారపడి ఉంటుంది. శంకరాచార్యుల తత్వశాస్త్రం కపిల ముని తత్వానికి పూర్తిగా వ్యతిరేకం. శంకరాచార్యుల తత్వశాస్త్రం కారణంగా, కులం మరియు అసమానత యొక్క అవరోహణ క్రమం హిందువుల సామాజిక జీవిత నియమంగా మారింది. నా సామాజిక జీవన తత్వశాస్త్రం మూడు పదాలలో సంగ్రహించబడింది.

ఆ పదాలు సమానత్వం, స్వేచ్ఛ మరియు సౌభ్రాతృత్వం. అయితే, నేను ఫ్రెంచ్ విప్లవం నుండి ఈ తత్వశాస్త్రాన్ని అరువు తెచ్చుకున్నానని ఎవరూ అనుకోకూడదు. నా సారాంశం మతంలో ఉంది, రాజకీయ శాస్త్రంలో కాదు. నేను ఈ తత్వాన్ని నా గురువైన బుద్ధుని బోధనల నుండి తీసుకున్నాను. నా తత్వశాస్త్రం స్వేచ్ఛ మరియు సమానత్వం. అపరిమిత స్వేచ్ఛ సమానత్వాన్ని నాశనం చేసినప్పటికీ, మితిమీరిన సమానత్వం స్వేచ్ఛకు చోటు ఇవ్వదు.

నా తత్వశాస్త్రంలో స్వేచ్ఛ మరియు సమానత్వానికి ఎలాంటి భంగం కలగకూడదు, కాబట్టి రక్షణ యొక్క రూపంగా పరిమితులకు స్థలం ఉంది, కానీ ఈ పరిమితి స్వేచ్ఛ లేదా సమానత్వం యొక్క హామీని ఉల్లంఘించవచ్చు. నేను దానిని నమ్మను. నా ఫిలాసఫీలో సోదరభావానికి చాలా ఉన్నతమైన స్థానం ఉంది. స్వేచ్ఛ మరియు సమానత్వానికి వ్యతిరేకంగా రక్షణ సౌభ్రాతృత్వంలో మాత్రమే ఉంది. దీని మరొక పేరు సోదరభావం లేదా మానవత్వం మరియు ఇది మానవత్వం యొక్క మరొక పేరు.

నిషేధాలు లేదా పరిమితులు విచ్ఛిన్నం కావచ్చు, కానీ సోదరత్వం లేదా మతం పవిత్రమైనది. సోదరభావం పట్ల గౌరవం ఉండాలి. నా ఈ తత్వాన్ని ప్రచారం చేయడమే నా జీవనాధారం. నా మనసుకు తగ్గట్టుగా ఉండాలి. నేను నా అనుచరులు

ఈ జీవిత తత్వాన్ని అలవర్చుకోవడానికి నేను మిమ్మల్ని ప్రేరేపిస్తాను. రెండు ఆలోచనా విధానాలు భారతదేశ ప్రజలను నియంత్రిస్తాయి. రాజ్యాంగ ప్రవేశికలో పేర్కొన్న రాజకీయ లక్ష్యాలు స్వేచ్ఛ, సమానత్వం మరియు సౌభ్రాతృత్వానికి ప్రాధాన్యతనిస్తున్నాయి, అయితే భారతీయుల మతంలో పొందుపరచబడిన సామాజిక లక్ష్యాలు స్వేచ్ఛ, సమానత్వం మరియు సౌభ్రాతృత్వాన్ని నిరాకరిస్తాయి. భారతీయులందరూ అంగీకరించిన రాజకీయ లక్ష్యం అందరి సామాజిక లక్ష్యం కావాలి.

48

విద్యా పని

రెండవ ప్రపంచ యుద్ధం ముగిసిన తర్వాత, మొదటి బ్యాచ్ అంటరాని గ్రాడ్యుయేట్లు ఉన్నత విద్య కోసం విదేశాలకు వెళ్తున్నారు. వారందరికీ శుభాకాంక్షలు తెలుపుతూ బొంబాయిలో వీడ్కోలు కార్యక్రమాన్ని ఏర్పాటు చేశారు. ఆ సమయంలో, డాక్టర్ బాబాసాహెబ్ అంబేద్కర్ జ్ఞానాన్ని ఎలా పొందాలో మరియు దానిని ఎలా ఉపయోగించాలో మార్గదర్శకత్వం ఇచ్చారు? బటన్ నొక్కిన వెంటనే, విద్యుత్ బల్బు చీకటిని నాశనం చేస్తుంది మరియు కాంతి రాజ్యాన్ని స్థాపిస్తుంది. అదేవిధంగా సమాజంలోని అజ్ఞానాన్ని తొలగించేందుకు ప్రతి విద్యావంతుడు ప్రయత్నించాలన్నారు.

ఈ పనిని సులభంగా చేయడానికి, మనం రైలు ఇంజిన్ నుండి నేర్చుకోవాలి. ఇంజిన్ ప్రతి కంపార్ట్‌మెంట్‌ను కనెక్ట్ చేయడం ద్వారా మొత్తం రైలును సిద్ధం చేస్తుంది మరియు ఆపై మొత్తం రైలును స్వాధీనం చేసుకుంటుంది. అదేవిధంగా సామాజిక నిర్మాణం, ప్రగతి అనే విప్లవాత్మకమైన కార్యాన్ని ముందుకు తీసుకెళ్లే పనిని విద్యావంతుడు చేయాలి. భారతదేశంలోని ప్రతి సమాజంలోని విద్యావంతులు ఈ మార్గాన్ని అనుసరిస్తే, సాంప్రదాయ నిర్మాణంలో చేయి మరియు కాళ్ళు కట్టుబడి ఉన్న భారతీయ సంస్కృతి స్వేచ్ఛగా ఉంటుంది. ఇది జరిగినప్పుడే భారతదేశం మళ్లీ శ్రేయస్సు వైపు పయనించగలుగుతుంది.

పీపుల్స్ ఎడ్యుకేషన్ సొసైటీ

బాబాసాహెబ్ అంబేద్కర్, తన విద్యాసంస్థ యొక్క లక్ష్యం మరియు విధానాన్ని ప్రకటిస్తూ, పీపుల్స్ ఎడ్యుకేషన్ సొసైటీ విధానం కేవలం విద్యను వ్యాప్తి చేయడమే కాదని, మేధో, నైతిక మరియు భారతదేశ అభివృద్ధికి దారితీసే అటువంటి విద్యను ఉత్పత్తి చేయడం అని స్పష్టం చేశారు. నుండి సామాజిక ప్రజాస్వామ్యం అభివృద్ధి. ఈ రోజు భారతదేశానికి కావలసింది ఇదే. భారతదేశం పట్ల చిత్తశుద్ధి ఉన్న ప్రతి వ్యక్తి ఈ మాట చెప్పాలి

సిద్ధార్థ కళాశాల స్థాపన.

ఇప్పుడు మీ ప్రిన్సిపాల్ సిద్ధార్థ్ కాలేజీ ఇంకా ప్రారంభ దశలోనే ఉందని, దాని సంప్రదాయం ఇంకా స్థాపించబడలేదని చెప్పారు. అందుకే మీరు నాకు

ఉపన్యాసం ఇచ్చే అవకాశం ఇచ్చారు. దీనిని సద్వినియోగం చేసుకుంటూ, 'నా కళాశాల సంప్రదాయం' అనే అంశంపై నేను ఉపన్యాసం ఇవ్వబోతున్నాను, అయితే ఉపన్యాసానికి ముందు నేటి విద్యార్థులకు రెండు మాటలు చెప్పాలనుకుంటున్నాను. 1937 నుండి నాకు విద్యార్థులతో సంబంధాలు తెగిపోయాయి. అప్పటి నుంచి ప్రొఫెసర్ ఉద్యోగం వదిలేసి ఇప్పుడు రాజకీయాలను ఎంచుకున్నాను. నాకు చాలా కాలేజీలలో లెక్చర్ చేయడానికి ఆహ్వానాలు అందాయి, కానీ నేను ఆహ్వానాన్ని అంగీకరించకూడదని నిర్ణయించుకున్నాను. సిద్ధార్థ కళాశాల దీనికి మినహాయింపు. సిద్ధార్థ్ కళాశాల తన సంప్రదాయాన్ని ఎలా స్థాపించాలో నేను మీకు చెప్తాను.

మా కాలేజీ పేరు సిద్ధార్థ్ కాలేజీ. ఎందుకు ఇలా పేరు పెట్టారు? ఒక కోటీశ్వరుడితో మాట్లాడి ఉంటే కొన్ని లక్షల రూపాయలు సులభంగా సంపాదించి ఉండేవాడిని. ఇలా చేసి ఉంటే ఆ కాలేజీకి ఆ కోటీశ్వరుడి పేరు పెట్టాల్సి వచ్చేది కానీ అలా కాకుండా కాలేజీకి 'సిద్ధార్థ కాలేజీ' అని పేరు పెట్టాను. బుద్ధుని పేరు మీ అందరికీ తెలుసు. సిద్ధార్థ కళాశాల ఇంకా తనదైన సంప్రదాయాన్ని నెలకొల్పలేదు. ఇది నాకు ఏమాత్రం ఆశ్చర్యం కలిగించదు. ఈ విషయాలలో మా చిన్న సిద్ధార్థ కాలేజీకి ప్రయోజనం లేదని మీరు అనుకోకండి. కళాశాలకు సిద్ధార్థ కళాశాల అని పేరు పెట్టారు. బుద్ధుడి పేరుతో కాలేజీ స్థాపన జరిగింది జాగ్రత్త. బుద్ధుడు బ్రహ్మజల సూత్రంలో ఈ లక్ష్యాన్ని వివరించాడు.

బ్రహ్మ దర్శనం భారతదేశంలో వ్యాపించిందని ఆ సూత్రంలో చెప్పబడింది. ఈ తత్వవేత్తలకు బ్రహ్మపై విశ్వాసం ఉంది. అతని శిష్యులు గౌతమబుద్ధుడిని కలవడానికి బ్రాహ్మణ తత్వవేత్త వచ్చాడని చెప్పారు. అతను ఒక కొత్త తత్వాన్ని (తత్వశాస్త్రం) స్థాపించాడు మరియు ఆ తత్వానికి ప్రధాన దైవం బ్రహ్మ. శాస్తా, ఈ విషయంలో మీరు ఏమి చెప్పాలనుకుంటున్నారు? మనమందరం దీనిని తెలుసుకోవాలనుకుంటున్నాము.

గౌతమబుద్ధుడు చెప్పిన సమాధానం పరిశీలించదగినదని నేను భావిస్తున్నాను. బ్రహ్మవాదులను 'మీరు బ్రహ్మను చూశారా?' లేదు' అని సమాధానం వచ్చింది. తదుపరి ప్రశ్న- 'మీరు బ్రహ్మ గురించి ఏదైనా విన్నారా?' సమాధానం- 'లేదు.' అప్పుడు 'బ్రహ్మను రుచి చూశావా?' 'లేదు' అని సమాధానమిస్తే, మీరు ఏ ప్రాతిపదికన బ్రహ్మ ఉన్నారని అంటున్నారు? దీనికి బ్రాహ్మణులు సమాధానం చెప్పలేకపోయారు.ఇప్పుడు గౌతమ బుద్ధుని రెండవ ఉపన్యాసం గురించి చెబుతాను. తన

'మహాపరినిబ్బనసుత్త'లో వివరణ ఉంది. గౌతమ్ కుషీనర్ లో చావు అంచున ఉన్నాడు. ఆయనకు శిష్యులు కూడా ఉన్నారు. ప్రధాన శిష్యుడు అడిగాడు - శాస్త్రా, నీవు ఇంత త్వరగా మహాపరినిర్వాణం పొందలేవు. ఇంకా చాలా పనులు మిగిలి ఉన్నాయి. ఆ విషయంలో మీరు మాకు ఏమీ చెప్పలేదు లేదా మాకు దిశానిర్దేశం చేయలేదు. తథాగత చెప్పిన సమాధానం చాలా ఆలోచనాత్మకం. నేను నలభై ఏళ్లు మీ మధ్యే జీవించాను అన్నాడు. ప్రస్తుతం నా వయసు ఎనభై ఏళ్లు. నేను మీతో చాలా సంవత్సరాలు ఉన్నాను, అయినప్పటికీ మీరు నా నుండి సరైన మార్గదర్శకత్వం పొందలేదు, ఇది నాకు చాలా ఆశ్చర్యంగా ఉంది.

నేను అన్ని సమాధానాలను పొందలేకపోవచ్చు, అది అసాధ్యం అని నేను భావిస్తున్నాను. ఈ నలభై ఏళ్లలో నా వైపు నుండి చెప్పడానికి ఏమీ మిగిలి ఉంటుందని నేను కూడా అనుకోను. మీ మనసులో కొంత అలజడి ఉందని మీ ప్రశ్నను బట్టి నాకు అర్థమైంది. నేను మీకు బోధించినది మీరు పూర్తిగా అర్థం చేసుకోలేదని నాకు అలాగే అనిపిస్తుంది. మీరు ఒక విషయాన్ని దృష్టిలో ఉంచుకుని, తదనుగుణంగా ప్రవర్తిస్తే, మీ ప్రశ్నకు స్వయంచాలకంగా సమాధానం లభిస్తుంది.

నేను మీకు ఏదైనా చెబుతున్నానంటే అది నిజమే అయి ఉండాలి, అస్సలు నమ్మవద్దు. మీ ఆలోచనా శక్తి మరియు అర్థం చేసుకునే శక్తి, మీ తర్కం యొక్క శక్తి ఆ విషయాన్ని విలువైనదిగా గుర్తించినప్పుడు, దానిని మాత్రమే విశ్వసించండి, లేకుంటే దానిని చెల్లుబాటు కాకుండా చేయండి. ఇది నా విద్య. గౌతమ బుద్ధుని ఈ ప్రకటనలో అర్థం ఏమిటి? దీని అర్థం ప్రతి మనిషికి ఆలోచించే స్వేచ్ఛ ఉండాలి,

అయితే ఈ స్వేచ్ఛను సత్యాన్వేషణలో ఉపయోగించాలి మరియు అన్నింటికంటే నిజం ఏమిటి? సత్యం ఏమిటంటే ఐదు జ్ఞానేంద్రియాలు మరియు ఐదు కర్మ ఇంద్రియాలు సత్యాన్ని అంగీకరించాలి. దీని అర్థం ఎవరైనా చూడటానికి, వినడానికి, వాసన చూడటానికి మరియు దాని ఉనికిని రుజువు పొందడానికి రావాలి, అప్పుడే అది నిజం అవుతుంది అంటే దేవుడు.

గౌతమ బుద్ధుడు తన శిష్యుల ముందు ఈ లక్ష్యాన్ని పెట్టుకున్నాడు. సిద్ధార్థ కళాశాల ఈ లక్ష్యాన్ని అనుసరించబోతోంది - 1. సత్యాన్ని కనుగొనడం మరియు 2. మానవాళికి బోధించే మతాన్ని అనుసరించడం.

ఆధునిక ఆలోచనా విధానం ఏ దిశలో ప్రవహిస్తుందో నాకు తెలుసు. కార్ల్ మార్క్స్ తత్వశాస్త్రం గురించి నాకు తెలియనిది కాదని మీకు చెప్తాను. ఆయన

మతపరమైన అభిప్రాయాలు కూడా నాకు తెలియనివి కావు. మతం ఒక నల్లమందు అని అతను చెప్పాడు, కానీ నేను అతని మాటను అంగీకరించను. సత్యాన్ని కనుగొనడమే సత్యధర్మమని నేను భావిస్తున్నాను. సత్యం మరియు శక్తి వ్యతిరేక విషయాలు. గ్రంథాలు కూడా ఏ దృక్కోణం నుండి పరిపూర్ణతను అంగీకరించవు, అందువల్ల ప్రపంచంలో పూర్తిగా స్వచ్ఛమైనది ఏదీ లేదు.

ధర్మం అంటే సత్యం, 'నహి సత్యాత్ పరో ధర్మః' (సత్యం కంటే గొప్ప మతం లేదు) అనేది మన లక్ష్యం అని అర్థం చేసుకోవాలి. మనం ఎప్పుడూ ఇతరులను బాధపెట్టకూడదు. ఇది మన మతం యొక్క నిజమైన బోధన కావాలి. సత్య-పరిశోధన పనిలో మనిషికి పూర్తి స్వేచ్ఛ ఉండాలి. మా కళాశాల లక్ష్యం కూడా ఇదే.

మిలింద్ కళాశాల

మిలింద్ (మెనాండర్) ఒక గ్రీకు రాజు. అతను తన స్కాలర్షిప్ గురించి గర్వపడ్డాడు. గ్రీకుల వంటి పండితులు ప్రపంచంలో ఎక్కడా కనిపించరు. ఒకసారి అతను బౌద్ధ సన్యాసితో చర్చలు జరపాలని భావించాడు, కానీ మిలింద్‌తో చర్చకు ఎవరూ సిద్ధంగా లేరు. గొప్ప ప్రయత్నాల తర్వాత, నాగసేన్ సాధు సిద్ధమయ్యాడు. మిలింద్ ఆహ్వానాన్ని సాధు అంగీకరించాడు.

నాగసేన్ బ్రాహ్మణుడు. అతను ఏడు సంవత్సరాల వయస్సులో తన తల్లిదండ్రుల ఇంటిని విడిచిపెట్టాడు. తర్వాత బౌద్ధ సన్యాసి అయ్యాడు. నాగసేన్ మరియు మిలింద్ మధ్య చర్చ జరిగింది, అందులో మిలింద్ ఓడిపోయాడు. ఈ డైలాగ్‌పై ఒక పుస్తకం ప్రచురించబడింది. పాలీ భాషలో ఈ పుస్తకం పేరు 'మిలిందపన్'. ఈ పుస్తకం 'మిలింద్ ప్రశ్న' పేరుతో అనువదించబడింది. ఉపాధ్యాయులు మరియు విద్యార్థులు ఈ పుస్తకాన్ని చదవాలని కోరుకుంటున్నాను. ఈ పుస్తకంలో ఉపాధ్యాయునికి ఎలాంటి లక్షణాలు ఉండాలో చెప్పబడింది? అందుకే, నేను, పీపుల్స్ ఎడ్యుకేషన్ సొసైటీ కలిసి ఈ కాలేజీకి 'మిలింద్ మహావిద్యాలయ' అని, కాలేజీ క్యాంపస్‌కి 'నాగసేన్' అని పేరు పెట్టాం. మిలింద్ ఓడిపోయాడు మరియు తరువాత బౌద్ధుడు అయ్యాడు, అందుకే నేను అతని పేరు పెట్టాను. ఇది సరైన పేరు అని నేను అనుకుంటున్నాను.

ఒక ధనిక వ్యాపారవేత్త ఒక విద్యా సంస్థకు ఆర్థిక సహాయం చేసినందున అతని పేరు పెట్టడం పూర్తిగా సరికాదు. కళాశాలకు ఈ పేరు పెట్టడానికి మరో కారణం ఏమిటంటే, ఆహారంతో పాటు విద్య కూడా ప్రతి మనిషికి అవసరం. ప్రతి ఒక్కరూ

దాని ప్రయోజనాన్ని పొందాలి. ఈ ఉదారవాద ఆలోచనను ఎవరైనా ముందుగా ప్రకటించారంటే అది గౌతమ బుద్ధుడే. ఆ సమయంలో అసంఖ్యాకమైన ప్రజలు వందల సంవత్సరాల పాటు అజ్ఞానపు అంధకారంలో ఉంచబడ్డారు. తథాగత బుద్ధుడు మరియు అతని శిష్యులు వారికి విద్యను అందించడం ప్రారంభించారు. ఈరోజు ఆయనను స్మరించుకోవడం సహజం.

బొంబాయిలోని సిద్ధార్థ్ కళాశాలలో 2100 మంది విద్యార్థులు మరియు ఈ కళాశాలలో 600 మంది విద్యార్థులు చదువుతున్నారు. నేను ఈ కళాశాలపై చాలా భారాన్ని మోశాను. శ్రీ శంకర్రావు దేవ్ కళాశాలను ప్రారంభించారు

'లిండ్' అనే పేరుపై దమ్మపదంలోని ఒక పద్యం ఉటంకించబడింది. అదేమిటంటే - "అంధేన్ జయేత్ క్రోధం". కోపాన్ని కోపంతోనే జయించాలి. నాకు చాలా కోపం వస్తుంది, ఇది అందరికీ తెలుసు. “మనిషి కోపాన్ని మింగేయాలి” అంటాడు శ్రీ దేవ్. దేవా చదువు అసంపూర్తిగా ఉందనుకుంటాను. తథాగత అభిరుచిపై ఉపన్యాసం ఇచ్చారు. దేవా ఇది చదివి ఉంటే ఈ మాట అనలేదు. ప్రజలు కోపంగా ఉన్నారు, అయినా దానిపై ఎవరూ వ్యాఖ్యానించకూడదు. రెండు రకాల రాగాలు ఉన్నాయి - 1. హానికరమైనవి, 2. ప్రేమగలవి. ఒక కసాయి గొడ్డలిని తీసుకువెళుతుంది, అతని స్వరం హానికరమైనది, అయితే తల్లి తన బిడ్డను కొట్టడాన్ని ఏమంటారు? దాని రాగం ప్రేమమయం. కొడుకు ! కొడుకు సద్గురువు అవుతాడన్న కారణంతో తల్లి కొడుతుంది. నా మెలోడీ కూడా ప్రేమగా ఉంది. మీరు కూడా సమానంగా ప్రవర్తించాలి. నేను విమర్శకుల గురించి పట్టించుకోను. పోరాడి సాధించుకున్నదేదైనా.

పూర్వం బ్రాహ్మణ కులం మాత్రమే విద్యనభ్యసించేది. అప్పుడు మాకు చదువు ఎలాగో తెలియలేదు. మాకు జ్ఞానాన్ని సంపాదించాలనే కోరిక ఉండేది, కానీ బ్రాహ్మణులు మాకు విద్యను అందజేయలేదు. కానీ తథాగత ఆ బంధాన్ని తెంచుకున్నాడు. ఒకసారి లోహిత్ బ్రాహ్మణుడు బుద్ధుడిని అడిగాడు, నీవు అందరికీ జ్ఞానాన్ని ఎందుకు బోధిస్తావు? అప్పుడు గౌతమ బుద్ధుడు "మనిషికి ఆహారం ఎంత అవసరమో, ప్రతి ఒక్కరికి జ్ఞానం కూడా అంతే అవసరం" అని బదులిచ్చారు. ఈ పనిని మొదట గౌతమ బుద్ధుడు ప్రారంభించాడు. జ్ఞానం ఒక విధంగా కత్తి లాంటిది. కత్తి రెండంచులు. అతను కత్తితో దుష్టులను చంపడంతోపాటు దుష్టుల నుండి తనను తాను రక్షించుకుంటాడు. అందుకే చెప్పబడింది - 'ఒక రాజు తన దేశంలో గౌరవించబడతాడు, పండితుడు ప్రతిచోటా గౌరవించబడతాడు.' (విద్వాంసుడు మరియు రాజు మధ్య సమానత్వం ఎప్పుడూ ఉండదు, ఎందుకంటే రాజుకు అతని

రాజ్యంలో మాత్రమే గౌరవం మరియు గౌరవం లభిస్తాయి మరియు పండితుడికి ప్రతిచోటా గౌరవం మరియు ప్రతిష్ట లభిస్తుంది)

మీరందరూ జ్ఞానాన్ని పొందేందుకు వచ్చారు, కానీ నా అభిప్రాయం ప్రకారం జ్ఞానం మాత్రమే స్వచ్ఛమైనది కాదు. తథాగత జ్ఞానంతో పాటు జ్ఞానం గురించి కూడా చెప్పాడు. జ్ఞానం అంటే మానవాళి పట్ల ప్రేమ మరియు స్నేహం అంటే అన్ని జీవుల పట్ల ఉన్న భావన. అప్పుడే జ్ఞానం ఉపయోగపడుతుంది.

మిలింద్ మహావిద్యాలయంలోని ప్రతి విద్యార్థి తన పాత్రను నేర్చుకోవడం, జ్ఞానం, కరుణ, వినయం మరియు స్నేహం అనే ఐదు సూత్రాల ప్రకారం నిర్మించుకోవాలి. మీరు ఒంటరిగా ఈ మార్గం గుండా వెళ్ళవలసి వస్తే, మీరు దానిని ఓర్పు మరియు భక్తితో చేయాలి. మన మనస్సాక్షి ప్రకారం మనం సముచితమని భావించే మార్గంలో మనం ముందుకు సాగాలి.

విద్య యొక్క ప్రాముఖ్యత

డాక్టర్ బాబాసాహెబ్ అంబేద్కర్ పీపుల్స్ ఎడ్యుకేషన్ సొసైటీ ద్వారా 1950లో ఔరంగాబాద్‌లో మిలింద్ మహావిద్యాలయాన్ని స్థాపించారు. కళాశాల భవనానికి శంకుస్థాపన సెప్టెంబర్ 1, 1951న భారత తొలి రాష్ట్రపతి డాక్టర్ రాజేంద్రప్రసాద్ చేతుల మీదుగా జరిగింది. రాష్ట్రపతి స్వాగతోపన్యాసంలో బాబాసాహెబ్ అంబేద్కర్ విద్య యొక్క ప్రాముఖ్యతను వివరిస్తూ, "హిందూ సమాజంలోని అట్టడుగు వర్గానికి చెందిన నాకు విద్య యొక్క ప్రాముఖ్యత తెలుసు, దిగువ తరగతి ప్రజలను అభివృద్ధి చేయడానికి ఏమి చేయాలి? అనేక ఆర్థిక ప్రశ్నలు తరచుగా ప్రస్తావనకు వస్తాయి. .ఆర్థిక సమస్యలను పరిష్కరించడంలో వారి పురోగతి ఉందని తరచుగా నమ్ముతారు, అయితే భారతదేశంలోని అట్టడుగు వర్గాల అభ్యున్నతి మరియు విముక్తి కోసం మేము వారిని ఉచితంగా అందించడం ద్వారా వారిని బిజీగా ఉంచకూడదు ఆహారం, పానీయాలు, బట్టలు మొదలైనవి, కానీ దీని కోసం మనం విషపూరిత సంప్రదాయాల నుండి అట్టడుగు తరగతి ప్రజలను ఉద్ధరించాలి, వారికి వ్యక్తిగత మరియు జాతీయ జీవితం యొక్క ప్రాముఖ్యత గురించి అవగాహన కల్పించాలి ఉన్నత విద్య లేకుండా ఈ దేశంలో వారు ఎలా మోసపోయారో అర్థం చేసుకోండి, నా అభిప్రాయం ప్రకారం, భారతదేశంలోని అన్ని సామాజిక సమస్యలకు విద్య వ్యాప్తి మాత్రమే.

49

డాక్టరేట్ డిగ్రీ

నేను అమెరికా వెళ్లాలని నిర్ణయించుకున్నాను.. డిగ్రీ పొందడానికి కొలంబియా యూనివర్సిటీకి వెళ్లడం ఇష్టం లేదు. బొంబాయి నుంచి వచ్చిన తర్వాత నా ఆరోగ్యం మరింత క్షీణించింది. చికిత్స తీసుకున్నా ప్రయోజనం లేదు. కాబట్టి నా ఆరోగ్యం మీ ఆందోళనకు మరియు దుఃఖానికి కారణమైంది, కానీ ఇప్పుడు నేను చింతించడం మానేశాను. నా ఆరోగ్యం మునుపటిలా మెరుగుపడుతుందని నేను అనుకోను. తథాగత బుద్ధుడు చెప్పాడు, "ఏది పుట్టినా నశించడం ఖాయం." అందువల్ల మీరు చింతించకండి. నా ఆరోగ్యం గురించి చింతించే బదులు, నా తలపై ఉంచిన సామాజిక సేవ బాధ్యతను స్వీకరించడానికి మీరు త్వరగా సిద్ధంగా ఉండండి. నేను ఎక్కువ కాలం జీవించలేనని ఖచ్చితంగా అనుకుంటున్నాను.

జూన్ 5, 1952న నేను అమెరికా బయలుదేరడం చాలా దగ్గరవుతోంది. నాకు కోపం స్వభావం ఉంది. అధికారంలో ఉన్న వ్యక్తులతో అనేక అంశాలపై వాడివేడి చర్చలు జరిగాయి. అయితే విదేశాల్లో నేను ఇండియా గురించి పరుషంగా మాట్లాడతానని ఎవరూ అనుకోవద్దు. నేనెప్పడూ దేశంపై తిరుగుబాటు చేయలేదు. నేను నా హృదయంలో నా దేశం యొక్క శ్రేయస్సు గురించి మాత్రమే ఆలోచించాను. రౌండ్ టేబుల్ కాన్ఫరెన్స్ సమయంలో, నేను జాతీయ ప్రయోజనాల విషయంలో గాంధీజీ కంటే 200 మైళ్లు ముందున్నాను.

50

బొంబాయి మహారాష్ట్రకు చెందినది

బొంబాయి నగరంలోని ఇండస్ట్రియల్ సెక్టార్‌లోని చాలా మంది ఉద్యోగులు మరియు అన్ని కార్యాలయాల్లోని చాలా మంది ఉద్యోగులు మహారాష్ట్రీయులు. ఈ తరగతి ఎల్లప్పుడూ నగర అభివృద్ధికి కృషి చేస్తుంది. టెక్స్‌టైల్ మిల్లులు మరియు కార్యాలయ ఉద్యోగులలో పార్సీలు చాలా తక్కువ సంఖ్యలో పనిచేస్తున్నారు. .బాంబే అభివృద్ధి చెందదని నా స్పష్టమైన అభిప్రాయం.బొంబే, ఔరంగాబాద్ మరియు తూర్పు మహారాష్ట్రను వాటి రాజధానులుగా ఏర్పాటు చేయడంలో విదర్భ వాటా నాగ్‌పూర్, భండారా, వార్ధా, యావత్మాల్‌లను కలిగి ఉంటుంది. అకోలా, అమరావతి, బుల్ఢానా మరియు చందా జిల్లాలు ఔరంగాబాద్, పర్భాని, నాందేడ్, బీడ్, ఉస్మానాబాద్, నాసిక్, షోలాపూర్ జిల్లాలు, తూర్పు మరియు పశ్చిమ ఖాందేష్ జిల్లాలను కలుపుతాయి థానే, కొలాబా, రత్నగిరి, ఉత్తర మరియు దక్షిణ సతారా, కొల్హాపూర్ మరియు కార్వార్ భాగాలు ఆచరణ సాధ్యమవుతాయి మరియు ఈ పథకం ఫలితంగా, ఈ శాఖల ప్రజల ఆశలు మరియు ఆకాంక్షలు నెరవేరుతాయి.

నా అభిప్రాయం ప్రకారం సమైక్య మహారాష్ట్ర డిమాండ్ అన్యాయమైనది. కారణం యునైటెడ్ మహారాష్ట్రలో వెనుకబడిన మరాఠ్వాడా జిల్లాలు పురోగమించలేవు, దాని కారణంగా యునైటెడ్ మహారాష్ట్రలో మళ్లీ అరాచక పరిస్థితి తలెత్తవచ్చు. వెనుకబడిన మరాఠ్వాడాను అభివృద్ధి చేయాలనే కోరిక ఉంటే, మరాఠ్వాడాను స్వతంత్రంగా చేయడం సముచితం. నా ట్రిగ్రూప్ పథకం ప్రకారం, మహారాష్ట్రకు మూడు రాష్ట్రాలు ఉంటే

అలా అయితే, వారు రాష్ట్ర వ్యాపార దృక్కోణం నుండి సమర్థవంతంగా నిరూపించబడతారు. దీనితో పాటు, ప్రజలకు కూడా పురోగతికి అవకాశాలు లభిస్తాయి.మరాఠ్వాడా విద్యాపరంగా వెనుకబడినందున స్వతంత్ర విశ్వవిద్యాలయం అవసరం చాలా ఉంది.

51

మహారాష్ట్రలోని సాధువుల పనులు

ఒక వర్గంపై మరొక వర్గం ఆధిపత్యం చాతుర్వర్ణ్యానికి మూలం. చాతుర్వర్ణ్య వ్యవస్థకు వ్యతిరేకంగా అనేక తిరుగుబాట్లు జరిగాయి, వాటిలో మహారాష్ట్రలోని భగవత్ మతానికి చెందిన సాధువుల తిరుగుబాటు ప్రముఖమైనది. ఈ తిరుగుబాటు పూర్తిగా భిన్నమైనది. ఇతర మానవుల వలె మానవుడు అని పిలువబడే బ్రాహ్మణుడు గొప్పవాడా లేక దేవుడు గొప్పవాడా? ఇది అలాంటి తిరుగుబాటు. బ్రాహ్మణుడు గొప్పవాడా లేక శూద్రుడు గొప్పవాడా? ఋషులు మరియు సాధువులు ఈ ప్రశ్నను పరిష్కరించడానికి చింతించలేదు. ఈ తిరుగుబాటులో ఋషులు మరియు సాధువులు విజయం సాధించారు మరియు బ్రాహ్మణులు భక్తుల ఔన్నత్యాన్ని గుర్తించారు.

అయితే, ఈ తిరుగుబాటు వల్ల చాతుర్వర్ణ వ్యవస్థను నాశనం చేయడంలో ఎలాంటి ప్రయోజనం లేదు. భక్తి ముసుగు ద్వారా మానవత్వం అర్థం పొందుతుందని కాదు. మానవత్వం యొక్క విలువ తనంతట తానుగా కనిపిస్తుంది. ఈ ప్రయోజనం కోసం సాధువులు కష్టపడలేదు. ఫలితంగా, చాతుర్వర్ణ్యం కోసం ఒత్తిడి కొనసాగింది. సాధువుల తిరుగుబాటు వల్ల దుష్ప్రభావాలు ఉన్నాయి. మీరు చోఖమేలా లాగా భక్తులు అవుతారు, అప్పుడు మేము మిమ్మల్ని అంగీకరిస్తాము. దళిత వర్గాన్ని దోపిడీ చేసే ఈ కొత్త పద్ధతి బ్రాహ్మణుల చేతుల్లోకి వచ్చింది. దళితుల మధ్య తిరుగుబాటు చేసిన వారి చేతులు దులుపుకున్నాయి. ఇది బ్రాహ్మణుల అనుభవం.

మతపరమైన వ్యక్తులు సాధువులు మరియు ఋషుల అద్భుత పురాణాలను అతిశయోక్తి చేస్తారు. ఈ వ్యక్తులు సాధువులు మరియు ఋషుల యొక్క దయగల, న్యాయమైన, సమానత్వ మరియు ఉదార ఆలోచనలను ఎగతాళి చేస్తారు. కారణం వారిలో కుల అహం ప్రబలంగా మారడమే. రామదాసీ వర్గానికి చెందిన ప్రజలు ఇప్పటికే కుల స్పృహతో ఉన్నారు. ఈ శాఖ స్థాపకులు వర్ణ ఆధిపత్య అహంకారంతో బాధపడుతున్నారు.

నా యవ్వనంలో మహారాష్ట్రలోని సాధు సాహిత్యం వైపు ఆకర్షితుడయ్యాను. మానవ నైతికతను బలోపేతం చేయడంలో సాహిత్యం ఎంతగానో ఉపయోగపడుతుందో నేను మీకు బాగా చెప్పగలను.

52

నేను సాహిత్యవేత్తనని మీరు అనుకుంటున్నారా?

విదర్భ లిటరేచర్ అసోసియేషన్, నాగ్‌పూర్

మే 1954

రచయితలూ పండితులూ!

ఈ రోజు మీ సాహిత్య సంస్థను సందర్శించే అవకాశం నాకు లభించింది. ఇద్దరు సాహితీవేత్తల అభ్యర్థన మేరకు ఆ అవకాశం వచ్చింది. ఒకటి నీది, ఒకటి మాది. గజాననరావు మద్ఖోల్కర్ మీదే, నారాయణరావ్ షెండే మాది. ఈ వ్యత్యాసం అనుభూతి చెందుతుంది, కానీ మీరు జీవితంలో ఈ వ్యత్యాసాన్ని సృష్టించారు, మేము కాదు. ఈ వివక్షను అంతం చేయడానికి మేము పోరాడుతున్నాము, మీరు కాదు. నేను మహాన్ మరియు మహర్‌లను కనుగొన్నాను, ఈ సమావేశం శుభప్రదంగా భావించాను. కాబట్టి నేను ఈ సాహిత్య సంస్థను సందర్శించడానికి అంగీకరించాను. నేను దేన్నీ పెద్దగా పట్టించుకోను. నేను క్షుణ్ణంగా తనిఖీ చేస్తాను. నాణెం నిజమో, నకిలీదో నాకు తెలుసు. లేకుంటే మోసపోతారనే భయం ఉంటుంది. ఇలా చాలా సార్లు మోసపోయాం, కానీ ఇప్పుడు మనకు అలా జరగదు, ఎందుకంటే మనం ఇప్పుడు జాగ్రత్తగా ఉన్నాము.

అందువల్ల జీవితంలో ఎలాంటి భేదాలు ఉండకూడదు. ఎల్లవేళలా అవగాహన, సమర్థత ఉంటేనే శ్రేయస్సు కలుగుతుందని, అలాంటి సాహిత్యాన్ని రూపొందించాలన్నారు. సాహిత్యం ఏదయినా సరే, దానిని పదాలతో పోషించాలి. అప్పుడే అది సాహిత్యం అని, రక్షిత సాహిత్యంగా పరిగణించబడుతుంది. సెయింట్ జ్ఞానేశ్వర్ అంటాడు- "పదానికి అమృతాన్ని కూడా జయించగలిగేంత శక్తి ఉండాలి."

దహం (పదవ) మరియు శతం (వంద) యొక్క అర్థాన్ని సాహిత్యవేత్త బాగా అర్థం చేసుకోవాలి. దాహం దహనం చేయకూడదు మరియు శతం ఆశ్రయం మరియు మరణం ఇవ్వకూడదు. కానీ అహం వల్ల ఇదంతా జరుగుతుంది. సాహిత్యంలో చాలా అహం

ఇది ప్రమాదకరమైనది. అతనికి సహనం లోపించింది. జీవన వికాసం మరియు ఉన్నతి కేవలం సాహిత్య సాధన మరియు ఉదార హృదయ స్పర్శ ద్వారా

మాత్రమే జరగాలి. అప్పడే వక్త, సాహితీవేత్త అవుతాడు. నేటి సాహితీవేత్త దాహం యొక్క అడుగు ముందుకు వేయడానికి తన శాయశక్తులా ప్రయత్నిస్తే, అతను శతాన్ని వంద అడుగులు వెనక్కి లాగాడు. కొన్నిసార్లు అతను తోటలోని అందమైన పువ్వులను తెంచుకుంటాడు మరియు కొన్నిసార్లు వాటిని దొంగిలిస్తాడు, కానీ ఆ పువ్వులు దేవత యొక్క పాదాల వద్ద సమర్పించబడవు. అందమైన తోటను తయారు చేసేవాడు నైపుణ్యం కలిగిన తోటమాలి కాలేడు.

కానీ నేను తోటమాలిని. నాకు జ్ఞానేశ్వరి 'జ్ఞానేశ్వరి', తుకారాం 'గాథ', లోకమాన్య తిలక్ 'గీత రహస్యం', హరిభౌ ఆప్టే 'పాన్‌ల్‌రక్ కాన్ ఘేటో?' నవలలు, సావర్కర్ 'కాలాపానీ', వామన్ మల్హార్ జోషి 'సుశీలేనా దేవ్', సానే గురూజీ 'శ్యామ్చి ఆయీ', ఫడ్కే 'దౌలత్', ఖండేకర్ 'హృదయాచీ హాక్', మర్ఢోల్కర్ 'భంగలే దేయుల్', 'తవాను' 'అర్థం', కేశవసూత్' ' మరియు గడ్కరీ 'పుట్కాన్ నసీబ్', కానీ నేటి కథ, కవిత, నాటకం నాకు అర్థం కాలేదు.

నేడు సమాజ, జాతి జీవన వికాసం కలిగించే సాహిత్యం రూపొందడం లేదు. మన స్వేచ్ఛా దేశానికి ఐక్యత మరియు సోదరభావం చాలా అవసరం. ఐక్యత, సౌభ్రాతృత్వం మన దేశానికి మూలాధారం. అది లేకుండా, బలమైన యూనియన్ శక్తి సృష్టించబడదు. అందువల్ల, సాహిత్యం మరియు కళ నుండి మానవీయ శాస్త్రాన్ని సృష్టించడం ఖచ్చితంగా అవసరం. అందుకు సాహిత్యరంగంలో జాతీయ ప్రయోజన విప్లవ కెరటం రావాలి. ప్రస్తుతం సాహిత్యపు గోడలు బలహీనపడుతున్నట్లు చూస్తున్నాం. పంట ఎక్కువగా ఉంటుంది, కానీ అసంభవం. ఈ రోజు మనం జ్ఞానం కోసం ఆకలితో ఉన్నాము, దానిని నెరవేర్చాలి. కవి కీట్స్ అంటాడు - "విన్న రాగం మధురంగా ఉంటుంది, కానీ విననిది మధురమైనది." అనుభవం ఇలా రావాలి. సాహితీ జ్ఞానేశ్వర్ 'పసయ్దాన్'లో ఇలా అన్నాడు - "సాహిత్య త్యాగం ద్వారా, ప్రపంచం మొత్తం ప్రయోజనం పొందాలి, మానవాళి అంతా సంతోషంగా, ఆనందంగా ఉండాలి మరియు అందరూ సంతృప్తి చెందాలి." రచయితలు కూడా ఈ సూచనను పాటించాలి.

మనం మన జీవితాన్ని, మన కర్తవ్యాన్ని మరియు మన సంస్కృతిని విస్మరిస్తాము. మనం అంతర్ముఖంగా ఆలోచిస్తే మన జీవిత విలువలు, సాంస్కృతిక విలువలు తగ్గిపోతున్నాయని, దానివల్ల ఒక వికారమైన చిత్రం కనిపిస్తోందని మనకు తెలుస్తుంది. కారణం ఏదైనా కావచ్చు కానీ మనం అధోగతి బాటలో పయనిస్తున్నాం, అదే గోచరిస్తుంది. కాబట్టి

సాహితీవేత్తలు జీవనోపాధిని, సాంస్కృతిక విలువలను కాపాడుకోవడానికి అప్రమత్తంగా ఉండాలి.

మీ కథ-నవల సీత ఇప్పుడు లక్ష్మణరేఖను దాటుతోంది. దుర్యోధనుని ఆస్థానంలో ద్రౌపది వివస్త్రను చేయబడుతోంది మరియు శకుంతల దుష్యంతుడిని పట్టించుకోదు. అతను ప్రవాసంలో ఉన్నాడు. అందుకే రచయితలకు చెప్పాలనుకుంటున్నాను-

మీ సాహిత్యంలో ఉదార జీవన విలువలు మరియు సాంస్కృతిక విలువలను ఆవిష్కరించండి. మీ లక్ష్యాన్ని చిన్నదిగా ఉంచుకోకండి, పెద్దదిగా చేయండి. మీ నాణేలను నాలుగు గోడల మధ్య ఉంచకుండా, మీ నాణేలను సుదూర గ్రామాలకు తీసుకెళ్లండి, తద్వారా చీకటి పోతుంది. మన దేశంలో నిర్లక్ష్యం చేయబడిన, అణగారిన మరియు సంతోషంగా లేని ప్రజల ప్రపంచం కూడా ఉంది, దీనిని ఎప్పటికీ మర్చిపోవద్దు. వారి బాధలను, బాధలను బాగా అర్థం చేసుకొని మీ సాహిత్యం ద్వారా వారి జీవితాలను మెరుగుపర్చడానికి ప్రయత్నిస్తే నిజమైన మానవ సేవ అవుతుంది.

53

కుక్క మరియు బాబాసాహెబ్

ఒకరోజు ఏం జరిగిందంటే, బాబాసాహెబ్ బంగ్లాలోని పెంపుడు కుక్క ఏమీ తినడం లేదు. ఇది చూసి అతడు తీవ్ర ఆందోళనకు గురయ్యాడు. అతనికి చాలా చికిత్స అందించబడింది. బాబా అతనిని కౌగలించుకొని కరుణతో, "ఏమైంది నీకు? ఈ సత్యాగ్రహం ఎందుకు? ఈ ఉపవాసం ఎందుకు? ఏదో చెప్పు!" బాబాసాహెబ్ కళ్ళు చెమ్మగిల్లాయి. అతని ప్రియమైన మరియు నమ్మకమైన కుక్క ఏమీ తినదు లేదా త్రాగదు, దాని కారణంగా బాబాసాహెబ్ కూడా రెండు రోజులు ఆకలితో ఉన్నాడు. మూడవ రోజు ఉదయం, కుక్క పాలుతో రొట్టెలు తినినప్పుడు, బాబాసాహెబ్ చాలా సంతోషించాడు. బాబాసాహెబ్ అంబేద్కర్‌కు సకల జీవరాశులపై ఉన్న ప్రేమ అలాంటిది.

54

నా వ్యక్తిత్వం తయారు చేయబడింది

నేను కలిగి ఉన్న స్థానాన్ని చేరుకోవడానికి, నేను ఈ ఎత్తును వేరొకరి నుండి సాధించాను; ఇలా ఆలోచించకూడదు. నిజానికి నేను నా ప్రయత్నాలు చేశాను

మొదటి గురువు బుద్ధుడు

నాకు ముగ్గురు గురువులు ఉన్నారు, వారి వల్ల నా జీవితంలో విప్లవం వచ్చింది. నా ప్రగతి ఘనత ఆయనకే దక్కుతుంది. నా మొదటి గురువు గౌతమ బుద్ధుడు. దాదా కేలుస్కర్ మా నాన్నగారికి పండిత స్నేహితుడు. గౌతమ బుద్ధుడి పాత్రను రాసుకున్నాడు. కేలుస్కర్ గురూజీ ఒక కార్యక్రమంలో నాకు 'బుద్ధచరిత'ను అందించారు. ఆ పుస్తకం చదివాక నాకు వేరే అనుభవం ఎదురైంది. బౌద్ధమతంలో అధిక, నీచానికి స్థానం లేదు. బుద్ధుడి పాత్ర చదివాక రామాయణం, మహాభారతం, జ్ఞానేశ్వరి మొదలైన గ్రంథాలపై నమ్మకం పోయింది. నేను బౌద్ధమతాన్ని అనుసరించాను. ప్రపంచంలో బౌద్ధమతం లాంటి మతం లేదు. భారతదేశం మనుగడ సాగించాలంటే బౌద్ధాన్ని అంగీకరించాలి.

రెండవ గురువు కబీర్

నా రెండవ గురువు సెయింట్ కబీర్. వారి మధ్య వివక్ష కూడా కనిపించలేదు. అతను నిజమైన అర్థంలో మహాత్ముడు. నేను గాంధీని మిస్టర్ గాంధీ అని పిలుస్తాను. గాంధీజీని మహాత్మా గాంధీ అని పిలవాలని కోరుతూ నాకు చాలా లేఖలు వస్తున్నాయి. కానీ నేను అతని అభ్యర్థనకు ప్రాముఖ్యత ఇవ్వలేదు. నేను ఈ వ్యక్తుల ముందు సెయింట్ కబీర్ బోధనలను అందించాలనుకుంటున్నాను.

మూడవ గురు పూలే

"మనిషిగా ఉండటమే కష్టమైతే, ఎక్కడ సాధువు అవుతాడు?"

నా మూడవ గురువు మహాత్మా జ్యోతిబా పూలే. నేను అతని మార్గదర్శకత్వం పొందాను. ఆయన కృషి వల్లనే దేశంలోనే తొలి బాలికల పాఠశాల ప్రారంభమైంది. తథాగత్ గౌతమ బుద్ధుడు, సెయింట్ కబీర్ మరియు మహాత్మా జ్యోతిబా పూలే బోధనల ద్వారా నా జీవితం రూపుదిద్దుకుంది.

మూడు పూజ్యమైన దేవతలు

ముగ్గురు గురువుల వలె, నాకు పూజించడానికి ముగ్గురు దేవుళ్ళు ఉన్నారు. నా మొదటి పూజా దేవత విద్య. జ్ఞానం లేకుండా ఏదీ సాధ్యం కాదు. ఈ దేశంలోని మెజారిటీ సమాజంలో నిరక్షరాస్యులు. బుద్ధుడిని బ్రాహ్మణులు శూద్రుడు అని పిలిచారు, కానీ బౌద్ధమతంలో కులం లేదు మరియు విద్యను పొందడంపై నిషేధం లేదు. మనిషికి ఆహారం వంటి జ్ఞానం అవసరం. బ్రాహ్మణులు ఇతరులు జ్ఞానాన్ని స్వీకరించకుండా నిషేధించారు. విద్యార్థుల నాలుకను కోశారు. దీని ఫలితమే నేడు దేశంలో 50 శాతం మంది నిరక్షరాస్యులుగా ఉన్నారు. బ్రహ్మదేశంలో బౌద్ధమతం ఉంది, అక్కడ 90 శాతం మంది విద్యావంతులు. ఇదే హిందూమతానికి, బౌద్ధమతానికి తేడా.

నిజమైన ప్రేమికుడు తన ప్రియమైన వారిని ప్రేమించాలనే కోరికతో నేను పుస్తకాలను ప్రేమిస్తున్నాను. శత్రువును కూడా అంగీకరించాలి, అటువంటి జ్ఞానాన్ని సంస్కరించాలి. మీరు నా ఢిల్లీ నివాసానికి వస్తే, నా ఎంపిక చేసిన 20,000 పుస్తకాల సేకరణ మీకు కనిపిస్తుంది. ఇంత సంపద ఉన్నవారు మరెవరికైనా కనిపిస్తారా అని నేను వినయంగా అడగాలనుకుంటున్నాను.

ఆత్మగౌరవం నా రెండవ దేవుడు. నేను ఎప్పుడూ వినయంగా ఉంటాను అనేది నిజం. వినయం అంటే నిస్సహాయత కాదు. నేను బలవంతం చేయడాన్ని ఒక సాకుగా భావిస్తాను. మనిషి ఆత్మగౌరవంతో జీవించాలి. సంఘసేవ అనే లక్ష్యాన్ని కళ్ల ముందు ఉంచుకున్నాను కానీ, నా పాత్రను నడపడానికి ఇతరులపై ఆధారపడాలనే ఆలోచన నా మనసులోకి రాలేదు. సామాజిక సేవ కోసం ఉద్యోగం సంపాదించాలనే ఉచ్చులో నేను పడలేదు. నేను పరేల్-బాంబేలో 10 x 10 గదిలో చాలా సంవత్సరాలు గడిపాను. నేను కనేకి రోటీ, కణేకి అన్నం తిన్నాను కానీ నా కోసం ఎవరి దగ్గరా బ్యాగ్ తీసుకోలేదు. ఈ దేశంలోని వైస్రాయ్‌లు మరియు గవర్నర్‌లతో నాకు సత్సంబంధాలు ఉన్నాయి, కానీ నా తరపున నేను ఎప్పుడూ వారికి విజ్ఞప్తి చేయలేదు. ఇతరులకు సహాయం చేయండి, నేను వారిని ఆ పని చేసేలా చేసాను

నా మూడవ పూజనీయమైన దైవం శీలం. నేను ఎవరికీ హాని చేయలేదు లేదా తప్పు చేయలేదు. మీరు అలాంటి ఒక్క ఉదాహరణను చూడలేరు. నేను సుప్రీంకోర్టు న్యాయమూర్తిని కావచ్చు, కానీ నేను అక్కడ ఉంటూ సామాజిక సేవ చేయగలనా? నా మనస్సాక్షి ప్రకారం నడుచుకుంటాను. ఇతరులు ఎలా భావిస్తారో నేను ఎప్పుడూ ఆలోచించలేదు. నాకు దేవుడి మీద నమ్మకం లేదు. షీలా చరణ్‌ని నా దేవుడిగా భావిస్తాను.

55

నైతికత ముఖ్యం

నేను ఉన్నత శ్రేణిలో సద్గుణ మరియు నైతిక వ్యక్తిని. నా ప్రజా జీవితం మొత్తం ఈ కీర్తిపైనే ఆధారపడి ఉంది. నా పవిత్ర స్వభావాన్ని బట్టి శత్రువులు నాకు భయపడతారు. వాళ్ల గుండెల్లో, మనసుల్లో నాపై భయం ఉంది. ఈ మంచి పేరును చెడగొట్టడానికి నేను ఎప్పుడూ ఇష్టపడను. నా ప్రతిష్ట నాశనమైతే నా జీవిత లక్ష్యం మొత్తం నాశనం అవుతుంది. నేను సర్వస్వం త్యాగం చేసిన నా ప్రజలు, నన్ను దేవుడిగా భావించే వారందరూ నాపై విశ్వాసం కోల్పోతారు.

నేను చాలా కఠినమైన వ్యక్తిని. అయినా నేను నీళ్లలా ప్రశాంతంగా ఉంటాను, గడ్డిలా సున్నితంగా ఉంటాను, కానీ కోపం వచ్చినప్పుడు అదుపు చేసుకోవడం చాలా కష్టంగా ఉంటుంది. నేను మౌనం పాటించే వ్యక్తిని. ఆడవాళ్ళతో మాట్లాడడం లేదంటూ నాపై తరచూ ఆరోపణలు వస్తున్నాయి. కానీ నేను తరచుగా పురుషులతో మాట్లాడను. నేను ఆత్మాభిమానం గల వ్యక్తిని. ఒక్కోసారి కంటిన్యూగా మాట్లాడుతాను, ఒక్కోసారి ఒక్క మాట కూడా మాట్లాడను. కొన్నిసార్లు నేను చాలా సీరియస్‌గా ఉంటాను, కొన్నిసార్లు నేను సంతోషంగా ఉంటాను. నేను వ్యంగ్య వ్యక్తిని కాదు. జీవితంలోని విలాసాలు నన్ను ప్రలోభపెట్టవు. నా సహోద్యోగులు నా దృఢమైన ప్రవర్తన, మొండితనం మరియు నిర్లిప్తతను సహించవలసి ఉంటుంది. పుస్తకాలు నాకు ఇష్టమైనవి. నా భార్యాపిల్లల కంటే పుస్తకాలంటే నాకు చాలా ఇష్టం.

నేను మహిళల పురోగతి మరియు విముక్తి కోసం గొప్ప పోరాట యోధుడిని. మహిళల స్థాయిని పెంచేందుకు, దీన్ని సాధించేందుకు కష్టపడ్డాను. దీనికి నేను చాలా గర్వపడుతున్నాను. సాహిత్యం, ముఖ్యంగా జీవిత సాహిత్యం పట్ల నాకు ప్రత్యేక అనుబంధం ఉంది. ప్రతి స్త్రీ మరియు

మనిషి జీవితం క్లుప్తమైనది. వారు తమ జీవిత చక్రాన్ని పూర్తి చేసే మార్గం ఇరుకైనది. అందువల్ల ప్రతి ఒక్కరి అనుభవం పరిమితం. ఈ పరిమిత అనుభవం సంకుచితత్వం మరియు సంకోచానికి దారితీస్తుంది. మేము జీవితంలో చాలా మందిని కలుస్తాము, వారి అనుభవాలు ఇతర వ్యక్తుల కంటే భిన్నంగా ఉంటాయి.

ఒక వ్యక్తి తన అనుభవాన్ని తెలుసుకోకపోతే, అతను తన జీవితాన్ని అభివృద్ధి చేసుకోలేడు. టాల్‌స్టాయ్ నా హీరో కాదు లేదా ఏ రచయిత నా హీరో కాదు. నా భావజాలం చాలా తీవ్రమైనది. నేను ఏ రచయిత యొక్క స్టేట్‌మెంట్ తగినది అయితే మాత్రమే తీసుకుంటాను, దానిని అంగీకరించి, నా వ్యక్తిత్వాన్ని నిర్మించుకుంటాను, కానీ ఎంత గొప్ప వ్యక్తి అయినా, నేను అతనిని అనుసరించను, ఇది నా ప్రాథమిక ఆలోచన.

56
వివిధ మతాలు

క్రైస్తవ మతంలో, యేసుక్రీస్తు ఇలా చెప్పాడు - "నన్ను దేవుని కుమారునిగా పరిగణించండి, అప్పుడు నేను నిన్ను దేవుని వద్దకు తీసుకువెళతాను. మీరు దీన్ని అంగీకరించడానికి ఇష్టపడకపోతే, మీరు దేవుని దగ్గరకు వెళ్లలేరు." కొంతమంది క్రైస్తవులు యెహోవా మీ దేవుడైతే, అతను మిమ్మల్ని పెళ్లి చేసుకోమని చెప్పలేదని మరియు ఇది నిజమైతే దీన్ని ఎలా నమ్మాలి?

దేవుని కుమారుడైన ముహమ్మద్ ప్రవక్త నేను మాత్రమే దేవుని దూతని అని బోధిస్తారు, మరియు మీరు దీన్ని మొదట అంగీకరించాలి, అప్పుడు మాత్రమే నేను మిమ్మల్ని దేవుని వద్దకు తీసుకువెళతాను, అయితే దీనిని అంగీకరించడానికి సిద్ధంగా లేనివారు పరిగణించబడతారు ద్రోహులు.

హిందూ మతంలో, మతం నశించినప్పుడు, మతం నాశనం అయినప్పుడు లేదా అధర్మ పాలన ఉన్నప్పుడు, విష్ణువు అవతరించి మతాన్ని స్థాపించాడు. దీన్ని పరిశీలిస్తే, ఎవరైనా చేతులు ముడుచుకుని నిశ్శబ్దంగా కూర్చుంటారా? మనిషి మంచి పని చేస్తే మనిషికి నారాయణుడు అవుతాడని ఒకవైపు చెబుతారు. మరోవైపు, పురుషుడు ఏమీ చేయనవసరం లేదు, నారాయణుడు అన్నీ చేస్తాడు.

అన్ని తరువాత, అతను ఏమి చెబుతున్నాడు? ఈ రకమైన అశాస్త్రీయ భావజాలంతో మనిషి తన కర్తవ్యాన్ని నిర్వర్తించలేడు. దీనికి విరుద్ధంగా, ఇది బుద్ధుని బోధన. బుద్ధుని మతమే నిజమైన మానవ ధర్మం. బుద్ధుడు తాను భగవంతుని అవతారమని, తాను భగవంతుని దూత అని లేదా భగవంతుని ఏకైక పుత్రుడిని అని ఎప్పుడూ చెప్పలేదు, అందుకే బౌద్ధమతం మానవ మతంగా మారడం ద్వారా మానవుల సంపూర్ణ అభివృద్ధి కోసం సృష్టించబడింది. ఈ మతం ప్రతి ఒక్కరికీ ఉపయోగపడుతుంది. ఈ మతంలో ప్రతి వ్యక్తికి పూర్తి స్వేచ్ఛ ఉంది మరియు మానవత్వం మరియు మనస్సాక్షికి ఆమోదయోగ్యమైనది మాత్రమే ఆమోదయోగ్యమైనదిగా పరిగణించబడుతుంది.

పార్లమెంటు కార్యకలాపాల నిర్వహణకు ఎలాంటి నియమాలు ఉన్నాయో, బౌద్ధ సంఘంలో కూడా అదే నియమాలు పాటించబడ్డాయి. ఒక వ్యక్తి బౌద్ధ

క్రమంలో చేరాలనుకుంటే, అతడు ముందుగా గురువు (బుద్ధుడు) శిష్యుడు కావాలి. సన్యాసి సందర్శకులు అభ్యర్థి ప్రవర్తన మరియు ప్రవర్తనపై ఒక కన్ను వేసి ఉంచారు మరియు వారు ఒప్పించినట్లయితే, అతను సిఫార్సు చేయబడ్డాడు. అప్పుడే సందర్శకుడిని సంఘ్‌లో చేర్చుకున్నారు. అనంతరం బ్యాలెట్‌ను పెట్టెలో పెట్టి (తాటి ఆకులపై రాసి) రహస్య ఓటింగ్ నిర్వహించారు. అభ్యర్థికి వ్యతిరేకంగా ఒక్క ఓటు కూడా పడకుంటేనే సంఘ్‌లోకి చేర్చుకున్నారు.

57

బుద్ధుడు మరియు యేసు క్రీస్తు బోధనల మధ్య సారూప్యత

ప్రో. అనాసాకి మరియు మిస్టర్ ఎడ్మండ్స్ అనే పండితులు బుద్ధుడు మరియు యేసుక్రీస్తు బోధనల తులనాత్మక అధ్యయనాన్ని కలిగి ఉన్న ఒక ముఖ్యమైన పుస్తకాన్ని సిద్ధం చేశారు. దీన్ని బట్టి ఏసుక్రీస్తు బోధలు బుద్ధుని బోధనలు అని తెలుస్తుంది. ఆయన ఒకవైపు బుద్ధుని దర్శనం, మరోవైపు యేసుక్రీస్తు దర్శనం సారూప్యతను చూపించారు. ఈ పుస్తకాన్ని మరాఠీలోకి అనువదించి ప్రజల ముందుకు తీసుకురావాలనే ఆలోచన చాలా ఏళ్లుగా నా మనసులో ఉంది. నేను ఈ పుస్తకాన్ని చాలా జాగ్రత్తగా ఉంచాను. నేను ఈ పుస్తకాన్ని ఎవరికీ ఇవ్వను. కానీ కొంతమంది గట్టిగా పట్టుబట్టడంతో, పుస్తకంలో కొంత భాగాన్ని నా స్నేహితుడికి చదవమని ఇచ్చాను. కానీ అతను ఆ భాగాన్ని మిస్ అయ్యాడు. నాకు ఇష్టమైన మరియు అరుదైన ఈ పుస్తకానికి ఏమి చెడు జరిగిందో నేను చాలా అసౌకర్యంగా భావిస్తున్నాను. అన్ని తరువాత, నేను పుస్తకంలోని ఆ భాగాన్ని కొనవలసి వచ్చింది. పుస్తకాల విక్రేత వద్ద అనుకోకుండా ఆ భాగం కనుగొనబడింది.

58

బౌద్ధమతం యొక్క పునరుజ్జీవనం

నేను సద్‌లో ఉన్న సమయంలో, నేను బౌద్ధమత పునరుద్ధరణ కోసం కొంత కృషి చేసాను మరియు పార్లమెంటులో భారత రాజ్యాంగ రూపశిల్పిని. , పాళీ భాష అభ్యున్నతికి సంబంధించిన ప్రణాళికను రాజ్యాంగంలో పొందుపరిచాను. రెండవది, నేను రాష్ట్రపతి భవన్‌లో గౌతమ బుద్ధుని బోధనల మొదటి దశ 'ధమ్మ చక్ర ప్రవర్తన'ను చెక్కాను. ఈ విషయాన్ని బ్రహ్మదేశం అధ్యక్షుడు డాక్టర్ జి.పి. మల్శేఖర్‌కి చెప్పారు. ఇది చూసి అతను చాలా ఆశ్చర్యపోయాడు.

మూడవ విషయం - నేను భారత పార్లమెంటు ద్వారా భారత ప్రభుత్వ చిహ్నంగా రాజ్యాంగంలో 'అశోక చక్ర'ను గుర్తించాను. ఇదంతా చేస్తున్నప్పుడు హిందువులు, ముస్లింలు, క్రైస్తవులు మరియు ఇతర పార్లమెంటు సభ్యుల నుండి నాకు పెద్దగా వ్యతిరేకత ఎదురుకాలేదు. పార్లమెంటులో పాయింట్లవారీగా ఈ అంశంపై చర్చించాను.

ఈ మూడవ అంతర్జాతీయ బౌద్ధ సదస్సులో పాల్గొంటున్న 28 దేశాలలో ఒక్కటైనా ఇలా చేసిందా? ఇలా చేయడం మానలేదు కాబట్టి బొంబాయి నగరంలో 'సిద్ధార్థ' పేరుతో పెద్ద కళాశాలను స్థాపించాను. అదేవిధంగా, ఔరంగాబాద్ నగరంలో అంజాత-ఎల్లోరా మార్గంలో మరొక కళాశాల స్థాపించబడింది. బాంబే కాలేజీలో 2100 మంది విద్యార్థులు, ఔరంగాబాద్ కాలేజీలో 500 మంది విద్యార్థులు చదువుతున్నారు.

59

బుద్ధుడు మరియు అతని ధర్మం

1956 మార్చిలో ఒక శనివారంనాడు, బాబాసాహెబ్ నానక్‌చంద్ రట్టుతో, "రేపు నా ఉదయం త్వరగా రండి" అని అన్నారు. ఆదివారం తెల్లవారుజామున బాబా ఈ గొప్ప పుస్తకానికి ఉపోద్ఘాతం రాస్తున్నప్పుడు రట్టు వచ్చింది. ఐదు నిమిషాలు గడిచినా బాబాసాహెబ్ దృష్టి రట్టు వైపుకు వెళ్లలేదు. అది చూసిన రట్టు కావాలనే రెండు పుస్తకాలనూ టేబుల్‌కి అవతలివైపు పెట్టాడు. అప్పుడు బాబాసాహెబ్ తలెత్తి చూసి,

"నువ్వు ఇంకా ఇంటికి వెళ్ళలేదా?" "అర్ధరాత్రి ఇంటికి వెళ్లి ఈ రోజు ఉదయం తిరిగి వచ్చాను" అని రట్టు చెప్పాడు. అప్పుడు బాబా సాహెబ్ ఆశ్చర్యపడి, "నేను అనుకున్నాను, మీరు ఇంటికి కూడా వెళ్ళలేదు, ఇక్కడ రోజు గడిచిపోయింది మరియు నేను రాస్తూనే ఉన్నాను, నేను ఇక్కడ నుండి కదలలేదు." అది విన్న నానక్‌చంద్ హృదయం ఆనందంతో నిండిపోయింది.

బాబాసాహెబ్ అంబేద్కర్ ఉదయాన్నే తథాగత్ బుద్ధుని విగ్రహానికి పూజలు చేసి మళ్లీ రాయడానికి కూర్చున్నారు. 1956 మార్చి 15న ప్రముఖ గ్రంథం 'బుద్ధా అండ్ హిజ్ ధమ్మా'కు ముందుమాటను తన సంతకంతో రాసి నానకచంద్ రట్టుకి టైపింగ్ కోసం ఇచ్చాడు.

60

బుద్ధ జయంతి

బుద్ధ జయంతి సందర్భంగా మేమంతా సమావేశమయ్యాము. ఈ జన్మదినోత్సవానికి ప్రత్యేక ప్రాముఖ్యత ఉంది. బుద్ధ జయంతిని నిర్వహించాలని 1942 నుంచి ప్రభుత్వాన్ని డిమాండ్ చేస్తున్నాను. మధ్యమధ్యలో మంత్రివర్గంలో ఉండి బుద్ధ జయంతి నాడు సెలవు పెట్టాలని ప్రయత్నించినా నా కోరిక తీరలేదు. అప్పటి హోంమంత్రి మాక్స్‌వెల్ కూడా బుద్ధ జయంతి రోజు సెలవు ఇవ్వాలని భావించారు, కానీ మహాయుద్ధం కారణంగా, ఆ కోరిక కూడా నెరవేరలేదు. బుద్ధ జయంతిని సెలవుగా ప్రకటిస్తే యుద్ధానికి ముస్లింల నుంచి మనకు అందుతున్న సాయం ఆగిపోతుందని, అదే సందిగ్ధంలో పడ్డారు.

తర్వాత కాంగ్రెస్ మంత్రివర్గంలో చేరాను. నేను అప్పుడు కూడా అదే డిమాండ్ చేశాను. దీని కోసం నేను జవహర్‌లాల్ నెహ్రూను అనుసరిస్తూనే ఉన్నాను. మహాబోధి సొసైటీ అధ్యక్షుడు డాక్టర్ శ్యామప్రసాద్ ముఖర్జీ కూడా నా డిమాండ్‌కు మద్దతు తెలిపారు. 33 కోట్ల మంది హిందూ దేవుళ్లు, దేవుళ్ల జన్మదినాలకు సెలవు ఉంది కాబట్టి బుద్ధ జయంతి నాడు ఎందుకు చేయకూడదు? ఈ సెలవులన్నింటిలో ఒక సెలవు తగ్గించాలని లేదా ఒక సెలవు పెంచాలని శ్రీ నెహ్రూ గారిని కోరాను. పండిట్ నెహ్రూకు బుద్ధుని పట్ల ఎంతో గౌరవం ఉంది. యాదృచ్ఛికంగా, నెహ్రూ ప్రభుత్వం ఈ సంవత్సరం నుండే బుద్ధ జయంతి నాడు సెలవు ప్రకటించింది, కానీ మన బొంబాయి ప్రభుత్వం ఆ పని చేయలేదు. బొంబాయి ప్రభుత్వం చాలా సంస్కారవంతమైనది. అలాంటి ప్రభుత్వం సెలవు ఇవ్వకపోవడంతో సాయంత్రం 5 గంటలకు జరిగే కార్యక్రమాన్ని రాత్రి 7:30 గంటలకు నిర్వహిస్తున్నారు.

61

బుద్ధే శరణం గచ్ఛామి

నాకు పదేళ్ల వయసులో మా నాన్న కబీరపంతీ సన్యాసి. మా నాన్నగారి ఇంట్లో జాకోని 'ధర్మసనం' అనవచ్చు, అలాగే 'విద్యాసనం' అనవచ్చు. మా నాన్న జ్ఞాన భక్తుడైనట్లే, ఆయన కూడా మత ప్రియుడే. చిన్నతనంలో రామాయణం-మహాభారతాలు చదవడం నా మనసుపై చాలా ప్రభావం చూపింది. "మేము పేదవాళ్లం కాబట్టి భయపడాల్సిన పనిలేదు. ఎందుకు పండితుడు కాలేవు?"

నేను మెట్రిక్యులేషన్ పరీక్షలో ఉత్తీర్ణత సాధించినప్పుడు, చాల్ ప్రజలు దాదా కెలుస్కర్ సహాయంతో నన్ను స్వాగతించాలని నిర్ణయించుకున్నారు. తండ్రి వ్యతిరేకించాడు. "స్వాగతం అవసరం లేదు.. పిల్లలు స్వాగతం పలికినప్పుడు, వారు నాయకుడిగా మారినట్లు భావిస్తారు." చివరగా, ఆతిథ్యం ఇవ్వబడింది మరియు దాదా కెలుస్కర్ 'బుద్ధచరిత' అనే పుస్తకాన్ని అందించాడు. ఈ పుస్తకం చదివిన తర్వాత అది భిన్నమైన అనుభవం. నా మనసు వెలుగుతో నిండిపోయింది. రాముడు, సీత, లక్ష్మణుడు వనవాసం చేశారు! చాకలివాడి కోరిక మేరకు సీత పరిత్యాగం! కృష్ణునికి పదహారు వేల మంది భార్యలు! ఈ విషయాలు భయంకరంగా అనిపిస్తున్నాయి. ఈ విషయాలు నా మనస్సాక్షికి నిజం అనిపించలేదు. కానీ బౌద్ధమతాన్ని అధ్యయనం చేయడం నన్ను మరింత చదవడానికి ప్రేరేపించింది. నేటికీ నా మనస్సుపై బౌద్ధం ప్రభావం ఉంది. బౌద్ధం మాత్రమే ప్రపంచానికి మేలు చేస్తుందని నేను నమ్ముతున్నాను.

మా నాన్నగారు మేము పేదవాళ్లం, కానీ మా ఆశయం పెద్దది కావాలి. మహాభారతంలోని ద్రోణాచార్యుడు పేదవాడు. ద్రోణాచార్యుని భార్య జొన్న పిండిని నీళ్లలో కలిపి తన పిల్లలకు పాలుగా ఇచ్చేది. కర్ణుడు పేదరికం నుండి బయటపడ్డాడు. గొప్ప వ్యక్తులు తరచుగా పేదరికంలో పుడతారు. గౌతమబుద్ధుడి పాత్ర చదివాక నా మనసు ఒక పువ్వులా వికసించడం ప్రారంభించింది.

ఉన్నత చదువుల కోసం అమెరికా వెళ్లాను. నేను అక్కడ చాలా బౌద్ధమతం చదువుకున్నాను. బౌద్ధమతం అంటే ఏమిటి? దీన్ని అర్థం చేసుకోవడానికి, 'బుద్ధచరిత్ర' వల్ల మనసులో తలెత్తే తుఫానును శాంతపరచడానికి, నేను అక్కడ చాలా చదువుకున్నాను. చాలా ఆలోచించిన తర్వాత నాకు హిందూమతానికి బౌద్ధమతానికి ఉన్న తేడా అర్థమైంది. బౌద్ధమతం పట్ల నాకున్న ప్రేమ చాలా పాతది.

బౌద్ధమతం అంటే ఏమిటి?

గౌతమ బుద్ధుడు మొదట ఐదుగురు శిష్యులను పొందాడు. వీరిని పంచకోటి సాధువులు అంటారు. మొత్తం అరవై మంది శిష్యులను కలిగి ఉన్న తరువాత, బుద్ధుడు తన శిష్యులను మతాన్ని ప్రచారం చేయడానికి చాలా దూరం వెళ్ళమని ఆదేశించాలని భావించాడు. బహుజనుల క్షేమం కోసం, వారి సంతోషం కోసం మీరు వారిపై దయ చూపండి. దేవతలు మరియు మానవుల సంక్షేమం కోసం ధర్మాన్ని చెప్పండి. ఏ ధర్మం ఆది, మధ్య మరియు ముగింపులో ప్రయోజనకరంగా ఉంటుందో శిష్యులతో చెప్పాడు.

ఈ మతం ప్రతి మనిషి జీవితానికి చాలా ముఖ్యమైనది. ఇతర మతాల ప్రకారం ఆత్మ అంటే ఏమిటి? ఆమె ఎక్కడ నివసిస్తుంది? ఇది నాకు తెలియదు. అది బొటనవేలు సైజులో ఉందో, గుండెకు దగ్గరలో ఉంటుందో ఎవరికీ తెలియదు. నేను ఇప్పటి వరకు దేవుడిని చూడలేదు. హిందూ మతంలో దేవుడికి, ఆత్మకు స్థానం ఉంది, కానీ మనిషికి స్థానం ఎక్కడుంది?

బౌద్ధమత స్థాపన

బౌద్ధమతంలో వివక్ష లేదు, ప్రతిచోటా సమానత్వం ఉంది. దేవుడు మరియు ఆత్మను పరిగణనలోకి తీసుకోకుండా మనిషి మనిషితో ఎలా ప్రవర్తించాలి అనే దానిపై బౌద్ధమతం దృష్టి పెడుతుంది. ఈ మతంలో నైతికత అంతా ఉంది. ఇదే సద్ధర్మం. మిగతా మతాలన్నీ అబద్ధాలే. బ్రాహ్మణులు మరియు పూజారులు హిందూ మతాన్ని సృష్టించారు. బౌద్ధమతంలో క్రైస్తవ మతంలో వలె మోక్షం పొందేందుకు పూజారి లేడు మరియు ఆత్మను విముక్తి చేయడానికి కర్మలు మరియు త్యాగాలు చేసే బ్రాహ్మణులు లేరు. ఈ మతంలో, మనిషి సంక్షేమం కోసం ప్రవర్తన తప్పనిసరి. కాబట్టి ఈ మతం ప్రజా సంక్షేమ మతం.

మత గురువు ఎవరు?

గౌతమబుద్ధుడు మరణించి 2500 సంవత్సరాలైంది, అయినప్పటికీ ఈ మతం వేగంగా అభివృద్ధి చెందుతోంది. విస్తరిస్తోంది, అయితే దానికి పాలకుడు, అధినేత లేడు. మహాపరినిర్వాణ సమయంలో, శిష్యుడు తథాగతుడిని ఇలా అడిగాడు, "నీ తర్వాత ఈ మతానికి ఏమి జరుగుతుంది? మీరు ఎవరినైనా మతానికి శిష్యులుగా చేసుకోవచ్చు." అప్పుడు "నేను లేనప్పుడు ధర్మమే నీకు శిక్షగా ఉంటుంది. ధర్మాన్ని

పాటించకపోతే ధర్మం వల్ల ప్రయోజనం ఏమిటి? నిర్మలమైన మనస్సుతో ఆచరించిన ధర్మమే నీకు శిక్ష అవుతుంది" అని సమాధానమిచ్చాడు.

ఎప్పుడు మార్చాలి?

ఈరోజు కాకపోతే రేపు మనం మతం మారాలి. నేను మార్పు పడవను సిద్ధం చేసాను. ఏడు కోట్ల మంది మన ప్రజలు ఈ పడవ ఎక్కి ఆ ఒడ్డుకు వెళుతున్నారు. ఆ పడవ దారాలు నా చేతుల్లో ఉన్నాయి. అందుకే జనంతో నిండిన పడవ తుఫానులో చిక్కుకోకుండా, బండరాయికి తగలకుండా, బలహీనపడకుండా, క్షేమంగా అవతలి ఒడ్డుకు చేరేలా ఈ విషయాలన్నీ సీరియస్‌గా ఆలోచిస్తున్నాను. నేను ఖచ్చితంగా మార్గం కనుగొనే వరకు నేను ఈ పనిని ప్రారంభించను.

సిక్కు మతం పట్ల నా మొగ్గు చూసి క్రిస్టియన్, ముస్లిం వర్గాలు నా వెంట పడుతున్నాయి. ఈ సమయంలో నేను వారి మతాన్ని అంగీకరిస్తే, వారు నాకు ఏడు కోట్ల రూపాయలు ఇవ్వడానికి సిద్ధంగా ఉన్నారు, కానీ నాకు ఏడు కోట్ల రూపాయలు వస్తున్నాయి, దీనివల్ల నేను నా సోదరులను గోతిలోకి నెట్టడం లేదు. నా మనస్సాక్షికి ఏ మతం సరైనదో, నాకు పూర్తి విశ్వాసం కలిగినప్పుడు మాత్రమే నేను మతమార్పిడి పడవ ఎక్కి ఏడు కోట్ల మంది నా సోదరులను సురక్షితంగా ఆ ఒడ్డుకు చేర్చి వారి జీవితాలను స్థిరంగా ఉంచుతాను. పాటియాలా, హైదరాబాద్ వంటి రాచరిక రాష్ట్రాలకు ప్రతి ఒక్కరూ పాలకులు అయ్యేలా నా పేద, అణగారిన, అణగారిన అంటరాని సోదరుల స్థాయిని నేను పెంచాలి.

గ్రంథాలు

ఇప్పుడు మనం బౌద్ధమత వ్యాప్తిని ఎలా కొనసాగిస్తాము? దీనిని మనం పరిగణించాలి. మత వ్యాప్తికి మూడు అంశాలు అవసరం-

1. క్రైస్తవ మతం యొక్క బైబిల్ లాగా ప్రజల కోసం బౌద్ధమతం యొక్క గ్రంథాన్ని రూపొందించడానికి ఇది మొదటి అవసరం.

2. భిక్షు సంఘ నియమాలు, లక్ష్యాలు మరియు లక్ష్యాలను సాధించే మార్గంలో అవసరమైన మార్పులు చేయడం రెండవ అవసరం

3. మూడవ అవసరం ప్రపంచ బుద్ధ సేవా సంఘ్ ఏర్పాటు.

బౌద్ధ గ్రంథాలను సిద్ధం చేయడం మొదటి మరియు ప్రధానమైన అవసరం అని నేను పైన పేర్కొన్నాను. బైబిల్, ఖురాన్, గీత వంటి బౌద్ధ గ్రంథాల ఆవశ్యకత చాలా ఉంది. ఈ రకమైన గ్రంథాలు లేనందున, బౌద్ధమతం యొక్క అనుచరులు చాలా

అసౌకర్యాన్ని ఎదుర్కొంటున్నారు. హిందీ దమ్మపదం ఈ ఖాళీని పూరించలేదు. ప్రతి మతం యొక్క సృష్టి విశ్వాసం మీద ఆధారపడి ఉంటుంది. హిందీ ధమ్మపదం ఏ ప్రాతిపదికన రూపొందించబడలేదు, బదులుగా పొడి మత చర్చ ద్వారా విశ్వాసాన్ని సృష్టించే ప్రయత్నం జరిగింది. నియో-బౌద్ధం యొక్క బైబిల్‌ను కంపోజ్ చేసేటప్పుడు, అందులో బుద్ధచరిత, చైనీస్ ధమ్మపదం, బుద్ధుని సంభాషణలు మరియు జననం, వివాహం మరియు మరణం వంటి సంఘటనల ఆచారాలు మరియు ఆచారాలు ఉండాలి. అలాంటి పుస్తకాన్ని రాసేటప్పుడు భాషను నిర్లక్ష్యం చేయకూడదు. పుస్తక భాష కొబ్బరి నీళ్లలా ఉల్లాసంగా, మధురంగా ఉండాలి. ఈ పుస్తకం చదవడం వల్ల మనిషికి నిద్ర పోయి ఆలోచనా శక్తి మేల్కొనాలి. ఈ పుస్తకం యొక్క రచనా శైలి సహజంగా, సరళంగా మరియు ఆసక్తికరంగా ఉండాలి, తద్వారా పాఠకులకు చదవాలనే ఆసక్తి కలుగుతుంది.

నేను గత ఐదేళ్లుగా బౌద్ధమతంపై పుస్తక రచనలో బిజీగా ఉన్నాను. వైశాఖ మాసంలో నా దమ్మ దీక్షకు ముందు ఆ పుస్తకాన్ని ప్రచురించాలి. దీని కోసమే బొంబాయికి వచ్చాను కానీ ఒక వింత వ్యాధితో బాధపడటం వల్ల ఈ పుస్తకాన్ని త్వరగా వ్రాసి పూర్తి చేయలేకపోయాను. ఈ పుస్తకం 700 పేజీలతో ఆంగ్ల భాషలో వ్రాయబడింది. ఫలితంగా, మనలో చాలా మందికి అర్థం చేసుకోవడంలో ఇబ్బంది ఉంటుంది. కాబట్టి, త్వరలో మరాఠీలోకి అనువదిస్తాను. ఈ పని వల్ల రంగూన్ వెళ్లలేకపోయాను.

వచ్చే అక్టోబర్‌లో బొంబాయిలో మతం మారబోతున్నాను. దీనికి ముందు, నేను బౌద్ధమతంపై ఒక పుస్తకాన్ని ప్రచురించాను. తథాగత మతంలో ఏది లోపించింది, ఈ పుస్తకంలో వివరంగా వ్రాయబోతున్నాను. బౌద్ధమతంలో, భక్తుడికి దీక్ష ఇవ్వబడదు. ఇది సంఘ్ దీక్షపై ప్రతికూల ప్రభావం చూపుతుంది. భక్తుని మనస్సు యొక్క పూర్తి సిద్ధత లేదు, కానీ నా బౌద్ధమతంలో ఆరాధకులకు ధర్మ దీక్ష ఇవ్వబడుతుంది. నేను ధర్మ దీక్షకు ముందు ఒక పుస్తకాన్ని రచించాను. ప్రతి ఒక్కరూ ఈ పుస్తకాన్ని కొనుగోలు చేయాలి. ఈ పుస్తకంలో ప్రతి ఒక్కరూ కొన్ని ప్రశ్నలకు సమాధానం ఇవ్వవలసి ఉంటుంది, అప్పుడే అతను బౌద్ధమతంలోకి ప్రవేశించగలడు. బౌద్ధమతంలోకి ప్రవేశించేటప్పుడు ప్రతి ఒక్కరూ తెల్లని బట్టలు ధరించాలి.

దీక్షా స్థలం మార్పు

బౌద్ధమత దీక్షా స్థలాన్ని నాగ్‌పూర్‌గా మార్చినట్లయితే బొంబాయి ప్రజలు చాలా బాధపడతారని నాకు పూర్తిగా తెలుసు. దానికి విరుద్ధంగా, మతమార్పిడి వేడుక

బొంబాయిలో జరిగి ఉంటే, బయటి వ్యక్తులు మమ్మల్ని ఎంత విమర్శించేవారో? దీనిని కూడా మనం పరిగణించాలి. అంటే ప్రజలంతా మనవారే అనే భావన కలిగి ఉండాలి. బయటి వ్యక్తుల కోరికలను మనం గౌరవించాల్సిన సమయం ఆసన్నమైంది. మనం గుర్తుంచుకోవలసిన విషయం ఏమిటంటే, బౌద్ధ దీక్ష యొక్క మొదటి వేడుక నాగ్‌పూర్‌లో మరియు రెండవ వేడుక బొంబాయిలో నిర్వహించబడుతుంది. అందుచేత బొంబాయి వాసులు బాధపడటానికి కారణం లేదు. అదేవిధంగా ఇతర చోట్ల కూడా దీక్షా కార్యక్రమాలు నిర్వహించనున్నారు.

ఎక్కడ పెద్ద సంఖ్యలో ధమ్మ దీక్షలు చేస్తారో అక్కడే దీక్షా కార్యక్రమం జరుగుతుంది. ఇటువంటి మార్పిడి వేడుకలు వివిధ ప్రదేశాలలో జరుగుతాయి. ఈ కార్యక్రమాలకు నేను వ్యక్తిగతంగా హాజరవుతాను. నేను ధమ్మ దీక్ష తేదీని 'ప్రెస్ ట్రస్ట్ ఆఫ్ ఇండియా' ద్వారా బహిరంగంగా ప్రకటించబోతున్నాను, అంటే ఈ బహిరంగ ప్రకటన 'ప్రబుద్ధ భారత్'లో కూడా ప్రచురించబడుతుంది.

నేను పునర్జన్మ పొందాను

నిన్న నాగపూర్ గడ్డపై బౌద్ధ దీక్షను స్వీకరించి, ఇచ్చినందుకు ధమ్మ దీక్షా కార్యక్రమం జరిగింది, ఈ రోజు దీక్షా కార్యక్రమానికి సంబంధించి చారిత్రాత్మక ప్రసంగం చేస్తున్నారు. నేను ఈ పనిని ఎందుకు తీసుకున్నానో ఆలోచించే వ్యక్తులు వింతగా భావించవచ్చు? దీని అవసరం ఏమిటి మరియు దాని నుండి ఏమి జరుగుతుంది? కానీ దాని విచారణ అవసరం. దీన్ని అర్థం చేసుకున్న తర్వాత మాత్రమే మీ పనికి పునాది బలంగా మారుతుంది.

మీరు ఈ పని కోసం నాగ్‌పూర్ నగరాన్ని ఎందుకు ఎంచుకున్నారని చాలా మంది నన్ను అడుగుతారు. కానీ ఈ స్థలాన్ని ఎంచుకోవడానికి కారణం పూర్తిగా భిన్నంగా ఉంటుంది. నాగా ప్రజలు భారతదేశంలో బౌద్ధమతాన్ని వ్యాప్తి చేశారు. ఈ పాములను కాల్చిన ఆధారాలు పురాణాలలో కనిపిస్తాయి. అగస్త్య మహర్షి ఈ అగ్ని నుండి ఒక్క పామును మాత్రమే రక్షించగలిగాడు. మేము ఒకే పాము వారసులం. నాగ్ ప్రజల నివాసం నాగ్‌పూర్ మరియు చుట్టుపక్కల ప్రాంతాలలో ఉంది. అందుకే ఈ నగరాన్ని 'నాగ్‌పూర్' అని పిలుస్తారు, అంటే 'పాముల గ్రామం'. పాముల నివాసం గుండా ప్రవహించే నది పేరు కూడా 'నాగ్ నది'. ఈ స్థలాన్ని ఎంచుకోవడానికి ఇదే ప్రధాన కారణం

పేదలకు మతం కావాలి. బాధితులకు మతం కావాలి. పేదలు ఆశతో జీవిస్తారు మరియు జీవితానికి మూలం ఆశలో ఉంది. ఆశ నాశనం అయినప్పుడు ఏమి

జరుగుతుంది? మతం మనిషిని ఆశావాదిగా చేస్తుంది. భయాందోళనలకు గురికావద్దు, మీ జీవితం ఆశాజనకంగా ఉంటుందని బాధితులకు సందేశం ఇచ్చారు. అందుకే పేదలు, కష్టజీవులు మతంతో ముడిపడి ఉంటారు.

మనిషి లాభం కంటే గౌరవాన్ని ఎక్కువగా ప్రేమిస్తాడు, అతను లాభాన్ని ఇష్టపడడు. గౌరవం కోసం పోరాడతాం. మనిషిని పరిపూర్ణతకు తీసుకెళ్లేందుకు ప్రయత్నిస్తున్నాం. మానవ ప్రగతికి మతం చాలా ముఖ్యం. కార్ల్ మార్క్స్ పుస్తకం నుండి ఒక కల్ట్ ఉద్భవించిందని నాకు తెలుసు. అతని ప్రకారం మతానికి అర్థం లేదు. వారికి మతం పట్టింపు లేదు. వారికి ఉదయం అల్పాహారం కావాలి, అందులో పావ్, క్రీమ్, చికెన్ లెగ్ మొదలైనవి కావాలి. సినిమా చూసి హాయిగా నిద్రపోవాలంటే అంతా అయిపోయింది. ఇది అతని తత్వశాస్త్రం. నేను ఈ అభిప్రాయాలకు చెందినవాడిని కాదు, మా నాన్న పేదవాడు. అందుకే నాకు అంత సంతోషం కలగలేదు. నా అంత బాధాకరమైన జీవితాన్ని ఎవరూ గడపలేదు, కాబట్టి పేదరికం వల్ల ఒక వ్యక్తి జీవితం ఎంత బాధాకరంగా ఉంటుందో నాకు బాగా తెలుసు. ఆర్థిక ప్రగతి చాలా ముఖ్యం అని నా అభిప్రాయం.

మనిషికి, ఎద్దుకి తేడా ఉంది. ఎద్దుకు ప్రతిరోజూ మేత లభిస్తుంది, అదేవిధంగా మనిషి కూడా ఆహారం తింటాడు. ఇప్పటికీ రెండింటి మధ్య తేడా ఉంది. మనిషికి శరీరంతో పాటు మనస్సు కూడా ఉంది, అందుకే శరీరం మరియు మనస్సు రెండూ అభివృద్ధి చెందాలి. మనసు సంస్కారవంతంగా ఉండాలి.

ఆహారానికి, సంస్కారవంతమైన మనసుకు సంబంధం లేని దేశ ప్రజలు ఇలా అంటారు. ఆ దేశ ప్రజలతో నాకు ఎలాంటి సంబంధం ఉండాలనే ఉద్దేశం లేదు. ఇతరులతో సంబంధాలను ఏర్పరుచుకుంటూ, ఒక వ్యక్తి శరీరం ఆరోగ్యంగా ఉన్నట్లే, మనస్సు కూడా సంస్కారవంతంగా ఉండాలి. లేకపోతే, మానవజాతి రక్షించబడిందని చెప్పడం సాధ్యం కాదు.

బౌద్ధమతం యొక్క ప్రాథమిక ఆధారం ఏమిటి? తథాగత్ బుద్ధుడు ప్రపంచంలో ప్రతిచోటా బాధలు ఉన్నాయని చెప్పాడు. తొంభై శాతం మంది ప్రజలు దుఃఖంతో బాధపడుతున్నారు. దుఃఖంలో చిక్కుకున్న పేదలను దుఃఖం నుండి విముక్తి చేయడమే బౌద్ధం యొక్క ప్రధాన కర్తవ్యం.

మేము మా దారిన వెళ్తాము, మీరు మీ దారిలో వెళ్ళండి. మేము మంచి మార్గాన్ని కనుగొన్నాము. ఇది ఆశ మరియు శ్రేయస్సుకు మార్గం. ఈ దారి కొత్తది కాదు. ఈ మార్గం బయటి నుండి తీసుకురాబడలేదు, ఇది భారతదేశం యొక్క మార్గం. తథాగత్ బుద్ధుడు చెప్పాడు

మూలకాలు అమరమైనవి, కానీ బుద్ధుడు అలాంటి దావా వేయలేదు. ఇలాంటి దాతృత్వం ఏ మతంలోనూ లేదు.

భదంత్ నాగసేన్ మత విధ్వంసానికి మూడు కారణాలను చెప్పారు. మొదటి కారణం కొన్ని మతాలు పచ్చివి, ఆ మతంలోని ప్రాథమిక తత్వశాస్త్రంలో సీరియస్ నెస్ లేదు. ఆ మతం తాత్కాలికమైనది. రెండవ కారణం ఏమిటంటే, మతాన్ని ప్రచారం చేయడానికి పండితులు లేకపోతే, మతం నాశనం అవుతుంది. జ్ఞానవంతులు మతాన్ని చెప్పాలి. ప్రత్యర్థులతో వాదించేటపుడు అవగాహన లేకుంటే మతం పరువు పోతుంది. మూడవ కారణం ఏమిటంటే, మతం యొక్క తత్వశాస్త్రం పండితులకు మాత్రమే పరిమితం. సామాన్యులకు ఆలయాలు, విహారాలు మాత్రమే ఉన్నాయి.

మనం బౌద్ధులుగా మారినప్పటికీ, రాజకీయ హక్కులపై నేను గట్టిగా నిలబడతాను. దీనిపై నాకు పూర్తి నమ్మకం ఉంది. నేను చనిపోయిన తర్వాత ఏం జరుగుతుందో చెప్పలేను. ఈ ఉద్యమం కోసం చాలా కృషి చేయాల్సి ఉంటుంది. మనం బౌద్ధమతాన్ని స్వీకరిస్తే ఏమవుతుంది? అడ్డంకులు వస్తే వాటిని ఎలా అధిగమిస్తారు? అందుకు ఎలాంటి ప్రయత్నాలు చేయాల్సి ఉంటుంది? వీటన్నింటి గురించి లోతుగా ఆలోచించాను. నా కట్ట అంతా నిండిపోయింది. దీని గురించి నాకు పూర్తిగా తెలుసు. నేను ఏ హక్కులు ఇచ్చినా నా ప్రజల కోసమే ఇచ్చాను. ఈ హక్కులను కలిపిన వారు ఆ హక్కులను కూడా జోడిస్తారు. నేను ఈ హక్కులు మరియు సౌకర్యాలను ఇస్తాను, కాబట్టి మీరు నన్ను నమ్మండి. ప్రత్యర్థులు చేస్తున్న ప్రచారంలో వాస్తవం లేదు. నేను నిరూపిస్తాను

62

కమ్యూనిజం మరియు బౌద్ధమతం

మిస్టర్ ప్రెసిడెంట్ మరియు బౌద్ధ ప్రతినిధులు,

బౌద్ధమతం అందరికీ నిజమైన జీవన విధానం, అదేవిధంగా కమ్యూనిజాన్ని జీవన విధానం అని కూడా పిలుస్తారు. ఈ రెండు మార్గాలలో ఏది మంచిది? బౌద్ధులు దీనిని బాగా అర్థం చేసుకోవడం చాలా ముఖ్యం. ముఖ్యంగా, కమ్యూనిజం సూచించిన జీవనశైలి కంటే బౌద్ధమతం యొక్క జీవనశైలి చాలా విలువైనది. బౌద్ధులు, ముఖ్యంగా యువత ఈ విషయాన్ని బాగా తెలుసుకోవడం ముఖ్యం. లేకపోతే బుద్ధి నాశనం కాకుండా ఉండదు. కాబట్టి, బౌద్ధమతాన్ని విశ్వసించే వారు తమ కొత్త యువ బౌద్ధ తరాన్ని మేల్కొల్పాలి. ఇది మాత్రమే కాదు, కమ్యూనిజం కంటే బౌద్ధమతం ఎలా మంచిది? ఈ విషయాన్ని వారికి వివరించాలి. ఇది జరిగితేనే బౌద్ధం మనుగడ సాగిస్తుంది.

ఆసియా యువత మానసిక స్థితిని పరిశీలిస్తే ఏమి తెలుస్తుంది? కార్ల్ మార్క్స్ మాత్రమే దార్శనికుడని, మానవ జీవితానికి వెలుగునిచ్చే గొప్ప వ్యక్తి అని, అందుకే ఆయనే ముందుగా తలవంచాలని భావిస్తారు. ఈ యువ బౌద్ధులు సన్యాసి గురించి ఏమనుకుంటున్నారో మనం గుర్తుంచుకోవాలి? ఈ విషయంపై నేను ఎక్కువ చెప్పను. అయితే వారు ఏమనుకుంటున్నారో నాకు కొంత వెలుగునివ్వండి. నిజానికి, ఈ యువత పసుపు రంగు బట్టలు అంటే బౌద్ధ సన్యాసులు ధరించినప్పడు ప్రమాదంలో పడ్డారు. అతని ఈ వైఖరి ఏమిటో సన్యాసులు గుర్తించాలి. అదేవిధంగా, వారు సాధువు జీవితం యొక్క పాత్రను బాగా అర్థం చేసుకోవాలి. అదేవిధంగా కమ్యూనిజం కంటే మన బౌద్ధమతం ఎలా మెరుగ్గా ఉంటుందో సంస్కరణవాద ప్రణాళిక సిద్ధం చేయాలి.దీనికి, బౌద్ధమతం మరియు కమ్యూనిజం లక్ష్యాల మధ్య తేడా ఎక్కడ ఉంది?

పరిగణించాలి. అంతిమంగా బౌద్ధం యొక్క మార్గం శాశ్వతమైనదా లేదా కమ్యూనిజం యొక్క మార్గం శాశ్వతమైనదా అనేది తెలుసుకోవాలి. శాశ్వతం కాని మార్గం మిమ్మల్ని అడవికి నడిపిస్తుంది. ఇది మిమ్మల్ని సాఫల్యానికి దారితీయదు, గందరగోళానికి దారితీయదు, కాబట్టి ఆ మార్గంలో వెళ్లడం సరికాదు, కానీ మీరు చెప్పిన మార్గం నెమ్మదిగా మరియు సుదీర్ఘమైనది, అయినప్పటికీ ఇది నమ్మదగిన

మరియు సురక్షితమైన మార్గం. మీరు మీ ముందు ఉంచుకున్న లక్ష్యాన్ని పూర్తి చేయడానికి మాత్రమే ఈ మార్గం గుండా వెళ్లడం సముచితమని నేను భావిస్తున్నాను. చిన్నదైన మరియు సంక్లిష్టమైన మార్గం మంచిదా లేదా కొంచెం పొడవుగా మరియు ప్రత్యక్ష మార్గం మంచిదా? ఈ ప్రశ్న మీ ముందు కనిపిస్తుంది. జీవితంలో చిన్న మరియు చిన్న మార్గాలు తరచుగా మోసపూరితమైనవి.

కమ్యూనిజం అంటే ఏమిటి?

అసలు కమ్యూనిజం సూత్రం ఏమిటి? దాని ప్రాథమిక అంశాలు ఏమిటి? సాధారణంగా ప్రపంచంలోని మానవ జీవితాన్ని పరిశీలిస్తే, ప్రపంచంలోని ప్రతిచోటా దోపిడీ ఉన్నట్లు కనిపిస్తుంది. కమ్యూనిజం ఈ ప్రాథమిక సూత్రంతో ప్రారంభమైంది. ధనిక వర్గానికి అపారమైన సంపద ఉంది, దాని ఆధారంగా పెట్టుబడిదారులు పేదలను దోపిడీ చేస్తారు మరియు వారిని దయనీయ స్థితిలో ఉంచుతారు. ఇది కార్ల్ మార్క్స్ యొక్క ప్రారంభ స్థానం. మార్క్స్ దోపిడీ అనే పదాన్ని ఉపయోగించారు. ఒక తరగతి పేదరికం మరియు కష్టాలను అంతం చేయడానికి, ప్రైవేట్ ఆస్తిని నిషేధించవలసి ఉంటుంది. ఏ వ్యక్తి వ్యక్తిగత ఆస్తిని కలిగి ఉండకూడదని మార్క్స్ చెప్పారు.

మార్క్స్ యొక్క సాంకేతిక భాషలో చెప్పాలంటే, ప్రైవేట్ ఆస్తి యజమాని కార్మికుల శ్రమ శక్తి ఉత్పత్తికి అధీకృత యజమాని మరియు యాజమాన్యాన్ని ఆక్రమిస్తాడు. అదేవిధంగా, అతను కూలీల నుండి ఎక్కువ కూలీని తీసుకుంటూ ఎక్కువ డబ్బు సంపాదిస్తాడు, కానీ కూలీకి ఏమీ లభించదు. ఈ విధంగా యజమాని మొత్తం డబ్బును పొందుతాడు. ఈ సందర్భంలో, మార్క్స్ అభిప్రాయం ఏమిటంటే, కార్మికుడి శ్రమతో సృష్టించబడిన సంపదను యజమాని ఎందుకు ఉంచుకోవాలి? ఇంత డబ్బు ఎవరు తీసుకోవాలి? ఈ విషయంలో మార్క్స్ సమాధానం ఏమిటంటే రాష్ట్రం మాత్రమే మిగులు సంపదకు యజమాని. కాబట్టి రాష్ట్రం తన వద్ద ఉంచుకోవాలి. ఈ భావజాలానికి సంబంధించి, మార్క్స్ కార్మిక శక్తి నియంతృత్వ సిద్ధాంతాన్ని ప్రతిపాదించాడు. రాష్ట్రాన్ని నడపాలంటే దోపిడీ వర్గం మాత్రమే నడపాలి తప్ప దోపిడి వర్గం కాదు అని అర్థం. రష్యాలో కమ్యూనిజం ప్రచారం యొక్క ప్రాథమిక సూత్రం ఇది.

కమ్యూనిజం మరియు బౌద్ధమతం

బౌద్ధం యొక్క పద్దతిని పరిశీలిస్తే, మార్క్స్ లేవనెత్తిన అంశాలను తథాగత బుద్ధుడు చాలా కాలం క్రితం చెప్పినట్లు కనిపిస్తుంది. మార్క్స్ పేదల 'దోపిడీ'తో

ప్రారంభించాడు. అదే విధంగా తథాగత బుద్ధుడు కూడా 2500 సంవత్సరాల క్రితం పేదల బాధలపై తన మతాన్ని ఆధారం చేసుకున్నాడు. బుద్ధుడు ప్రపంచంలో బాధలు ఉన్నాయని చెప్పాడు, అతను దోపిడీ అనే పదాన్ని ఉపయోగించలేదు. బుద్ధుడు తన మతానికి బాధలపై పునాది వేశాడన్నది ఎంత నిజం. దుఃఖం అనే పదాన్ని చాలా రకాలుగా ఉపయోగిస్తారు. కొందరు వ్యక్తులు పునర్జన్మ లేదా పునర్జన్మ చక్రాన్ని బాధ అంటారు. ఈ అభిప్రాయంతో నేను ఏకీభవించను. బౌద్ధ గ్రంథాలలో దుఃఖాన్ని పేదరికంగా వివరించే అనేక ప్రదేశాలు ఉన్నాయి. అప్పుడు బౌద్ధం మరియు కమ్యూనిజం యొక్క ఆధారం ఒకటే. రెండింటికీ తేడా లేదు. అందువల్ల, బౌద్ధ సోదరులు ప్రాథమిక పునాది కోసం మార్క్స్ వైపు తిరగాల్సిన అవసరం లేదు. బౌద్ధమతంలో, తథాగత వందల సంవత్సరాల క్రితం ఈ పునాదిని స్థాపించాడు. అతను పేదరికం యొక్క బలమైన పునాదిపై 'ధమ్మ చక్ర ప్రవర్తన' అనే బౌద్ధమతం యొక్క మొదటి ఉపన్యాసం ఇచ్చాడు.

అందుకే కార్ల్ మార్క్స్ వైపు ఆకర్షితులయ్యే వారు ధమ్మచక్రాన్ని అధ్యయనం చేయాలని నేను చెప్తున్నాను.ప్రవర్తన సూత్రం యొక్క ఉపన్యాసం తప్పక చదవాలి మరియు తథాగత చెప్పినది చూడాలి. ఎవరైనా ఈ సూత్రాన్ని అధ్యయనం చేస్తే నేను చెప్పేది ఖచ్చితంగా అర్థం అవుతుంది. బుద్ధుడు దేవుడు, ఆత్మ మరియు అద్భుత విషయాలను తన మతానికి ఆధారం చేసుకోలేదు. అతను జీవిత సత్యాన్ని నొక్కి చెప్పాడు. ప్రజలు విచారిస్తున్న మాట వాస్తవం. ఈ విధంగా కమ్యూనిజం యొక్క అన్ని ప్రాథమిక సూత్రాలు బౌద్ధమతంలో ఉన్నాయి.

ముఖ్యంగా తథాగత చెప్పినది మార్క్స్ పుట్టడానికి రెండు వేల సంవత్సరాల ముందే చెప్పాడు. ప్రైవేట్ ఆస్తి విషయంలో బుద్ధుడు మరియు మార్క్స్ తత్వాల మధ్య సన్నిహిత సంబంధం ఉంది. ప్రైవేట్ ఆస్తి ఉత్పత్తి సాధనంగా ఉంది, దోపిడీని నిరోధించడానికి ఆస్తి తప్పనిసరిగా రాష్ట్ర యాజమాన్యంలో ఉండాలి. దీంతో యాజమాన్యం యాజమాన్యం కార్మికులను ప్రయివేటు ఆస్తులను ఆధారం చేసుకొని దోపిడీ చేసే అవకాశం ఉండదు. ఇది మార్క్స్ తత్వశాస్త్రం. శంఖం గురించి బుద్ధుడు ఏం చెప్పాడో ఇప్పుడు చూద్దాం. తథాగతుడు సన్యాసుల కోసం ఏ నియమాలు చేశాడు? ఏ సాధువు వ్యక్తిగత ఆస్తులను ఉంచుకోకూడదని ఆయన అన్నారు. ఈ విషయంలో కొందరు సాధువులు తప్పక పొరబడ్డారు.

అయితే చాలా మంది సాధువులు ఎలాంటి వ్యక్తిగత ఆస్తులను ఉంచుకోరనేది నిజం. ఇది మాత్రమే కాదు, ప్రైవేట్ ఆస్తికి సంబంధించి యూనియన్ యొక్క చట్టాలు చాలా కఠినంగా ఉన్నాయి, అవి రష్యాలో కూడా లేవు. ఈ అంశం ఇప్పటి వరకు చర్చకు రాలేదు భిక్షు సంఘాన్ని ఎందుకు స్థాపించారు?

భిక్షు సంఘాన్ని ఎందుకు స్థాపించారు?

తథాగత్ సంఘ స్థాపన యొక్క ఉద్దేశ్యం ఏమిటి? ఈ సంఘాన్ని ఇలా ఎందుకు స్థాపించాడు? ఈ విషయంలో, పురాతన చరిత్ర యొక్క చిన్న అవలోకనం చేయవలసి ఉంటుంది. తథాగత్ బుద్ధుడు బౌద్ధమతాన్ని ప్రచారం చేస్తున్న సమయంలో, అతను కూడా 'పరివ్రాజకుడు'. పరివ్రాజకుడు తన ఇంటిని విడిచిపెట్టిన బహిష్కృతుడిని సూచిస్తుంది. ఆర్యుల కాలంలో వివిధ అరణ్య తెగలు తమలో తాము పోట్లాడుకునేవారు.

కొన్ని అడవి జాతులు నాశనం చేయబడ్డాయి మరియు వాటి జీవనోపాధి నాశనం చేయబడింది, కొంతమందిని ప్రవాసానికి దారితీసింది. ఈ అరణ్యవాసులందరి జీవితం అస్థిరంగా ఉంది, వారు సంచార జాతులు, అందుకే వారు 'పరివారజకులు'. గౌతమ బుద్ధుడు వాటిని నిర్వహించడంలో గొప్ప పని చేసాడు. బుద్ధుడు వారికి నియమాలు రూపొందించాడు, అదే నియమాలు 'వినయపిటకం'లో ఉన్నాయి.

ఈ నియమం ప్రకారం సన్యాసి తన వ్యక్తిగత ఆస్తిని ఉంచుకోకూడదు. అతను ఏడు వస్తువులను మాత్రమే ఉంచుకోగలడు (షేవింగ్ కోసం రేజర్, వాటర్ బాటిల్, భిక్ష కోసం భిక్ష గిన్నె, శరీరంపై మూడు బట్టలు మరియు కుట్టడానికి సూది). కమ్యూనిజం యొక్క ప్రాముఖ్యత కూడా ప్రైవేట్ ఆస్తిని దూరంగా ఉంచడమే. 'వినయపీటకం'లో తథాగతుడు ఇచ్చిన నిబంధనల కంటే కఠినమైన నియమాలు ఎక్కడ ఉన్నాయి? ఇలాంటి నిబంధనలు ఎక్కడా కనిపించవు. కమ్యూనిజం ఒక వ్యక్తిని లేదా బౌద్ధ యువకుడిని ప్రైవేట్ ఆస్తిని రద్దు చేయమని ప్రలోభపెడితే, తథాగత 'వినయ పిటక'లో ప్రతిచోటా ప్రస్తావన ఉంది. ఈ విషయంలో, 'వినయ పితక' నియమాలు మొత్తం సమాజానికి ఎంతవరకు వర్తిస్తాయి అనే ప్రశ్న తలెత్తుతుంది.

అంటే మనుషుల్లో ఎంత సమయం, పరిస్థితి, సామాజిక అభివృద్ధి జరిగింది? ఇదంతా దీనిపై ఆధారపడి ఉంటుంది, అయితే ప్రైవేట్ ఆస్తిని రద్దు చేయడంలో మేధోవాదం అడ్డంకిగా మారదు. దీనికి విరుద్ధంగా, తథాగత బౌద్ధ సంఘంలో వేల సంవత్సరాల క్రితం ఈ నియమాలను రూపొందించాడు.

ఇప్పుడు పై అంశానికి మరో వైపు పరిశీలిద్దాం. కార్ల్ మార్క్స్ లేదా కమ్యూనిజం లక్ష్యాన్ని సాధించడానికి ఏ మార్గం మరియు ఏ మార్గాలను ఉపయోగించాలో చూడటం చాలా ముఖ్యం.

కమ్యూనిజం స్థాపన కోసం ప్రత్యర్థులను చంపేటప్పుడు ఒక్క క్షణం కూడా ఆలోచించడం లేదు. బౌద్ధం మరియు కమ్యూనిజం మధ్య ఉన్న ప్రాథమిక

వ్యత్యాసం ఇది. తథాగత్ బుద్ధుని మార్గం చాలా సరళమైనది మరియు ప్రామాణికమైనది. ప్రజలను తప్పుదారిలో వెళ్లనివ్వడు. ఏదైనా వివాదాస్పద సమస్యను తర్కం, నైతికత మరియు కరుణ ద్వారా పరిష్కరించుకోవాలని వారు విశ్వసిస్తారు. తథాగత తన ప్రత్యర్థులను కూడా తన మతం వైపు ఆకర్షించాడు. వాళ్ళు

ఒక వ్యక్తిని బలవంతంగా గెలవాలని నమ్మవద్దు, ప్రేమ మరియు కరుణతో అతని హృదయాన్ని గెలుచుకోవాలనే నమ్మకం లేదు. కమ్యూనిజానికి, బౌద్ధానికి ఉన్న తేడా ఇదే. బౌద్ధమతం ఎప్పుడూ హింసను బోధించదు, అయితే కమ్యూనిజం అరాచకమైనది, వారు హింస మార్గాన్ని ఇష్టపడతారు. బుద్ధుని మార్గం సుదీర్ఘమైనది మరియు ఒంటరిది అని మీరు అనుకోవచ్చు, కానీ అది సంపూర్ణమైనది, సత్యమైనది మరియు నమ్మదగినది అనడంలో సందేహం లేదు.

నా స్నేహితుల్లో కొందరు కమ్యూనిస్టులు. నేను అతనిని ఎప్పుడూ కొన్ని ప్రశ్నలు అడుగుతాను, కానీ ఇప్పటి వరకు అతను నా ప్రశ్నలకు సంతృప్తికరమైన సమాధానాలు ఇవ్వలేదు. నిజం చెప్పాలంటే హింస ద్వారా దోపిడీకి గురవుతున్న వర్గ నియంతృత్వాన్ని స్థాపిస్తారు. ఆస్తి ఉన్నవారు తమ యాజమాన్య హక్కులను కోల్పోతారు. నా కమ్యూనిస్టు మిత్రులను, "రాజ్య వ్యాపారం చేయడానికి నియంతృత్వం మంచి మార్గమా?" అని వారి సమాధానం "అయితే మీరు నియంతృత్వాన్ని రాజ్య వ్యాపారం చేయడానికి అనుమతించరు?" "ఇటువంటి నియంతృత్వం స్వల్పకాలికం, కొంత కాలానికి నేను మరింత ముందుకు వెళ్లి, "ఈ చిన్న కాలం ఎంతకాలం ఉంటుంది? ఇరవై, ముప్పై, నలభై, యాభై లేదా వంద సంవత్సరాలు?" దీనికి వారి వద్ద సమాధానం లేదు.

భవిష్యత్తులో స్వయంచాలకంగా నియంతృత్వం అంతం అవుతుందని అంటున్నారు. అప్పుడు నేను వారిని అడుగుతున్నాను నియంతృత్వం అంతం అయితే ఏమి జరుగుతుంది? నియంతృత్వాన్ని ఎవరు భర్తీ చేస్తారు? మానవులకు ఏదైనా ప్రభుత్వం అవసరమా లేదా? ఈ ప్రశ్నకు వారు సమాధానం చెప్పలేకపోయారు. ఇప్పుడు తథాగత మతాన్ని పరిశీలిద్దాం. గౌతమ బుద్ధుడు ఏదైనా మూలకాన్ని ప్రపంచంలోనే అత్యుత్తమమైనదిగా అభివర్ణిస్తే అది మనస్సును శుభ్రంగా ఉంచుకోవడమే.

మనస్సు మెరుగుపడకుండా, మానవులు మరియు ప్రపంచం అభివృద్ధి చెందదు. ఒక వ్యక్తి బౌద్ధమతాన్ని అంగీకరించి, బౌద్ధ సూత్రాలను నిజాయితీగా

అనుసరిస్తున్నప్పుడు, అతని సత్ప్రవర్తనకు పోలీసులు లేదా సైనికుల అవసరం ఏమిటి? సమాధానం ఏమిటంటే, తథాగత్ బుద్ధుని యొక్క మంచి బోధన మీ మనస్సాక్షిని ఎంతగానో సక్రియం చేస్తుంది, మీరు మీ మార్గం నుండి తప్పకోరు. దీనికి వివేక్ వాచ్‌మెన్‌గా పనిచేస్తున్నాడు. మనస్సు స్వచ్ఛంగా ఉన్నప్పుడు అశాంతి, అల్లర్లు ఉండవు.

హేతువాదం మరియు ప్రజాస్వామ్యం

బౌద్ధమతంలో ప్రజాస్వామ్య మూలకం మద్దతు ఇవ్వబడింది. బౌద్ధమతం అంటే స్వచ్ఛమైన ప్రజాస్వామ్యం. ఒకసారి అజాతశత్ర రాజు ముఖ్యమంత్రి తథాగత్ బుద్ధుడి వద్దకు వెళ్లాడు.అతను వెళ్లి, “రాజు వజ్జీలను జయించాలి” అన్నాడు. అప్పుడు బుద్ధుడు ఇలా అన్నాడు, “వజ్జీలు తమ వ్యాపారాన్ని సరైన మార్గంలో కొనసాగించినంత కాలం, ఎవరూ వజ్జీలను ఓడించలేరు.” ఎందుకంటే గౌతమ బుద్ధుడు తన సందేశంలో వజ్జీల ప్రజాస్వామ్యాన్ని పేర్కొన్నాడు తథాగత ప్రజాస్వామ్యానికి గొప్ప మద్దతుదారు అని అర్థం, వారు ప్రపంచంలో గౌరవప్రదంగా జీవించాలనుకుంటే, ఈ వ్యవస్థ చాలా సురక్షితమైనది మరియు వారికి ప్రయోజనకరమైనది అప్పుడు నేను సన్యాసులను నిందిస్తాను ఇది వారి ముగింపు.

సువార్త ప్రచారం పని చేయాలంటే, విద్య ఎల్లప్పుడూ పేదవారి చెవులు మరియు మనస్సులలో ప్రతిబింబిస్తుంది అని నేను చాలా స్పష్టంగా చెప్పాలనుకుంటున్నాను. పిల్లలు పాఠశాలలో చదువుకోవడానికి ఎన్ని సంవత్సరాలు పడుతుంది?

పిల్లవాడిని ఒక రోజు పాఠశాలకు పంపడం ద్వారా, మీరు అతన్ని పాఠశాల నుండి బహిష్కరించరు. లేకుంటే పిల్లలు ఎలా చదువుకోగలరు? పిల్లలను ప్రతిరోజూ పాఠశాలకు పంపాలి. రోజూ ఐదు గంటల పాటు పాఠశాలలో కూర్చుని నిరంతరం చదువుకోవాలి. అలా జరిగితేనే పిల్లలు చదువుపై ఏకాగ్రతతో పాటు వారి జ్ఞానం పెరుగుతుంది. ప్రభుత్వ విద్య కోసం, సన్యాసులు అదే చేయాలి, వారు నైతిక విద్యకు ప్రత్యేక ప్రాధాన్యత ఇవ్వాలి.

తథాగత్ గౌతమ బుద్ధుడి కంటే మనం పదోవంతు అయినా మేధావిగా మారితే, కరుణ, న్యాయం మరియు చిత్తశుద్ధితో ప్రజా సంక్షేమానికి కృషి చేయగలుగుతాము.

63
చివరి ప్రసంగం

సోదరులు మరియు సోదరీమణులు,

ప్రజలందరూ ఇప్పుడు సీరియస్‌గా ఆలోచించాలి. మన మత గ్రంథాలలో వివరించిన జీవితానికి మరియు మనం రూపొందించిన రాజ్యాంగానికి మధ్య ఏదైనా సారూప్యత ఉందా? సమానత్వం లేకపోతే దానికి కారణం ఏమిటి? మన మతం మరియు రాజ్యాంగం ఈ రెండింటిలో దేనినైనా అంగీకరించేలా చేయాలి. మనం మతాన్ని సజీవంగా ఉంచాలి లేదా రాజ్యాంగాన్ని సజీవంగా ఉంచాలి. రెండూ ఒకే చోట జీవించలేవు, వాటిని కలపలేము.

హిందూ మతంలో అనేక శాఖలు ఉన్నాయి. వీటన్నింటి మధ్య శంకరాచార్యుల అభిప్రాయం చాలా బాగుంది. శంకరాచార్య సూత్రం 'బ్రహ్మ సత్యం, జగత్ మిథ్య' అత్యంత ముఖ్యమైనదిగా పరిగణించబడుతుంది, అయితే ఇది బౌద్ధమతం యొక్క ఉన్నత సూత్రం ముందు పూర్తిగా అల్పమైనది మరియు అర్థరహితమైనదిగా కనిపిస్తుంది.

కొత్తగా మతం మారిన బౌద్ధులు ప్రతి ఆదివారం బౌద్ధ విహారాన్ని సందర్శించడం అత్యంత కర్తవ్యం. ఇది జరగకపోతే కొత్త బౌద్ధులు బౌద్ధమతంతో పరిచయం పొందలేరు. ఇందుకోసం వివిధ ప్రాంతాల్లో బౌద్ధ విహారాలు నిర్మించాలి. విహార్‌లో సమావేశ స్థలం ఉండాలి. లంక, బర్మా, టిబెట్, చైనా మొదలైన దేశాల నుండి బౌద్ధ సన్యాసులు ముందుకు వచ్చి డబ్బు వసూలు చేసి భారతదేశ ప్రజలకు సహాయం చేయాలి.

ఉత్తరప్రదేశ్ మాజీ రాష్ట్రపతి శ్రీ ద్వారకా ప్రసాద్ ఈ ఉదయం నన్ను కలిశారు. డిసెంబరులో జాన్‌పూర్‌కు రావాలని నన్ను అభ్యర్థించాడు. వస్తానని హామీ ఇచ్చాను కానీ తేదీ ఖరారు కాలేదు. జౌన్‌పూర్‌లో భారీ కమ్యూనిటీ కన్వర్షన్ కార్యక్రమానికి సన్నాహాలు ముమ్మరంగా సాగుతున్నాయి. ఈ సందర్భంగా ఉత్తరప్రదేశ్‌లోని తూర్పు జిల్లాలకు చెందిన లక్షలాది మంది వెనుకబడిన తరగతులు దీక్షలు చేపట్టనున్నారు. అగ్రవర్ణ హిందువులు ఇప్పటికీ ఈ దళితులను దోపిడీ చేస్తున్నారు.

ఉన్నాయి. బౌద్ధమతంలో దీక్ష చేయడం ద్వారా, అతను తన పూర్వీకులు చూపిన మార్గాన్ని మళ్లీ అనుసరించబోతున్నాడు.

బౌద్ధమతం మానవ ధర్మం

బౌద్ధమతం బలమైన పునాదిపై ప్రారంభమైంది. ఈ మతం మానవ ధర్మం. ఈ మతం తప్ప మరే ఇతర మతం మానవ సంక్షేమానికి తగినది కాదు. భారతదేశ ప్రాచీన చరిత్ర తెలుసుకోవాలి. భారతదేశంలో మొదటిసారిగా ఆర్యులు మరియు నాగుల మధ్య యుద్ధం జరిగింది. ఆర్యులకు గుర్రాలు ఉన్నాయి, వాటి బలంతో వారు సర్పాలను జయించారు, అదే సర్పాలు నేడు హిందువులు. బౌద్ధమతాన్ని మొట్టమొదట స్వీకరించింది నాగా ప్రజలు. అతను బౌద్ధమతాన్ని వ్యాప్తి చేయడంలో విజయవంతమయ్యాడు, అయితే ఆర్యులు నాగులను నిర్మూలించడానికి చాలాసార్లు ప్రయత్నించారు. మహాభారతంలో చాలా చోట్ల దీనికి సాక్ష్యాలు ఉన్నాయి. తరువాత ఆర్యులు బ్రాహ్మణ మతాన్ని వ్యాప్తి చేశారు.

అందులో అనేక లోపాలు తలెత్తాయి. చాతుర్వర్ణ్య వ్యవస్థ కేవలం బ్రాహ్మణుల ద్వారానే ఏర్పడింది. తథాగత్ బుద్ధుడు చాతుర్వర్ణ్యాన్ని తీవ్రంగా వ్యతిరేకించాడు మరియు చాతుర్వర్ణ్యాన్ని నాశనం చేసి సమానత్వాన్ని ప్రచారం చేశాడు. బుద్ధుడు ఈ ప్రాతిపదికన మతాన్ని స్థాపించాడు. అతను బ్రాహ్మణుల యాగాలను రద్దు చేశాడు మరియు వాటిని విడిచిపెట్టాడు. బ్రాహ్మణులు హింసను ప్రారంభించారు, కానీ గౌతమ బుద్ధుడు ఆ అభ్యాసాన్ని నాశనం చేశాడు మరియు అహింసను బోధించాడు. బౌద్ధమతం సముద్రం లాంటిదని, అందులో ఎలాంటి భేదం లేదని తథాగత చెప్పారు. కరుణను ప్రబోధించి ఆనాటి దళితులను ఆకర్షించి సన్మార్గం చూపాడు.

అంటరానితనం యొక్క కళంకం

హిందూమతం నయం చేయలేని వ్యాధిగా మారింది, కాబట్టి మనం వేరే మతాన్ని స్వీకరించాలి. నా జ్ఞానం ప్రకారం, బౌద్ధమతం మాత్రమే యోగ్యమైన మతం, అందులో ఉన్నత-నీచ, కుల-స్థాయి, ధనిక-పేద అనే భావన లేదు. బౌద్ధమతాన్ని స్వీకరించడం ద్వారా మాత్రమే అంటరానివారి సంక్షేమం సాధించవచ్చు. బౌద్ధమతాన్ని అంగీకరించడం ద్వారానే హిందూ సమాజంలో ఉన్న అసమానత, వివక్ష, అన్యాయం మరియు చెడు తొలగిపోతుంది. భారతదేశంలోని అంటరానివారు బౌద్ధమతాన్ని అంగీకరించడం ద్వారా, బర్మా, చైనా, జపాన్, లంక మొదలైన బౌద్ధ దేశాల సానుభూతిని పొంది, హిందూ మతం యొక్క దోపిడీ నుండి శాశ్వతంగా విముక్తి పొందుతాము. ఈ దేశాలు మనకు జరుగుతున్న అన్యాయంపై

ఇప్పటి వరకు ఎందుకు గొంతు ఎత్తలేదు? దీనికి కారణం ఇది హిందువుల మధ్య పరస్పర వైరం అని వారు భావించారు. మనం బౌద్ధాన్ని అంగీకరించినా, హిందువులు మనకు సమానత్వం ఇస్తే

మనం స్వేచ్ఛ మరియు సౌభ్రాతృత్వానికి దూరంగా ఉంటే, పైన పేర్కొన్న బౌద్ధ దేశాల సహకారంతో మనం వీటిని సాధిస్తాము.

అంటరానితనం అనే భయంకరమైన కళంకం హిందూ మతం తలపై ఉంది, అందుకే ఈ దుర్మార్గం హిందూ జాతి హృదయంలో కనిపిస్తుంది. అంటరానివారు స్వచ్ఛంగా మరియు పవిత్రంగా మారిన తర్వాత దేవతలను చూడటానికి వెళతారు, అయినప్పటికీ వారి కోసం ఆలయాల తలుపులు మూసివేయబడతాయి. అంటరానితనం, వివక్ష మరియు కుల వ్యవస్థను తొలగించడం అగ్రవర్ణ హిందువుల కర్తవ్యం. అతని మృతదేహాన్ని మన భుజాలపై ఎందుకు మోయాలి?

ఈ రోజు నేను అంటరానివారికి విజ్ఞప్తి చేయాలనుకుంటున్నాను, అలాంటి మతాన్ని మానవుల మధ్య ఎటువంటి భేదం లేదు, సమానత్వం ఉంటుంది. వారు స్నేహం నుండి ఒకే చోట గుమిగూడవచ్చు, ఇది బౌద్ధమతంలో ఉన్నతమైన ఆదర్శం. అనేక నదులు సముద్రంలో కలిసిపోయి తమ ఉనికిని మరచిపోయినట్లే, బౌద్ధమతాన్ని స్వీకరించిన తర్వాత అందరూ సమానం అవుతారు మరియు అసమానత ఉండదు. బౌద్ధమతం అంటరానివారికే కాదు మొత్తం మానవ సమాజానికి ప్రయోజనకరం. అగ్రవర్ణ హిందువులు కూడా ఈ మతాన్ని అంగీకరించాలి.

ఇతర మతాలలో దేవుడు విశ్వం యొక్క సృష్టికర్తగా పరిగణించబడ్డాడు, బౌద్ధమతంలో అలాంటి భావజాలం లేదు. ప్రపంచంలో దుఃఖం ఉందని, దుఃఖాన్ని నయం చేయవచ్చని బౌద్ధమతంలో చెప్పబడింది. నివారణ కోసం ఆ మార్గాలను పరిశీలించారు. హిందూమతంలోని భావజాలం ఆచారాలు మరియు సంప్రదాయాలపై ఆధారపడి ఉంటుంది. రూఢి చాతుర్వర్ణ వ్యవస్థ నుండి పుట్టింది. బౌద్ధమతంలో చాలా మంది సన్యాసులు మరియు సన్యాసినులు ఉన్నారు, వారి సమాచారం 'థెరగాథ' మరియు 'తేరిగాథ'లో కనుగొనబడింది.

హిందువులకు న్యాయం చేసే హక్కు ఉంది, కానీ వారు అంటరాని వారికి అన్యాయం చేస్తూనే ఉన్నారు. అంటరానివారు హిందువుల నుండి విడిపోయి తథాగత బుద్ధుని పాదాలకు నమస్కరించాలి. ఖాట్మండులోని పశుపతినాథ్ ఆలయాన్ని సందర్శించేందుకు నన్ను అనుమతించలేదనే తప్పడు సమాచారం

పత్రికల్లో ప్రచురితమైంది. నేను ఏ హిందూ దేవాలయానికి వెళ్లను. వందసార్లు విన్నవించినా ఆ గుడికి వెళ్లడం అసాధ్యం. నేపాల్ మహారాజు ఒకరోజు క్రితం నా పర్సనల్ సెక్రటరీకి ఫోన్ చేసి డాక్టర్ సాహెబ్ గుడికి వెళ్లకూడదని తెలియజేశారని, ఈరోజు ఇక్కడ బౌద్ధులు హిందూ దేవాలయాలకు వెళ్లే పరిస్థితి లేదని అన్నారు. నేపాల్, శ్రీలంక మరియు

మనం డాక్టర్ బి.ఆర్. భారతదేశం నుండి సన్యాసులు ఆలయానికి వచ్చేవారు, కాని వారు నిషేధించబడ్డారు. దేవుణ్ణి నమ్మని వ్యక్తి అలా చేయడం తన మనసును తానే హింసించుకున్నట్లే. అలాగే, హిందూ దేవుళ్లను, దేవతలను అవమానించారు

అది చేయాలి. బౌద్ధులు ఎప్పుడూ హిందూ దేవాలయాలను సందర్శించకూడదు. బౌద్ధ విహారాలలో అందరూ సమానమే, ఇక్కడ ఎవరూ ఎవరినీ ఆపరు.

హిందూ మతాన్ని అనుసరిస్తూనే గుడిలోకి ప్రవేశించాలనుకునే అంటరానివారి సనాతనధర్మం ఇది. వారు తమను అవమానించుకోవాలని, అన్యాయం చేయాలనుకుంటే, ఈ విషయంలో నేనేమీ చెప్పలేను. బౌద్ధులు ఈ వివాదంలో చిక్కుకోకూడదు. మనం రోజూ చేసే ప్రార్థనలో "నత్తి మే శరణం అజ్జ, బుద్ధ మే శరణం వరం" అంటే బుద్ధుడిని తప్ప ఎవరినీ ఆశ్రయించను. ఇలా అంటున్న వారు హిందూ దేవాలయానికి ఎందుకు వెళ్లాలి? కాశీలో ఆలయ ప్రవేశం రాజకీయ జిమ్మిక్కు. దీని వల్ల దళితులకు ఎలాంటి ప్రయోజనం ఉండదు. కాబట్టి, మీరు బౌద్ధమతాన్ని అంగీకరించి, సౌభ్రాతృత్వం మరియు సమానత్వాన్ని నెలకొల్పాలి, ఇది మీ ప్రధాన కర్తవ్యం.

64

చివరి సందేశం

డాక్టర్ బాబాసాహెబ్ అంబేద్కర్ ఇలా అన్నారు, "ప్రజల మనస్సులు కలుషితమై ఉన్న దేశంలో నేను పుట్టడం చాలా పాపం, అయినప్పటికీ నేను చేసిన పని చాలా గొప్పది నా పనిని కొనసాగిస్తాను." చనిపోయే వరకు పని చేయండి.

ఒకరోజు బాబాసాహెబ్ నానక్‌చంద్ రట్టుతో ఇలా అన్నాడు: "మీరు వెళ్లి నా ప్రజలకు చెప్పండి, నేను ఏమి చేసినా, నేను నా జీవితమంతా కష్టపడి, నా ప్రత్యర్థులతో పోరాడి ఇవన్నీ సాధించాను దారిలో ఎన్ని కష్టాలు వచ్చినా, నా సహచరులు ఈ కాన్వాయ్‌ని అక్కడ ఉంచుకోనివ్వండి, ఇది నా ప్రజలకు నా అంతిమ సందేశం.

ఉపసంహారణ

అంబేద్కర్ ఆత్మకథ ముగింపుకు వస్తున్నప్పుడు, 'అన్ని అసమానతలను ధిక్కరించి, లక్షలాది మందికి ఆశ మరియు విముక్తికి చిహ్నంగా మారిన వ్యక్తి యొక్క అద్భుతమైన ప్రయాణం గురించి మనం విస్మయం చెందుతాము. డా. భీమ్‌రావ్ రామ్‌జీ అంబేద్కర్ జీవిత కథ కేవలం వ్యక్తిగత ఖాతా మాత్రమే కాదు, ఒక దార్శనికుని దృఢ సంకల్పం, దృఢత్వం మరియు తిరుగులేని స్ఫూర్తికి సంబంధించిన మరపురాని పత్రం.

ఈ అధ్యాయాలలో డాక్టర్ అంబేద్కర్ జీవితంలో విద్య యొక్క పరివర్తన శక్తిని మనం చూశాము. తన మేధో సాధన ద్వారా కుల అణచివేత గొలుసుల నుండి విముక్తి పొందాడు మరియు సమాజం తనపై విధించిన అడ్డంకులను బద్దలు కొట్టాడు. జ్ఞానం మరియు సత్యం కోసం అతని అలసిపోని అన్వేషణ అతన్ని అనేక డిగ్రీలను సంపాదించడానికి దారితీసింది, ఇది అతని ప్రతిష్ఠాత్మకమైన విదేశీ విద్యా పర్యటనలో ముగిసింది. వారి జీవితాల్లో విద్య యొక్క ప్రాముఖ్యతను తక్కువ అంచనా వేయలేము, ఎందుకంటే ఇది యథాతథ స్థితిని సవాలు చేయడానికి, అణచివేత కుల వ్యవస్థను ప్రశ్నించడానికి మరియు అణగారిన వర్గాల హక్కుల కోసం వాదించడానికి వారికి శక్తినిచ్చింది.

సామాజిక అన్యాయం మరియు కుల వివక్షకు వ్యతిరేకంగా డాక్టర్ అంబేద్కర్ చేసిన పోరాటం ఇప్పటికీ లోతైన ఆవశ్యకతతో ప్రతిధ్వనిస్తుంది. అతని ఆత్మకథ ద్వారా దళిత సమాజం ఎదుర్కొంటున్న కఠినమైన వాస్తవాలు మరియు వారి జీవితంలోని ప్రతి అంశంలో వివక్ష యొక్క విస్తృత స్వభావం గురించి మనకు తెలుసు. అణగారిన వర్గాల హక్కులు మరియు గౌరవం కోసం పోరాడటానికి అతని అచంచలమైన నిబద్ధత ఒక మార్గనిర్దేశం చేస్తుంది, సామాజిక న్యాయం కోసం పోరాటం ఇంకా ముగిసిందని మనకు గుర్తు చేస్తుంది.

భారత రాజ్యాంగాన్ని రూపొందించడంలో డా. అంబేద్కర్ చేసిన కృషికి పరాకాష్ట. ముసాయిదా కమిటీ చైర్మన్‌గా, ప్రపంచంలోని అతిపెద్ద ప్రజాస్వామ్యానికి మార్గనిర్దేశం చేసే పునాది పత్రాన్ని రూపొందించడంలో ఆయన కీలక పాత్ర పోషించారు. రాజ్యాంగంలో పొందుపరచబడిన సమానత్వ సమాజం కోసం అతని దృక్పథం, చట్టం ముందు ప్రతి వ్యక్తి సమానం మరియు గౌరవం మరియు న్యాయం పొందే హక్కు ఉన్న దేశానికి పునాది వేసింది. అంటరానితనం నిర్మూలన, రిజర్వేషన్ విధానాలు మరియు సాంఘిక సంస్కరణల కోసం అతని

173

స్థిరమైన న్యాయవాదం ఆధునిక భారతదేశాన్ని ఆకృతి చేయడంలో కొనసాగుతోంది.

అతని రాజకీయ మరియు సామాజిక విజయాలకు అతీతంగా, డాక్టర్ అంబేద్కర్ వారసత్వం అతని బోధనలు మరియు తత్వశాస్త్రం వరకు విస్తరించింది. సామాజిక అభ్యున్నతికి సాధనంగా విద్య, సాధికారత మరియు స్వావలంబన ప్రాముఖ్యతను నొక్కి చెప్పారు. ఆయన మాటలు తరాలకు స్ఫూర్తినిస్తాయి, నిజమైన విముక్తి రాజకీయ స్వేచ్ఛలోనే కాదు, మనసు విముక్తిలోనూ ఉందని గుర్తుచేస్తుంది. కులాన్ని నిర్మూలించి, స్వేచ్ఛ, సమానత్వం మరియు సౌభ్రాతృత్వ సూత్రాలపై ఆధారపడిన సమాజాన్ని నిర్మించాలన్న ఆయన పిలుపు ఆయన ఆత్మకథ పేజీల ద్వారా ప్రతిధ్వనిస్తుంది, దేశం యొక్క సామూహిక స్పృహపై చెరగని ముద్ర వేసింది.

మనం డాక్టర్ బి. ఆర్. మేము అంబేద్కర్ ఆత్మకథ ద్వారా ఈ ప్రయాణాన్ని ముగించినప్పుడు, మేము అతని జీవితం మరియు ఆలోచనల యొక్క శాశ్వతమైన ఔచిత్యాన్ని పరిగణనలోకి తీసుకోవలసి వస్తుంది. వారి పోరాటాలు, విజయాలు మరియు సామాజిక న్యాయం పట్ల అచంచలమైన నిబద్ధత వివక్ష మరియు అసమానతలకు వ్యతిరేకంగా పోరాటం కొనసాగుతున్న ప్రయత్నమని పదునైన గుర్తుగా ఉపయోగపడుతుంది. మేము వారి జీవితాలు మరియు పనుల నుండి ప్రేరణ పొందడం కొనసాగించాలి, వారి తాదాత్మ్యం, స్థితిస్థాపకత మరియు అచంచలమైన సంకల్పం యొక్క స్ఫూర్తిని కలిగి ఉంటుంది.

కులం, మతం లేదా లింగ భేదం లేకుండా ప్రతి వ్యక్తికి సమాన అవకాశాలు మరియు విద్య, వైద్యం మరియు సామాజిక-రాజకీయ సాధికారత లభించే సమాజాన్ని రూపొందించడానికి కృషి చేద్దాం. వివక్షను కొనసాగించే అణచివేత వ్యవస్థలను సవాలు చేద్దాం మరియు మరింత సమగ్రమైన మరియు న్యాయమైన సమాజం కోసం పని చేద్దాం.

డాక్టర్ బి.ఆర్. అంబేద్కర్ ఆత్మకథ, మానవ ఆత్మ యొక్క శక్తి మరియు

వ్యక్తిగత చర్య యొక్క పరివర్తన సామర్థ్యానికి నిదర్శనంగా నిలుస్తుంది. ఇది ప్రతికూలతలను అధిగమించే ధైర్యం, జ్ఞానం మరియు న్యాయం మరియు మానవాళి అభివృద్ధికి అచంచలమైన నిబద్ధతను సూచిస్తుంది. అందరికీ సమానత్వం, న్యాయం మరియు గౌరవం యొక్క విలువలను నిలబెట్టే సమాజాన్ని నిర్మించే అసంపూర్ణ కర్తవ్యాన్ని గుర్తుచేస్తూ ఈ ఆత్మకథ నిరంతరం స్ఫూర్తిదాయకంగా ఉపయోగపడుతుంది.